INSIGHT PUBLICA®

INSIGHT PUBLICA®
Nadakkavu, Kozhikode, Kerala
Tel:0495–4020666
www.insightpublica.com
e-mail: insightpublica@gmail.com
Vyakthithwathinte Thanmathraakhadana
(Malayalam Essays)
Sandeep Salim
First Edition: October 2020

ISBN 978-93-90404-05-6
Cover Design: KJ VJ
Printed and Published by
Insightinpublica Printers & Publishers Pvt. Ltd.

വ്യക്തിത്വത്തിന്റെ തന്മാത്രാഘടന

ലേഖനങ്ങൾ

സന്ദീപ് സലിം

INSIGHT PUBLICA®

1982-ൽ കോട്ടയത്ത് ജനനം. മാതാപിതാക്കൾ: പ്രൊഫ. സലിം ജോർജ് - ഡോ. പി.ജി. ഐഷ. എം.ടി. സെമിനാരി ഹൈസ്കൂൾ, പാമ്പാടി കെ.ജി. കോളേജ്, കുട്ടിക്കാനം മരിയൻ കോളേജ്, ബാംഗ്ലൂർ ക്രിസ്തുജയന്തി കോളേജ് എന്നിവിടങ്ങളിൽ വിദ്യാഭ്യാസം. 2008 മുതൽ ദീപിക ദിനപത്രത്തിൽ പത്രാധിപ സമിതി അംഗം. ആനുകാലികങ്ങളിൽ കവിതകളും ലേഖനങ്ങളും എഴുതുന്നു. സാഹിത്യം അഭിമുഖം നിൽക്കുമ്പോൾ (അഭിമുഖങ്ങളുടെ സമാഹാരം), സ്ഥാനം തെറ്റിയ കുടുക്കുകളുള്ള കുപ്പായം (കവിതാ സമാഹാരം) എന്നീ പുസ്തകങ്ങൾ പ്രസിദ്ധീകരിച്ചു. ഭാര്യ: ലതൻ ജെ. എലിസബത്ത്. മക്കൾ: സാർത്ഥക്, ഉത്തര.

വിലാസം:
പള്ളിപ്പറമ്പിൽ വീട്
മുട്ടമ്പലം പി.ഒ.,
ദീപ്തി നഗറിനു സമീപം
കഞ്ഞിക്കുഴി, കോട്ടയം-4.
ഫോൺ: 9496223595.
ഇ-മെയിൽ: sandeepsalim.p@gmail.com
ബ്ലോഗ്: www.viral-darppanam.blogspot.in

സന്ദീപ് സലിം

ഉള്ളടക്കം

എന്റെ മൂന്നാമത്തെ പുസ്തകം പ്രസിദ്ധീകൃതമാകുന്നു. വിവിധ മേഖലകളിൽ തങ്ങളുടെ പ്രതിഭകൊണ്ട് കൈയൊപ്പ് ചാർത്തിയ വ്യക്തികളെ കുറിച്ച് പലകാലങ്ങളിലായി എഴുതിയ കുറിപ്പുകളുടെ സമാഹാരമാണ്. അധികവും ദീപിക പത്രത്തിൽ പ്രസിദ്ധീകരിച്ചതാണ്. സാഹിത്യത്തിലും ശാസ്ത്രത്തിലും അഭിനയത്തിലുമെല്ലാം ഔന്നത്യങ്ങളിലെത്തിയ ഇവരെ കുറിച്ച് എഴുതിയ കുറിപ്പുകൾ സമാഹരിക്കാൻ പ്രേരിപ്പിച്ച ഡോ. മുഞ്ഞിനാട് പദ്മകുമാറിനെ സ്നേഹത്തോടെ ഓർക്കുന്നു. നന്ദി പറയേണ്ട നിരവധിയാളുകൾ ഇനിയുമുണ്ട്. സാങ്കേതിക സഹായങ്ങൾ ചെയ്തുതന്ന സഹപ്രവർത്തകർ കൂടിയായ പി.ടി. ജോണി, മാത്യു സെബാസ്റ്റ്യൻ, ഫോട്ടോഗ്രാഫർ: അനൂപ് ടോം, പ്രസാധനം ഏറ്റെടുത്ത ഇൻസൈറ്റ് പബ്ലിക്ക... എല്ലാവർക്കും നന്ദി.

സന്ദീപ് സലിം
കോട്ടയം

ഉജ്വല മുഹൂർത്തങ്ങൾ

ഡോ. മുഞ്ഞിനാട് പദ്മകുമാർ

തീവ്രവികാരങ്ങളുടെ കളിയാണ് ഫുട്ബോൾ എന്നു പറഞ്ഞത് ഗബ്രിയേൽ ഗർസിയ മാർക്വേസാണ്. ജീവചരിത്രകാരനായ ജെറാൾഡ് മാർട്ടിനുമായി നടത്തിയ ദീർഘസംഭാഷണങ്ങൾക്കിടയിൽ മാർക്കേസ് പറഞ്ഞു പലപ്പോഴും ഗാലറിക്കും ഗ്രൗണ്ടിനും ഇടയിൽപ്പെട്ടുപോയ എന്റെ മനസ് ആകെ ഒറ്റപ്പെട്ടതും പ്രക്ഷുബ്ധവും ആയിരുന്നു. കാണികൾക്കിടയിൽ ഏറ്റവും ആവേശഭരിതനായ ഒരാളായി മാറാനും ഒരേകാലം എനിക്കു കഴിഞ്ഞിരുന്നു. പക്ഷേ ഇവർക്കിടയിൽ ഞാൻ പലപ്പോഴും വിശുദ്ധനായ ഒരു മധ്യസ്ഥനായി. മാർക്കേസിനെ ഓർമിപ്പിക്കാനും ഫുട്ബോളിനെക്കുറിച്ചു പറയാനും കാരണം ഉറുഗ്വേയൻ താരം അൽസിഡസ് നിഗിലേയാണ്. അയാൾ കാൽപന്തുകളിയിലെ രാജകുമാരനായിരുന്നു. അയാളുടെ ചലനവേഗങ്ങൾക്കു മാർക്കേസിന്റെ ഭാഷയിൽ പറഞ്ഞാൽ അനുസരണകെട്ട ആഢ്യത്വമുണ്ടായിരുന്നു. അതു ഭൂമിക്കും ആകാശത്തിനും ഇടയിൽ നാട്ടിയ ഒരു പന്തുപോലെയായിരുന്നു. സന്ദീപ് സലിം നിഗിലേയെക്കുറിച്ച് എഴുതുമ്പോൾ അത് അനുഭവപ്പെടുന്നുണ്ട്. കുറഞ്ഞ വാക്കുകളിൽ നിഗിലേയുടെ മാന്ത്രികചലനങ്ങളെ അടയാളപ്പെടുത്തുകയാണ് സന്ദീപ് സലിം. കാച്ചിക്കുറുക്കിയ എഴുത്ത് എന്നു പറയാം.

ഒരു ജീവിതം അതിന്റെ ആകസ്മികതകളോടെ വൈകാരികതകളോടെ എങ്ങനെ ചരിത്രത്തിലേക്ക് പ്രവേശിക്കുന്നു എന്നതിന്റെ തെളിഞ്ഞ സാക്ഷ്യപത്രമാണിത്. അതിനൊരു ഊർജസ്വലതയുണ്ട്. അതുകൊണ്ടാകണം വ്യക്തിത്വത്തിന്റെ തന്മാത്രാഘടനയും അതിന്റെ അവസാന പുറത്തുനിന്നു വായിക്കുവാൻ ഞാൻ ധൈര്യപ്പെട്ടത്.

സന്ദീപിന്റെ എഴുത്തിന് ഒരു നീതിബോധമുണ്ട്. അതു വൃത്തിയായി തുന്നിയ ഒരു കുപ്പായംപോലെയാണ്. നീതിയും വൃത്തിയും

സംസ്കാരത്തിന്റെ അടയാളങ്ങളാണ് എന്ന് എഴുത്തുകാരനായ കാർലോസ് ഫ്യന്തസ് പറഞ്ഞിട്ടുണ്ട്. സന്ദീപ് എഴുതുമ്പോൾ അതു വ്യക്തിയുടെ അകത്തേക്ക് സഞ്ചരിക്കുന്നതുപോലെ തോന്നും. ഹറോൾഡ് പിന്ററിന്റേയും ഇഷിഗോവയേയും വിസ് നയ്പോളിന്റെയും സാഹിത്യജീവിതം തേടുമ്പോൾ അതാണ് സംഭവിക്കുന്നത്. മഹാശ്വേതാ ദേവിയിലെത്തുമ്പോൾ അത് കലങ്ങിമറിഞ്ഞ ഒരു നദിയെ ഓർമിപ്പിക്കുന്നു. ഒരു സ്ത്രീ ഒറ്റയ്ക്ക് നടത്തിയ പോരാട്ടങ്ങളുടെ ശുദ്ധിപത്രം ആ വാക്കുകളിലൂടെ തെളിഞ്ഞുകിടപ്പുണ്ട്. കുഞ്ഞബ്ദുള്ളയെക്കുറിച്ചെഴുതുമ്പോൾ അത് അരാജകവാദിയായ പ്രവാചകന്റെ സ്വാതന്ത്ര്യം നമുക്ക് അനുഭവപ്പെടുത്തുന്നു. കോവിലനെ അത് ഉഗ്രമൂർത്തിയായ കാരണവരുടെ ശാസനകളിലേക്ക് നീക്കുന്നു.

സിനിമയും സംഗീതവും രാഷ്ട്രീയവും സ്പോർട്സും സാഹിത്യത്തിനൊപ്പം സമശേഷമായി ഈ പുസ്തകത്തിൽ ഇടംപിടിക്കുന്നു. ഈ ലേഖനങ്ങൾ റഫറൻസ് സീരീസിൽ ഉൾപ്പെടുത്താവുന്നതാണ്. പലപ്പോഴും പത്രങ്ങൾക്കുവേണ്ടി തയാറാക്കിയ ക്ഷണപ്രഭകളാണെങ്കിലും അതിൽ നിത്യഭാസുരതപഞ്ചാരങ്ങളുടെ സാന്നിധ്യം സന്ദീപ് അവതരിപ്പിക്കുന്നുണ്ട്. സാഹിത്യ നൊബേൽ പ്രഖ്യാപിക്കുന്ന അവസരങ്ങളിൽ ദീപിക ദിനപത്രത്തിൽ സന്ദീപിന്റെ ലേഖനങ്ങൾ വരാറുണ്ട്. ഞാനത് ശ്രദ്ധിക്കാറുണ്ട്. പലതും എന്റെ ഫയലിൽ സൂക്ഷിച്ചിട്ടുണ്ട്. വായനയിൽ നമ്മൾ കാണാതെപോയ ചില നിരീക്ഷണങ്ങൾ സന്ദീപിന്റെ ലേഖനങ്ങളിൽ കാണാം. അതു പലപ്പോഴും നമ്മുടെ അശ്രദ്ധയിൽപ്പെട്ട ഒരു പുസ്തകങ്ങളായും മറ്റു ചിലപ്പോൾ ചില മുഹൂർത്തങ്ങളാകും. അതു കൃത്യതയോടെ സന്ദീപ് രേഖപ്പെടുത്തുന്നു. അതാണ് ആ എഴുത്തിന്റെ മൗലികത. വ്യക്തിത്വത്തിന്റെ തന്മാത്രാഘടന സൂക്ഷിച്ചുവയ്ക്കേണ്ട പുസ്തകമാണ് അത്. പുതിയ വായനകൾ ആവശ്യപ്പെടുന്ന പുസ്തകമാണ്. സന്ദീപിന്റെ ഒരു പഴയ കവിത ഓർമവരുന്നു.

നിങ്ങളാര്?
ചോദ്യചിഹ്നമായി
ഒടുവിൽ
ഞാനുത്തരം പറഞ്ഞു
മനുഷ്യൻ

മനുഷ്യനെ, അതെ ഇത് മനുഷ്യരെക്കുറിച്ചുള്ള പുസ്തകമാണ്. സന്ദീപ് അവരെ ജീനിയസുകൾ എന്നു വിളിക്കുന്നില്ല. അത് ശ്രദ്ധിക്കേണ്ടതാണ്. ഈ മനുഷ്യർ സൃഷ്ടിച്ച ഉജ്വല മുഹൂർത്തങ്ങളെ തേടുകയാണ് സന്ദീപ്. ആ മുഹൂർത്തങ്ങൾ നമുക്കുകൂടിയുള്ള കരുതലുകളാണ്.

സാഹിത്യം

നടനാകാൻ ആഗ്രഹിച്ചു, പക്ഷേ...

"ഞാനൊരു നടനാകാൻ ആഗ്രഹിച്ചു. പക്ഷേ, ഒരു നാടകകൃത്താകാനാണ് കഴിഞ്ഞത്. എന്നാൽ, എന്നെങ്കിലും ഞാനൊരു മഹാനടനാകും" ബ്രിട്ടീഷ് നാടകകൃത്ത് ഹാരോൾഡ് പിന്റർ ഒരിക്കൽ പറഞ്ഞ വാക്കുകളാണിത്. ജീവിതത്തിന്റെ തിരശീലയ്ക്കു പിന്നിലേക്കു മറഞ്ഞ അദ്ദേഹത്തിന് ഒരു മഹാനടനാകാൻ കഴിഞ്ഞില്ല. എന്നാൽ, അനുപമമായ രചനാശൈലികൊണ്ടും പ്രതിഭകൊണ്ടും വേദികളിൽ അഭിനയത്തികവിന്റെ വിസ്മയങ്ങൾ തീർത്ത നിരവധി കഥാപാത്രങ്ങളുടെ സ്രഷ്ടാവാകാൻ കഴിഞ്ഞു.

ലണ്ടനിലേക്ക് കുടിയേറിപ്പാർത്ത ജാക്ക് പിന്ററിന്റെയും ഫ്രാൻസെസിന്റെയും മകനായി ലണ്ടനിലെ കിഴക്കൻ നഗരമായ ഹാക്നിയയിൽ 1930 ഒക്ടോബർ പത്തിന് ജനിച്ച പിന്റർ ബാല്യകാലത്തു തന്നെ നാടകങ്ങളോട് പ്രത്യേക താത്പര്യം പ്രകടിപ്പിച്ചിരുന്നു. അന്നു മുതൽ ഒരു നാടകക്കാരനാകണം എന്ന ചിന്ത പിന്ററിന്റെ മനസിൽ രൂപപ്പെട്ടിരുന്നു. സ്കൂൾ വിദ്യാഭ്യാസകാലത്ത് നിരവധി നാടകങ്ങളിൽ മികവുറ്റ അഭിനയം കാഴ്ചവച്ച പിന്ററിന് മാതാപിതാക്കളിൽനിന്നും അധ്യാപകരിൽനിന്നും മികച്ച പിന്തുണ ലഭിച്ചിരുന്നു. നാടകങ്ങളോടൊപ്പം എഴുത്തിലും താത്പര്യം പ്രകടിപ്പിച്ചിരുന്ന പിന്റർ 1950കളിൽ നിരവധി കവിതകൾ രചിച്ചിരുന്നു. ഒരു ലഹരിപോലെ നാടകത്തെ കണ്ടിരുന്ന പിന്റർ 1950ൽ 'ഡേവിഡ് ബാരൺ' എന്ന പേരിൽ നിരവധി ചെറു നാടകസംഘങ്ങളിൽ അഭിനയിച്ചിരുന്നു. അക്കാലങ്ങളിലൊന്നും പിന്ററിന്റെ വഴി അഭിനയമല്ലെന്ന് അദ്ദേഹമോ അദ്ദേഹത്തിന്റെ ബന്ധുക്കളോ ഒരിക്കലും ചിന്തിച്ചിരുന്നില്ല. വളരെ യാദൃച്ഛികമായാണ് ഒരു നാടകകൃത്തായി അദ്ദേഹം മാറുന്നത്.

ബ്രിസ്റ്റൽ യൂണിവേഴ്സിറ്റിയിലെ ഡ്രാമാ ഡിപ്പാർട്ട്മെന്റിൽ

ജോലിചെയ്യുന്ന സുഹൃത്ത് ഹെന്റ്രി വൂൾഫുമായി (പിന്നീട് പ്രശസ്ത നടനായി) നടത്തിയ സൗഹൃദ സംഭാഷണമാണ് പിന്ററെ ഒരു നാടകകൃത്തിന്റെ മേലങ്കി അണിയാൻ പ്രേരിപ്പിക്കുന്നത്. സംഭാഷണത്തിനിടയിൽ പിന്റർ വിശദീകരിച്ച ഒരാശയത്തെ അവലംബിച്ച് ഒരു നാടകം രചിക്കണമെന്ന സുഹൃത്തിന്റെ സ്നേഹപൂർവമുള്ള നിർബന്ധത്തിന് വഴങ്ങി രചിച്ച 'ദി റൂം' എന്ന നാടകം തന്റെ ജീവിതത്തിലെ സുപ്രധാന വഴിത്തിരിവാകുമെന്ന് പിന്റർ കരുതിയിരുന്നില്ല. ലണ്ടനിലെ യൂണിവേഴ്സിറ്റി തലത്തിൽ അവതരിപ്പിക്കപ്പെട്ട നാടകങ്ങളിൽ ആ വർഷത്തെ (1957ലെ) ഏറ്റവും മികച്ച നാടകമായി 'ദി റൂം' തെരഞ്ഞെടുക്കപ്പെട്ടു. ആ ദിനം ഹരോൾഡ് പിന്റർ എന്ന പ്രതിഭാധനനായ നാടകകൃത്തിന്റെയും ജനനത്തിന് സാക്ഷ്യം വഹിച്ചു. അതേ വർഷം തന്നെ പുറത്തിറങ്ങിയ 'ദി ബർത്ത് ഡേ പാർട്ടി' എന്ന നാടകം ലോകസാഹിത്യത്തിൽ ഹരോൾഡ് പിന്ററിന് അനിഷേധ്യമായ ഇരിപ്പിടം നൽകി. അതിലെ ഗോൾഡ് ബെർഗ് എന്ന കഥാപാത്രത്തെ വേദിയിൽ അവതരിപ്പിച്ചതും പിന്ററായിരുന്നു. പിന്നീട് ഒരിക്കലും അദ്ദേഹത്തിന് തിരിഞ്ഞുനോക്കേണ്ടിവന്നിട്ടില്ല.

വികസിതരാജ്യമായ ഇംഗ്ലണ്ടിൽ ജനിച്ചു വളർന്നെങ്കിലും

ആഡംബരത്തിന്റെയും സുഖലോലുപതയുടെയും വെള്ളിവെളിച്ചം ഒരിക്കലും പിന്ററെ ഭ്രമിപ്പിച്ചിട്ടില്ല. ധനാഢ്യരുടെ പണാധിപത്യ കാഴ്ചപ്പാടുകളും വികസന സങ്കൽപ്പങ്ങളും മൂലം ദാരിദ്ര്യത്തിന്റെയും പട്ടിണിയുടെയും പുറമ്പോക്കിലേക്ക് ഇറങ്ങിപ്പോകാൻ വിധിക്കപ്പെട്ട സാധാരണക്കാരുടെ നൊമ്പരങ്ങളെ തന്റെ നാടകങ്ങളിലൂടെ മുഖ്യ ധാരയിലെത്തിക്കാൻ പിന്റർ എക്കാലവും ശ്രദ്ധിച്ചിരുന്നു.

സാമ്രാജിത്വ അധിനിവേശത്തെയും ഇംഗ്ലണ്ടും അമേരിക്കയും ഫ്രാൻസും ഉൾപ്പെടെയുള്ള വികസിതരാജ്യങ്ങൾ മുന്നോട്ടുവയ്ക്കുന്ന അധികാര രാഷ്ട്രീയ സമവാക്യങ്ങളെയും എക്കാലവും വിമർശിച്ച വ്യക്തിയായിരുന്നു പിന്റർ. തന്റെ ചിന്തയിലോ മാനവികതയിലോ ഇത്തരം നിലപട്ടുകൾക്ക് ഒരിക്കലും സ്ഥാനമില്ലായിരിക്കുമെന്ന് അദ്ദേഹം പലതവണ ആവർത്തിച്ച് വ്യക്തമാക്കിയിരുന്നു. 1984ൽ പുറത്തിറങ്ങിയ 'വൺ ഫോർ ദ റോഡ്'' എന്ന നാടകത്തിലൂടെ തന്റെ രാഷ്ട്രീയ നിലപാട്ടുകൾ തുറന്നുപറഞ്ഞ പിന്റർ 1991ൽ രചിച്ച 'പാർട്ടി ടൈമി'-ലൂടെ ശക്തമായ രാഷ്ട്രീയ വിമർശനത്തിന്റെ പാത തുറന്നു.

മലയാളത്തിലെ പ്രമുഖ സാഹിത്യ വിമർശകനായിരുന്ന എം. കൃഷ്ണൻ നായർ ഒരിക്കൽ തന്റെ ലേഖനത്തിൽ ഹരോൾഡ് പിന്ററെക്കുറിച്ച് പറഞ്ഞതിങ്ങനെയാണ്: "ബ്രിട്ടീഷ് നാടകശാഖയെ രണ്ടായി വിഭജിക്കാൻ പിന്ററിനു കഴിഞ്ഞു. ബിഫോർ 1957 എന്നും ആഫ്റ്റർ 1957 എന്നും." കൃഷ്ണൻ നായരുടെ പ്രസ്താവന അല്പം കടന്നുപോയി എന്നു വിമർശിച്ചവർ പോലും സമ്മതിക്കുന്ന ഒരു കാര്യമുണ്ട്; ആധുനിക ഇംഗ്ലീഷ് നാടക രംഗത്ത് ഏറ്റവുമധികം സ്വാധീനം ചെലുത്തിയിട്ടുള്ള വ്യക്തികളിൽ ഒരാളായിരുന്നു ഹരോൾഡ് പിന്റർ എന്നത്.

നാടകകൃത്ത് എന്ന നിലയിൽ മാത്രമല്ല കവി, തിരക്കഥാകൃത്ത്, സംവിധായകൻ തുടങ്ങി നിരവധി മേഖലകളിലും വ്യക്തിമുദ്ര പതിപ്പിച്ച ബഹുമുഖ പ്രതിഭയായിരുന്നു ഹരോൾഡ് പിന്റർ. ഓസ്കർ അവാർഡിന് നാമനിർദേശം ചെയ്യപ്പെട്ട 'ദ ഫ്രഞ്ച് ലഫ്റ്റനന്റ്സ് വുമണും'(1981), 'ബിട്രേയലും' (1983) പിന്ററിന്റെ തിരക്കഥയിൽ അണിയിച്ചൊരുക്കിയ ചിത്രങ്ങളാണ്.

ലോകപ്രശസ്തമായ നിരവധി പുരസ്കാരങ്ങളും പിന്ററിനെ തേടിയെത്തിയിരുന്നു. 2005ൽ ല ഭിച്ച നൊബേൽ സമ്മാനം പിന്ററിന്റെ പ്രതിഭയ്ക്കു ലഭിച്ച ഏറ്റവും ഉചിതമായ അംഗീകാരമായാണ് ലോകം വിലയിരുത്തിയത്. നൊബേൽ സമ്മാനം സ്വീകരിച്ചുകൊണ്ട് അദ്ദേഹം നടത്തിയ പ്രസംഗത്തിൽ, ഇറാഖിൽ അമേരിക്ക നടത്തിയ സായുധ അധിനിവേശത്തെ നിശിതമായി വിമർശിക്കുകയുണ്ടായി.

"ഇറാഖിലെ വരുംതലമുറ നമ്മെ ഇതിന്റെ പേരിൽ തള്ളിപ്പറയും. നമ്മളെ പ്രാകൃത ശിലായുഗത്തിലേക്ക് തള്ളിവിടുന്ന ഒരു പ്രവൃത്തിയായിട്ടാണ് ഞാനിതിനെ വിലയിരുത്തുന്നത്." സാമാജ്യത്യ പ്രവണതകൾക്കെതിരേ പ്രതികരിച്ചിരുന്ന പിന്റർ അമേരിക്കയുടെയും ബ്രിട്ടന്റെയും നടപടികൾക്കെതിരേ ഉയർത്തിയിരുന്ന വിമർശനങ്ങളെ ലോകം ശ്രദ്ധയോടെയാണ് കാതോർത്തിരുന്നത്.

എക്കാലവും നാടകവും ആൾക്കൂട്ടവും ആഘോഷങ്ങളും പിന്ററെ സ്വാധീനിച്ചിരുന്നു. നാടകം എന്ന കലാരൂപത്തോടുള്ള അഭിനിവേശമാണ് ഒരൊറ്റമൂലി പോലെ ദീർഘകാലമായി ക്യാൻസർ രോഗ ബാധിതനായിരുന്ന പിന്ററുടെ ജീവനെ പിടിച്ചുനിർത്തിയതെന്ന് പറയാം. അദ്ദേഹംതന്നെ ഇക്കാര്യം വ്യക്തമാക്കിയിട്ടുമുണ്ട്. പിന്ററുടെ ജീവിതത്തിനു മരണം തിരശീലയിട്ടെങ്കിലും അദ്ദേഹത്തിന്റെ സാഹിത്യ സൃഷ്ടികളും കഥാപാത്രങ്ങളും സാഹിത്യ ലോകത്തും അനുവാചക ഹൃദയങ്ങളിലും എന്നും നിലനിൽക്കും.

●

പീഡാനുഭവങ്ങൾ ലിഖിതമാക്കിയ എഴുത്തുകാരി

സാഹിത്യ നൊബേലിന് വീണ്ടും വനിത അവകാശി. ബെലാറസ് എഴുത്തുകാരി സ്വെറ്റ്‌ലാന അലക്സിവിച്ചാണ് ലോകത്തെ ഏറ്റവും വലിയ സാഹിത്യ പുരസ്കാരം 2015ൽ സ്വന്തമാക്കിയിരിക്കുന്നത്. സാഹിത്യവേദികളിൽ പ്രസംഗിക്കാനെത്തുമ്പോഴൊക്കെ സ്വെറ്റ്‌ലാന പറഞ്ഞിരുന്ന ഒരു കാര്യമുണ്ടായിരുന്നു: “ഞാൻ ഒരു എഴുത്തുകാരിയാണെന്ന് ഇതുവരെ തോന്നിയിട്ടില്ല. മാധ്യമപ്രവർത്തനമാണ് എന്റെ തൊഴിൽ. അതു കൊണ്ടുതന്നെ സംഭവങ്ങളുടെ വിവരണവും വസ്തുതകളുടെ കൃത്യതയുമാണ് എന്റെ എഴുത്തിലുണ്ടായിരുന്നത്. അതിൽ ഭാവനയുടെ വർണങ്ങൾ ചേർക്കാൻ ശ്രമിച്ചിട്ടുണ്ട്. പക്ഷേ, അവ പിന്നീട് വായിക്കുമ്പോൾ ഞാൻ എന്നോടുതന്നെ തെറ്റ് ചെയ്യുകയാണോ എന്നു തോന്നിയിട്ടുണ്ട്. എന്നാൽ, ഞാൻ വസ്തുതകളും സംഭവങ്ങളും മാത്രം എഴുതിയാൽ ഞാൻ എന്ന എഴുത്തുകാരി ഉണ്ടാവുമായിരുന്നില്ല.”

പ്രസംഗവേദികളിൽ കൈയടി നേടുന്നതിനു വേണ്ടി നടത്തുന്ന വെറും വാചകക്കസർത്തായിരുന്നില്ല ഈ വാക്കുകൾ എന്ന് സ്വെറ്റ്‌ലാനയുടെ എഴുത്ത് വായിച്ചിട്ടുള്ളവർക്ക് ബോധ്യമാവും. മനുഷ്യരുടെ വൈകാരിക തീവ്രതയുടെ വർണനകൾകൊണ്ട് വായനക്കാരെ ഭ്രമിപ്പിക്കുന്ന എഴുത്തുകാരുടെ കൂട്ടത്തിൽനിന്ന് സ്വെറ്റ്‌ലാനയെ വ്യത്യസ്തയാക്കുന്നതും എഴുത്തിലെ സത്യസന്ധതയാണ്.

“ഏതൊരു എഴുത്തുകാരനും ഉത്തരം പറയേണ്ടതും ഉത്തരം തേടിക്കൊണ്ടിരിക്കുന്നതുമായ ചോദ്യമാണ് തനിക്ക് എന്താണ് എഴുത്ത് എന്നത്. ഓരോരുത്തരുടെ ജീവിതവും വ്യത്യസ്തമാണ്. ഓരാളുടെ

ജീവിതം പോലെ മറ്റൊരാൾക്കു ജീവിക്കാനാവില്ല. ഞാൻ തേടി ക്കൊണ്ടിരിക്കുന്നത് ഈ വ്യത്യസ്തതയാണ്. ജീവിതത്തിന്റെ സുഖ ലോലുപതയോ, യുദ്ധത്തിന്റെ കെടുതികളോ, ദുരന്തങ്ങളുടെ പ്രതിഫ ലനങ്ങളോ. ആത്മഹത്യയിൽ അവസാനിക്കുന്നതോ ഒന്നുമല്ല ഞാൻ തേടുന്നത്. മനുഷ്യർക്ക് എന്തു സംഭവിക്കുന്നു എന്നറിയാനാണ് എനിക്കിഷ്ടം. വർത്തമാനകാലത്തെ സംഭവങ്ങളോട് മനുഷ്യർ എങ്ങനെ പെരുമാറുന്നു എന്നറിയാനാണ് ഞാൻ ശ്രമിക്കുന്നത്. അതിന് അക്ഷരങ്ങളിലൂടെ എഴുത്തിന്റെ രൂപം നൽകാനാണ് ഞാൻ ആഗ്രഹിക്കുന്നത്. ഈ പ്രവർത്തനങ്ങളുടെ ആകെത്തുകയാണ് എനിക്ക് എഴുത്ത്." -സെ്വറ്റ്ലാനയുടെ ഈ വാക്കുകൾ മാത്രം മതി അവരുടെ എഴുത്തുവഴി മനസിലാക്കാൻ.

വിവിധ വിഭാഗം ജനങ്ങളുമായി നേരിട്ടിടപഴകി അവരുടെ കണ്ണുനീരും വേദനകളും തൊട്ടറിഞ്ഞ് ആ അനുഭവങ്ങളുടെ വൈകാരിക പരിസരം ഒട്ടും ചോർന്നുപോകാതെ രചനകളിലേക്ക് ആവാഹിച്ചെടുക്കാനുള്ള അസാധാരണ വൈഭവം സ്വെറ്റ്ലേനയെ സമകാലിക എഴുത്തുകാരിൽനിന്നു വ്യത്യസ്തയാക്കുന്നു. അഞ്ചു മുതൽ ഒരു പതിറ്റാണ്ടു വരെയാണ് ഒരു രചനയ്ക്കുള്ള നിലമൊരുക്ക ലിനുവേണ്ടി സ്വെറ്റ്ലേന ചെലവഴിക്കുന്നത്. ആയിരമോ അതിൽ കൂടുതലോ ആളുകളെ നേരിൽ കാണുകയും അവരിൽനിന്നു ലഭിക്കുന്ന വിവരങ്ങൾ ക്രോഡീകരിച്ച് രചനയിൽ സന്നിവേശിപ്പിക്കുകയും ചെയ്യുന്നതാണ് സ്വെറ്റ്ലേനയുടെ രചനാശൈലിയെന്ന് പൊതുവേ വിലയിരുത്താം. കഥ പറയുക എന്നതിനേക്കാൾ മനുഷ്യരുടെ

പൊള്ളുന്ന ജീവിതാനുഭവങ്ങളെ ലിഖിതരൂപത്തിലാക്കിയിടത്താണ് സ്വെറ്റ്‌ലേന ലോകസാഹിത്യത്തിൽ സ്വന്തമായൊരു ഇരിപ്പിടം കണ്ടെത്തുന്നത്.

എഴുത്തുകാരിയുടെ വാക്കുകൾക്കപ്പുറം മനുഷ്യരുടെ ജീവിതത്തിന്റെ താളവും കാലവും മനുഷ്യനും തമ്മിലുള്ള ബന്ധത്തിന്റെ ആഴവും ആത്യന്തികമായി ഒരു മനുഷ്യൻ എങ്ങനെ മനുഷ്യനായി എന്ന ഉത്തരവും സ്വെറ്റ്‌ലാനയുടെ കൃതികളിൽ നമുക്കു കണ്ടെത്താനാവും. സ്റ്റാലിൻ യുഗത്തിലെ സോവ്യറ്റ് യൂണിയനിലാണ് സ്വെറ്റ്‌ലാനയുടെ ജനനം എന്നതുകൊണ്ടുതന്നെ സോവ്യറ്റ് യൂണിയന്റെ രാഷ്ട്രീയത്തിന്റെ നേർചിത്രം അവരുടെ കൃതികളിൽ കണ്ടെത്താനാവും. സോവ്യറ്റ് യൂണിയന്റെ തകർച്ചയും അത് ലോകത്തിനു സമ്മാനിച്ച ശരിതെറ്റുകളുടെ വിവരണവും സ്വെറ്റ്‌ലാനയുടെ കൃതികളിൽ നിറഞ്ഞുനിൽക്കുന്നു. സ്വെറ്റ്‌ലാനയുടെ സമകാലികർ ഏതെങ്കിലും ഒരു പക്ഷത്തു നിലയുറപ്പിച്ചപ്പോൾ ചരിത്രത്തെ ദുർവ്യാഖ്യാനം ചെയ്യാനോ വസ്തുതകളെ മറച്ചു വയ്ക്കാനോ തയാറാവാതെ നേർരേഖയിൽ നടന്നുപോകുകയാണ് സ്വെറ്റ്‌ലാന ചെയ്തത്.

ഉക്രയിൻകാരിയായ മാതാവിന്റെയും ബലാറസുകാരനായ പിതാവിന്റെയും മകളായിട്ടാണ് സ്വെറ്റ്‌ലാനയുടെ ജനനം. ഉക്രയിനാണ് ജന്മദേശം. പിന്നീട് ബലാറസിലേക്ക് കുടിയേറി. ചെറുപ്പത്തിൽത്തന്നെ എഴുത്തിനോടും വായനയോടും താത്പര്യം പ്രകടിപ്പിച്ച സ്വെറ്റ്‌ലാന പത്രപ്രവർത്തകയായാണ് ഔദ്യോഗിക ജീവിതം തുടങ്ങിയത്. 80കളുടെ തുടക്കത്തിലാണ് സാഹിത്യരചനകളിലേക്ക് സ്വെറ്റ്‌ലാന കടക്കുന്നത്. 1985ലാണ് അവരുടെ ആദ്യകൃതി പുറത്തിറങ്ങുന്നത്. യുദ്ധത്തിൽ സ്ത്രീകൾ അനുഭവിക്കുന്ന ദുരിതങ്ങളെ മുൻനിർത്തി എഴുതിയ വാർസ് അൺ വുമൺലി ഫെയ്സ് ആണ് ആദ്യകൃതി. വളരെ വേഗം ജനപ്രിയ നോവലുകളുടെ പട്ടികയിലേക്ക് ഈ നോവൽ കടക്കുകയും ഏകദേശം 20 ലക്ഷത്തോളം കോപ്പികൾ വിറ്റുപോവുകയും ചെയ്തു. ഒരു പത്രപ്രവർത്തകയുടെ യുദ്ധാനുഭവങ്ങൾ എന്ന നിലയിലാണ് ഈ നോവലിന് വലിയ ജനപ്രീതി ലഭിച്ചത്. പിന്നീട്, രണ്ടാം ലോകമഹായുദ്ധത്തിന്റെ കെടുതികൾ ലോകത്തിനു മുന്നിൽ വരച്ചു കാട്ടിക്കൊണ്ടുള്ള 'ദി ലാസ്റ്റ് വിറ്റ്നെസ്: ദി ബുക്ക് ഓഫ് അൺചൈൽഡ് ലൈക്ക് സ്റ്റോറീസ്'' എന്ന നോവൽ പുറത്തിറങ്ങിയതോടെ ലോകത്തെ പ്രമുഖ എഴുത്തുകാരുടെ പട്ടികയിലേക്ക് സ്വെറ്റ്‌ലാനയെയും നിരൂപകർ പ്രതിഷ്ഠിച്ചു. ചെർണോബിൽ ആണവദുരന്തത്തിന്റെ പശ്ചാത്തലത്തിലെഴുതിയ 'വോയ്സസ് ഫ്രം ചെർണോബിൽ: ദി ഓറൽ ഹിസ്റ്ററി ഓഫ് എ ന്യൂക്ലിയർ ഡിസാസ്റ്റർ'

ആണ് സ്വെറ്റ്‌ലാനയുടെ മാസ്റ്റർപീസായി നിരൂപകർ വാഴ്ത്തുന്നത്. വായനക്കാരുടെ കണ്ണു നനയിക്കുകയും ത്തുറപ്പിക്കുകയും ചെയ്ത ഈ കൃതി ഒരു തലമുറയുടെ തന്നെ വികസനത്തോടുള്ള കാഴ്ചപ്പാടിനെ കീഴ്മേൽ മറിക്കുകയും ചെയ്തു. സ്വെറ്റ്‌ലാനയെത്തേടി സാഹിത്യ നൊബേൽ പുരസ്കാരമെത്തുമ്പോൾ അത് പുരസ്കാരത്തിന്റെ മൂല്യത്തെ ഇരട്ടിയാക്കുന്നു. ഇരുപതോളം ഡോക്യുമെന്ററികൾക്കും സ്വെറ്റ്‌ലാന തിരക്കഥ രചിച്ചിട്ടുണ്ട്.

●

ഓർമയുടെ കാൻവാസിലെ കഥാകാരൻ

ഭാഷ അനുഭവങ്ങളുടെ വാതിലും സ്നേഹത്തിന്റെ കിടപ്പറയുംഅനിശ്ചിതത്വത്തിന്റെയും ചോദ്യംചെയ്യലിന്റെയും അന്തരീക്ഷത്തിലേക്കു തുറക്കുന്ന ജനാലയുമാണ്.

-കാർലോസ് ഫുന്റസ്

കഥാരചനയിൽ പൊതുരീതികളെ കൈയൊഴിയാനുള്ള ശ്രമങ്ങൾ തുടങ്ങിയ സമകാലിക കഥാകാരന്മാരിൽ ശ്രദ്ധേയനാണ ജപ്പാനിൽ ജനിച്ച് ഇംഗ്ലീഷിൽ എഴുതുന്ന കസുവോ ഇഷിഗുറോ. 2017ൽ സാഹിത്യത്തിനുള്ള പരമോന്നത ബഹുമതിയായ നൊബേൽ പുരസ്കാരം അദ്ദേഹത്തെ തേടിയെത്തിയതിന്റെ കാരണവും മറ്റൊന്നല്ല. വൈകാരികമായി കരുത്തുള്ള കഥാപാത്രങ്ങളാണ് ഇഷിഗുറോയുടെ നോവലുകളുടെ മഹത്വമെന്നാണ നൊബേൽ പുരസ്കാരസമിതി വിലയിരുത്തിയത്.

കഥാപാത്രങ്ങളുടെ ഒർമകളിലൂടെയാണ് ഇഷിഗുറോയുടെ കഥകൾ പുരോഗമിക്കുന്നത്. അതിനു കാലത്തിന്റെ പിൻബലവുമുണ്ട്. അദ്ദേഹത്തിന്റെ പൊതുസ്വഭാവമായി നിരൂപകർ വിലയിരുത്തിയിട്ടുള്ളതു വളരെ ജാഗ്രതയോടെ നിലനിർത്തിയിട്ടുള്ള ഭ്രമാത്മകതയാണ്. ഇഷിഗുറോയുടെ രചനകളിൽ ഭാവനയുടെ അതിപ്രസരമെന്നു വിമർശകർ വിമർശനമുന്നയിച്ചിട്ടുള്ളപ്പോഴൊക്കെ അദ്ദേഹം കൊടുത്തിട്ടുള്ള മറുപടി ഇങ്ങനെ: "അതു ഭാവനയല്ല മിഥ്യയാണ്. മനുഷ്യരുടെ മിഥ്യാധാരണകളെക്കുറിച്ചും പിന്നീട് അവരുടെ ബോധമണ്ഡലത്തിൽ ഇടംനേടുന്ന മിഥ്യാ ബോധ്യങ്ങളെക്കുറിച്ചുമാണ ഞാൻ പറയാൻ ശ്രമിച്ചിട്ടുള്ളത്. ഓർമ എന്നെ സംബന്ധിച്ച വളരെ

വിലപ്പെട്ടതാണ്, പ്രധാനപ്പെട്ടതും. ഓർമകളിലൂടെ ഞാൻ നടത്തുന്ന യാത്രയാണ് എന്റെ കൃതികളായി പുറത്തുവരുന്നത്."

എഴുത്തിൽ ചെറുപ്പക്കാരനായ ഇഷിഗുറോയുടെ നോവലുകളിലെ കാലം മിക്കപ്പോഴും ഭൂതകാലമാണ്. അതിനാൽ തന്നെ കഥയ്ക്കു പുറത്തുള്ള ജീവിതത്തെക്കൂടി തന്റെ വായനയുടെ വൃത്തത്തിനുള്ളിലേക്കു കൊണ്ടുവരാൻ വായനക്കാരൻ നിർബന്ധിതനാവുന്നു. അതു മിക്കപ്പോഴും സമകാലിക ലോകക്രമത്തോടു ചേർന്നുനിൽക്കുന്നതുമായിരിക്കും. പലപ്പോഴും തന്റെ കൃതിയിലൂടെ ഒരു കഥ പറയുക എന്നതിനപ്പുറം ചില ചിന്തകളെയും ഓർമകളെയും മിഥ്യാബോധങ്ങളെയും വാരി വിതറാനാണ് അദ്ദേഹം ശ്രമിക്കുന്നത്. ഇവിടെയാണ് ഇഷിഗുറോ കഥാരചനയുടെ എല്ലാ നിർവചനങ്ങളെയും തകർക്കുന്നത്. ഇത്തരത്തിൽ ഇഷിഗുറോ വിതറിയിട്ടവയെ പെറുക്കി കഥയുടെ പൂർണതയിൽ എത്തിക്കേണ്ട വലിയ ദൗത്യമാണു വായനക്കാരന്റെ മുന്നിലുള്ളത്.

ബാല്യകാല ഓർമകളുടെ കൗതുകവും സൗന്ദര്യവും ആവോളം നിറഞ്ഞ അദ്ദേഹത്തിന്റെ നോവലായ 'നെവർ ലെറ്റ് മി ഗോ' അനുപമമായ ഈ രചനാശൈലിയുടെ മകുടോദാഹരണമാണ്. ഈ നോവലിൽ അദ്ദേഹം ഭൂതകാലം മാത്രമല്ല ഭാവികാലവും വളരെ സൂക്ഷ്മമായി സംയോജിപ്പിച്ചിരിക്കുന്നു. നല്ല ഓർമകളിൽ ജീവിക്കാനാവുക എന്നതാണ് ഒരു മനുഷ്യന് ഏറ്റവും വലിയ സന്തോഷം പ്രദാനം ചെയ്യുന്നതെന്നാണ് ഇഷിഗുറോയുടെ പക്ഷം. അക്കാരണത്താലാവാം മനുഷ്യരുടെ ആയുസ് നീട്ടിക്കൊണ്ടുപോകുന്നതിന് അവയവദാനം നടത്താൻവേണ്ടി അവരുടെ ക്ളോണുകളെ സൃഷ്ടിക്കുകയും അവയെ പോറ്റിവളർത്തുകയും ചെയ്യുന്ന ഒരു ഭാവികാലത്തിലാണ് 'നെവർ ലെറ്റ് മി ഗോ'യുടെ പരിസരം അദ്ദേഹം രൂപപ്പെടുത്തിയിരിക്കുന്നത്. ലക്ഷണമൊത്ത സയൻസ് ഫിക്ഷൻ എന്നു വിശേഷിപ്പാക്കാനാവില്ലെങ്കിലും ഒരു ശാസ്ത്രനോവലിന്റെ

പരിസരങ്ങളിലൂടെയെല്ലാം അദ്ദേഹം യാത്ര ചെയ്യുന്നുണ്ട് ഈ നോവലിൽ.

ഏതാണ്ട് അഞ്ചു കൊല്ലത്തെ ഇടവേളകളിലാണ് ഇഷിഗുറോയുടെ ഓരോ പുസ്തകവും ഇറങ്ങുന്നത്. 'നെവർ ലെറ്റ് മി ഗോ'യുടെ ചലച്ചിത്രാവിഷ്കാരം 2010ൽ പുറത്തിറങ്ങി. ബുക്കർ, ആർതർ സി ക്ളാർക് പുരസ്കാരങ്ങൾക്ക് ഷോർട്ട് ലിസ്റ്റ് ചെയ്യപ്പെട്ട ഈ കൃതി, 2005ൽ ടൈം മാസിക തയാറാക്കിയ എക്കാലത്തെയും (1923 മുതൽ പ്രസിദ്ധീകരിച്ച ഇംഗ്ളീഷ് നോവലുകൾ) മികച്ച 100 നോവലുകളുടെ നിരയിലും ഇടംനേടി.

കഥാകാരനായിരുന്നില്ലെങ്കിൽ അദ്ദേഹം ഒരു റോക്ക് ഗായകനായി തീരുമായിരുന്നുവെന്നു വേണം കരുതാൻ. ഇഷിഗുറോ പാട്ടെഴുത്തിലും ആലാപനത്തിലും ഒരുകൈ നോക്കിയിരുന്നു എന്നതു കൂട്ടിവായിക്കുമ്പോഴാണ് ഈ നിഗമനം ശരിയാവുന്നത്. തന്റെ നോവലുകൾക്കിടയിൽ കൃത്യമായ ഇടവേളകൾ കാത്തുസൂക്ഷിക്കുന്നതിൽ ഇഷിഗുറോ വളരെ കണിശക്കാരനായിരുന്നുവെന്നു വേണം കരുതാൻ. ഏകദേശം അഞ്ചു വർഷത്തെ ഇടവേളകളിലാണ് അദ്ദേഹത്തിന്റെ കൃതികൾ പുറത്തിറങ്ങിയിരുന്നത്.

മഹനീയമായ ആദരമെന്നാണ് ഏറ്റവും വലിയ സാഹിത്യ ബഹുമതി തേടിയെത്തിയപ്പോൾ അദ്ദേഹം പ്രതികരിച്ചത്. തനിക്കുമുമ്പേ ജീവിച്ചവരും ജീവിച്ചിരിക്കുന്നവരുമായ പ്രതിഭാധനരായ എഴുത്തുകാരുടെ പട്ടികയിലെ അവസാന പാദം തന്റേതായിരിക്കുമെന്ന് അദ്ദേഹം പറഞ്ഞു.

ദ റിമെയിൻസ് ഓഫ് ഡെയ്സിന് ബുക്കർ സമ്മാനം നേടിയ ഇഷിഗുറോ നാലുതവണ മാൻ ബുക്കർ പ്രൈസിനു നോമിനേറ്റ് ചെയ്യപ്പെട്ടിട്ടുണ്ട്. എ പെയിൽ വ്യൂ ഓഫ് ഹിൽസ്, ആൻ ആർട്ടിസ്റ്റ് ഓഫ് ദ ഫ്ളോട്ടിംഗ് വേൾഡ്, ദി അൺ കൺസോൾഡ്, ദ ബറീഡ് ജയന്റ്, വെൻ വി വേർ ഓർഫൻസ് തുടങ്ങിയവയാണ് അദ്ദേഹത്തിന്റെ പ്രധാന കൃതികൾ.

1954 നവംബർ എട്ടിനാണ ഇഷിഗുറോയുടെ ജനനം. പിതാവിന്റെ ജോലിയുടെ ഭാഗമായി അഞ്ചാം വയസിൽ അദ്ദേഹം ഇംഗ്ലണ്ടിലേക്കു കുടിയേറി. 2015ൽ പുറത്തിറങ്ങിയ 'ദ ബറീഡ് ജയന്റ്'' ആണ് ഏറ്റവും പുതിയ രചന. 2017 ഡിസംബർ 10ന് സ്റ്റോക്ഹോമിൽ നടന്ന ചടങ്ങിൽ 11 ലക്ഷം യുഎസ് ഡോളർ സമ്മാനത്തുകയുള്ള പുരസ്കാരം ഇഷിഗുറോ ഏറ്റുവാങ്ങി.

●

മനുഷ്യാനുഭവങ്ങളുടെ അതിരു തേടിയവൻ

അസാധാരണമായ ഭാഷയുടെ വഴക്കംകൊണ്ട് വായനക്കാരെ കീഴടക്കിയ എഴുത്തുകാരൻ പീറ്റർ ഹാൻഡ്കെയ്ക്കാണ് 2019ലെ സാഹിത്യത്തിനുള്ള നൊബേൽ പുരസ്കാരം. ഭാഷാപരമായ ചാതുര്യംകൊണ്ട് മനുഷ്യാനുഭവങ്ങളുടെ പരിധികളെയും പ്രത്യേകതകളെയും തേടിപ്പോയ എഴുത്തുകാരനാണ് പീറ്റർ ഹാൻഡ്കെ.

ഓസ്ട്രിയക്കാരനായ ഹാൻഡ്കെ നാടകകൃത്ത് എന്ന നിലയിലും നോവലിസ്റ്റ് എന്ന നിലയിലും തന്റെ ബഹുമുഖപ്രതിഭ തെളിയിച്ചിട്ടുണ്ട്. വിവർത്തകനെന്ന നിലയിലും അദ്ദേഹം ശോഭിച്ചിട്ടുണ്ട്. കോളജ് പഠനകാലത്തു തന്നെ എഴുത്തുകാരനെന്ന നിലയിൽ പീറ്റർ ഹാൻഡ്കെ പ്രസിദ്ധനായിരുന്നു. സോവ്യറ്റ് യൂണിയന്റെ അധിനിവേശപ്രദേശമായ ബർലിനിലെ പാൻകോവ് പ്രവിശ്യയിലെ ബാല്യകാല ജീവിതം പലവിധത്തിൽ അദ്ദേഹത്തിന്റെ രചനകളിൽ പ്രതിഫലിക്കുന്നുണ്ട്.

നിറംമങ്ങിയ കുട്ടിക്കാലമായിരുന്നു ഹാൻഡ്കെയുടേത്. വളരെയേറെ ദുരനുഭവങ്ങൾ നേരിട്ടാണ് അദ്ദേഹം വളർന്നത്. 1971ൽ അദ്ദേഹത്തിന്റെ അമ്മ ആത്മഹത്യ ചെയ്യുകയായിരുന്നു. തന്റെ ദുരിതം നിറഞ്ഞ ജീവിതാനുഭവങ്ങൾ ഹാൻഡ്കെയുടെ എഴുത്തിലും നിറഞ്ഞുനിൽക്കുന്നുണ്ട്. 1944-48 കാലഘട്ടത്തിൽ ബെർലിനിലെ പാങ്കോയിലാണ് ഹാൻഡ്കെ താമസിച്ചിരുന്നത്. എ സോറോ ബിയോണ്ട് ഡ്രീംസ് എന്ന ഹാൻഡ്കെയുടെ കൃതിയിൽ അദ്ദേഹം തന്റെ അനുഭവങ്ങൾ തുറന്നെഴുതിയിട്ടുണ്ട്. അദ്ദേഹത്തിന്റെ അമ്മ കാരിന്ത്യൻ സ്ലോവീനെ ഈ കൃതിയിൽ നമുക്കു കണ്ടെത്താനാവും. പീറ്റർ ഹാൻഡ്കെയുടെ ആത്മകഥാസ്പർശമുള്ള നോവൽ എന്ന

നിലയിൽ ഏറെ ചർച്ച ചെയ്യപ്പെട്ട കൃതികളിൽ ഒന്നാണ്'‘എ സോറോ ബിയോണ്ട് ദ ഡ്രീംസ്''. നിർധനയും നിരാലംബയുമായ ഒരു ഓസ്ട്രിയൻ സ്ത്രീയുടെ ആത്മഹത്യയാണ് ഈ കൃതിയുടെ ഇതിവൃത്തം. അത് ഹാൻഡ്കെയുടെ അമ്മയായിരുന്നു എന്നതായിരുന്നു പ്രത്യേകത. എന്നാൽ, ഹാൻഡ്കെ ഒരിക്കലും ഈ നോവലിനെ തന്റെ വ്യക്തിജീവിതവുമായി ചേർത്തുപറയാൻ ആഗ്രഹിച്ചിരുന്നില്ല. ഇതേക്കുറിച്ചു ചോദിച്ചപ്പോഴൊക്കെ ഇത് പേരില്ലാത്തവരുടെ കഥയാണെന്നു പറഞ്ഞ് ഒഴിഞ്ഞുമാറുകയാണ് അദ്ദേഹം പലപ്പോഴും ചെയ്തിരുന്നത്. തന്റെ മാതാവിനെ മനസിൽ ചിന്തിച്ച് വളരെ ജാഗ്രതയോടെ എഴുതി പൂർത്തിയാക്കിയ ‘എ സോറോ ബിയോണ്ട് ദ ഡ്രീംസ്'' എന്ന നോവലിലൂടെ ഹാൻഡ്കെ സ്വന്തം നാടിന്റെ കഥകൂടിയാണു പറയുന്നത്.

മദ്യത്തിന് അടിമയായിരുന്നു ഹാൻഡ്കെയുടെ രണ്ടാനച്ഛൻ. അദ്ദേഹത്തിൽനിന്ന് ഹാൻഡ്കെയ്ക്ക് ഏൽക്കേണ്ടിവന്ന കൊടിയ പീഡനങ്ങളും ഹാൻഡ്കെയുടെ രചനയിൽ കാണാം.

പഠനകാലത്തുതന്നെ എഴുത്തിനോടു താത്പര്യമുണ്ടായിരുന്ന ഹാൻഡ്കെയ്ക്ക് പ്രതിസന്ധികളെത്തുടർന്ന് 1965ൽ പഠനം പാതിവഴിയിൽ ഉപേക്ഷിക്കേണ്ടിവന്നു. എന്നാൽ, ജീവിതത്തോട് പൊരുതിനിൽക്കാൻ അദ്ദേഹത്തെ പ്രേരിപ്പിച്ചത് എഴുത്തിനോടുണ്ടായിരുന്ന അഭിനിവേശമായിരുന്നു. പിറ്റേവർഷം തന്നെ അദ്ദേഹം ‘ദി ഹോർണെറ്റ്സ്''എന്ന പുസ്തകം പുറത്തിറക്കി. എഴുത്തിനു

പുറമെ നാടകത്തോടും വലിയ താത്പര്യം പ്രകടിപ്പിച്ചിരുന്നു. ഇത് സിനിമയിലും പരീക്ഷണങ്ങൾ നടത്താൻ അദ്ദേഹത്തിനു കരുത്തു നൽകി. 1978ൽ ദ ലെഫ്റ്റ് ഹാൻഡ് വുമൻ എന്ന ചിത്രം സംവിധാനം ചെയ്തുകൊണ്ട് സിനിമയിലും അദ്ദേഹം അരങ്ങേറി. കാൻ ചലച്ചിത്ര മേളയിൽ ഗോൾഡൻ പാം പുരസ്കാരത്തിന് ചിത്രം നാമനിർദേശം ചെയ്യപ്പെട്ടതോടെ അദ്ദേഹം എഴുത്തിനൊപ്പം സിനിമയും തന്റെ പ്രവർത്തനമേഖലയാക്കുകയായിരുന്നു.

മുൻ യുഗോസ്ലാവ്യൻ പ്രസിഡന്റായിരുന്ന സ്ലോബോഡൻ ജയിൽ ശിക്ഷ അനുഭവിച്ചിരുന്ന കാലത്ത് അദ്ദേഹത്തെ പിന്തുണയ്ക്കുകവഴി വിവാദനായകനായും അദ്ദേഹം മാറുകയുണ്ടായി. സെർബിയൻ ഏകാധിപതിയായ സ്ലോബോഡൻ മിലോഷെവിച്ചിനെ പിന്തുണ ച്ചതിന്റെ പേരിൽ 'ഫാസിസ്റ്റ്' എന്ന വിളിപ്പേര് അദ്ദേഹത്തിനു വീഴുകയും ഇതേകാരണത്താൽ 2006ൽ അദ്ദേഹം നാമനിർദേശം ചെയ്യപ്പെട്ട പ്രശസ്തമായ ഹെൻറിച്ച് ഹീനേ അവാർഡ് അദ്ദേഹ ത്തിനു നൽകാതിരിക്കുകയും ചെയ്തു. വംശഹത്യയെ പിന്തുണച്ച പീറ്റർ ഹാൻഡ്കെയ്ക്ക് സാഹിത്യ നൊബേൽ സമ്മാനിച്ചതിൽ പ്രതിഷേധിച്ച് നിരവധി പ്രമുഖരാണ് രംഗത്തെത്തിയത്. "ഒരു നൊബേൽ പുരസ്കാരം മൂലം ഛർദിക്കാൻ തോന്നുമെന്ന് ഒരിക്കലും കരുതിയതേയില്ല"എന്നാണ് അൽബേനിയൻ പ്രധാനമന്ത്രി എഡിറാമ ട്വിറ്ററിൽ കുറിച്ചത്. എണ്ണായിരം പേർ കൂട്ടക്കശാപ്പു ചെയ്യപ്പെട്ട സെബ്രനിസയിൽ അതിജീവിച്ച എമീർ സുലായിക് പ്രതികരിച്ചതാവട്ടെ "മിലോസെവിച്ച് ആരാധകനും വംശഹത്യയെ പിന്തുണച്ചവനുമായ ഒരാൾക്ക് നൊബേൽ പുരസ്കാരം ലഭിക്കുന്ന കാലം... ജീവിച്ചിരിക്കാൻ ഇതെന്തൊരുകാലം" എന്നാണ്.

നാടകകൃത്തെന്ന നിലയിൽ ഹാൻഡ്കെ നാടകരംഗത്ത് വിപ്ല വകരമായ മാറ്റങ്ങൾക്കാണ് വിത്തുപാകിയത്. പാരമ്പര്യാധിഷ്ഠി തമായ നാടക രീതികളെ പൂർണമായും അദ്ദേഹം പൊളിച്ചെഴുതി. ഇതിവൃത്തവും സംഭാഷണവും കഥാപാത്രങ്ങളും ഇല്ലാത്ത നിരവധി നാടകങ്ങൾ പീറ്റർ ഹാൻഡ്കെ രചിച്ചിട്ടുണ്ട്. ഈ പറഞ്ഞതിൽ അതിശയോക്തിയില്ല. അദ്ദേഹത്തിന്റേതായി പുറത്തുവന്ന നാട കംതന്നെ നാടകലോകത്തെ ഞെട്ടിക്കുകയുണ്ടായി. ആദ്യത്തെ പ്രധാന നാടകമായ 'പ്രേക്ഷകരെ കുറ്റപ്പെടുത്തുന്നു' എന്നതിലൂടെ ഒരു പാരമ്പര്യ നിഷേധിയാണു താനെന്ന് അദ്ദേഹം ലോകത്തോടു വിളിച്ചുപറഞ്ഞു. ഇതിലെ നാല് അഭിനേതാക്കൾ നാടകത്തിന്റെ സ്വഭാവം ഒരു മണിക്കൂറോളം വിശകലനം ചെയ്യുകയാണു ചെയ്തത്. പിന്നീട് അവർ കാണാനെത്തിയ പ്രേക്ഷകരെ അപമാനിക്കുകയും

ഒടുവിൽ നാടകത്തിന്റെ 'പ്രകടനത്തെ' പ്രശംസിക്കുകയും ചെയ്യുന്നു. നാടകത്തിൽ 'കഫംനക്കികൾ' എന്നും 'വൃത്തികെട്ട ജൂതന്മാർ' എന്നും 'നാസിപ്പന്നികൾ' എന്നും പ്രേക്ഷകരെ ഹാൻഡ്കെ ആക്ഷേപിക്കുകയുണ്ടായി. ഹിറ്റ്ലറിന്റെ ഏകാധിപത്യ ഭരണത്തിൻകീഴിൽ കഴിഞ്ഞിരുന്ന ജൂതന്മാരെപ്പോലെയാണ് സെർബിയൻ ജനതയെന്നുവരെ ഒരിക്കൽ ഹാൻഡ്കെ പറഞ്ഞുവച്ചു. ജനക്കൂട്ടത്തിൽ നിന്ന് വ്യത്യസ്ത പ്രതികരണങ്ങൾ ഉളവാക്കുന്ന തന്ത്രമായിരുന്നു ഇതെന്നാണ് അദ്ദേഹം പിന്നീട് പറഞ്ഞത്.

പെനാലിറ്റി കിക്ക് കാത്തു നിൽക്കുന്ന ഗോളിയുടെ ഉദ്വേഗം (The Golie's Anxitey at the Penatly Kick) എന്ന ഒറ്റ കൃതി മതി ഹാൻഡ്കെയുടെ പ്രതിഭയെ തിരിച്ചറിയാൻ. പീറ്റർ ഹാൻഡ്കെയുടെ നോവലുകളും നാടകങ്ങളും ചെറുകഥകളും വളരെ ജനകീയമാണ്. വിവിധ രാജ്യങ്ങളിലുള്ള വായനക്കാരെയും നിരൂപകരെയും ഹാൻഡ്കെയുടെ കൃതികൾ വളരെയേറെ ആകർഷിച്ചിട്ടുണ്ട്. ഈ നോവൽ മലയാളികൾക്കും സുപരിചിതമാണ്. ജോസഫ് ബ്ലോഷ് എന്ന കേന്ദ്ര കഥാപാത്രം നിർമാണജോലിക്കാരനാണ്. അതേസമയം ഫുട്ബോളിൽ ഗോളിയുമാണ്. അപകടകരമായ സാഹചര്യങ്ങൾ ധാരാളം നിലനിൽക്കുന്ന ഒരു സമൂഹത്തിലാണ് ജോസഫ് ബ്ലോഷ് ജീവിക്കുന്നത്. ഫുട്ബോളിൽ ഗോളിയായിരുന്ന ജോസഫ് ബ്ലോഷ് ജീവിതത്തിൽ അനുഭവിക്കുന്ന ഏകാന്തതയും പ്രതിസന്ധികളും വളരെ ഹൃദയസ്പർശിയായി പീറ്റർ ഹാൻഡ്കെ ഈ നോവലിൽ വരച്ചിടുന്നു. ഓസ്ട്രിയയുടെ അതിർത്തിനഗരത്തിലൂടെ ജോസഫ് ബ്ലോഷ് അലഞ്ഞുതിരിഞ്ഞു നടക്കുകയാണ്. ഒരു കൊലപാതകത്തെ തുടർന്നാണ് അയാളുടെ ജീവിതത്തിൽ ദുരന്തങ്ങൾ തുടങ്ങുന്നത്.

"ഭാഷാപരമായ നൈപുണ്യത്തോടെ മനുഷ്യാനുഭവങ്ങളുടെ അതിരുകളെയും അസാധാരണത്വങ്ങളെയുംപറ്റി പര്യവേഷണം നടത്തുന്ന, സ്വാധീനം ചെലുത്തുന്ന എഴുത്തുകാരൻ" എന്നാണ് ഹാൻഡ്കെയുടെ രചനകളെ പുരസ്കാരസമിതി വിലയിരുത്തിയത്.

●

ബോധ്യങ്ങളെ മറികടന്ന സർഗശേഷി

ആധുനിക യൂറോപ്യൻ എഴുത്തിന്റെ ഏറ്റവും പുതിയ മുഖമാണ് 2018 ലെ സാഹിത്യത്തിനുള്ള നൊബേൽ പുരസ്കാരത്തിന് അർഹയായ ഓൾഗ ടൊകർച്ചുക്ക്. നൊബേൽ സമ്മാന സമിതിക്കെതിരേ ഉയർന്ന മീ ടൂ വിവാദത്തിന്റെ പശ്ചാത്തലത്തിൽ 2018ൽ കൊടുക്കാതിരുന്ന പുരസ്കാരമാണ് വോൾഗ ടൊകർച്ചുക്കിന് 2019ൽ നൽകിയത്.

യൂറോപ്യൻ നോവൽസാഹിത്യത്തിൽ മിലൻ കുന്ദേരയും(ചെക്ക്/ഫ്രഞ്ച്) ഡാനിലൊ കിസും (സെർബോ/ക്രൊയേഷ്യൻ) തെളിച്ച വഴിയിലൂടെത്തന്നെയാണ് ഓൾഗയും നടക്കുന്നത്. ഓൾഗയുടെ കൃതികളെക്കുറിച്ച് കൂടുതൽ പഠനം നടത്തിയ നിരൂപകർ ഡാനിലോ കിസിന്റെ രചനാരീതിയോടാണ് ഓൾഗയെ ചേർത്തുനിർത്തുന്നത്. പതിവ് യൂറോപ്യൻ നോവൽ സമ്പ്രദായങ്ങളിൽനിന്ന് വ്യത്യസ്തമായി ചെറിയ പാരഗ്രാഫുകളിലൂടെയാണ് വോൾഗയുടെ നോവലുകൾ വികസിക്കുന്നത്. എന്നാൽ, ചിലയിടങ്ങളിൽ ദീർഘമായ പാരഗ്രാഫുകളും വോഗ പരീക്ഷിക്കുന്നു.

വോൾഗയുടെ നോവലുകളൊന്നും വളരെ ലാഘവത്തോടെ വായിച്ചുപോകാൻ സാധിക്കില്ല. ഗൗരവതരവും സൂക്ഷ്മവുമായ വായന അർഹിക്കുന്നതാണ് ഓൾഗയുടെ കൃതികൾ. മനുഷ്യന്റെ അറിവുകൾക്കും ബോധ്യങ്ങൾക്കുമപ്പുറം തന്റെ സർഗസൃഷ്ടിയെ വായനക്കാരന് അനുഭവവേദ്യമാക്കുന്നതിൽ ഓൾഗ ടൊകർച്ചുക്കിന്റെ രചനാവൈഭവത്തിനു ലഭിച്ച അർഹിക്കുന്ന അംഗീകാരമാണ് ബുക്കർ സമ്മാനം നേടിയ അതേവർഷം തന്നെ തേടിയെത്തിയ പരമോന്നത സാഹിത്യപുരസ്കാരവും.

ബുക്കർ പുരസ്കാരം നേടിയ ആദ്യ പോളിഷ് എഴുത്തുകാരിയും ഓൾഗയാണ്. ഫ്ളൈറ്റ്സ്(പലായനങ്ങൾ) എന്ന നോവലാണ് ഓൾഗയുടെ പ്രധാന കൃതിയായി നിരൂപകരും വായനക്കാരും തെരഞ്ഞെടുത്തിരിക്കുന്നത്. ഇംഗ്ലണ്ടിലെ ഫിറ്റ്സ്കരാൾദോ എഡിഷൻസ് എന്ന പ്രസാധകരാണ് പോളിഷ് ഭാഷയിൽ എഴുതിയ ഈ നോവൽ ഇംഗ്ലീഷിലേക്കു വിവർത്തനം ചെയ്തു പ്രസിദ്ധീകരിച്ചിരിക്കുന്നത്. 2007ൽ പുറത്തിറങ്ങിയ ഈ നോവലാണ് വോൾഗ ടൊകർചുക്കിന് ലോകസാഹിത്യത്തിൽ അനിഷേധ്യമായ സ്ഥാനം നേടിക്കൊടുക്കുന്നതിൽ പ്രധാന പങ്കുവഹിച്ചത്. 2018ലെ ബുക്കർ സമ്മാനം ഓൾഗയ്ക്കു നേടിക്കൊടുത്തതും ഈ നോവൽതന്നെ. പോളണ്ടിലെ പരമോന്നത സാഹിത്യപുരസ്കാരമായ നൈക്ക് അവാർഡും ഈ കൃതിയിലൂടെ ഓൾഗയെ തേടിയെത്തി.

2012ൽ പുറത്തിറങ്ങിയ ഹൗസ് ഓഫ് ഡേ, ഹൗസ് ഓഫ് നൈറ്റ് (പകലിന്റെ ഭവനം, രാവിന്റെ ഭവനം) എന്ന നോവൽ ഒരു യാത്രാവിവരണത്തിന്റെ ശൈലിയിൽ എഴുതപ്പെട്ടതാണ്. നോവൽസാഹിത്യത്തിന് പുതിയൊരു അസ്തിത്വം സൃഷ്ടിച്ചെടുക്കുന്നതിൽ ഈ നോവലിലൂടെ ഓൾഗ ടൊകർചുക്ക് വിജയിച്ചു എന്നുറപ്പിക്കാം. ഇതാണ് നൊബേൽ പുരസ്കാരത്തിന് ഓൾഗയെ അർഹയാക്കിയതും. പ്രതിഭാശാലിയായ പുതിയ എഴുത്തുകാരിയെ പരിഗണിക്കുകവഴി നൊബേൽ പുരസ്കാരസമിതിയും മാറ്റത്തിന്റെ പാതയിലാണെന്നു പറയാം.

2015ൽ പുറത്തിറങ്ങിയ ദ ബുക്ക്സ് ഓഫ് ജേക്കബ് എന്ന നോവലിലൂടെ നൈക്ക് അവാർഡ് വീണ്ടും ഓൾഗയെ തേടിയെത്തി. അതേ വർഷം തന്നെ ജർമൻപോളിഷ് ഭാഷയിൽ രചിക്കപ്പെട്ട മികച്ച നോവലിനുള്ള അന്താരാഷ്ട്ര പുരസ്കാരമായ ബ്രിഡ്ജ് പുരസ്കാരവും ഓൾഗ സ്വന്തമാക്കി. പതിനെട്ടാം നൂറ്റാണ്ടിലെ ജൂതചരിത്രത്തെ ആസ്പദമാക്കി എഴുതിയ ഈ നോവൽ വലിയ വിവാദങ്ങൾക്കും വഴിവച്ചു. വായനക്കാരും നിരൂപകരും വാനോളം പുകഴ്ത്തി. ഈ കൃതി പോളിഷ് ദേശീയവാദികളെ കുറച്ചൊന്നുമല്ല ചൊടിപ്പിച്ചത്. വിവാദ ചരിത്രപുരുഷനായ ജേക്കബ് ഫ്രങ്കിന്റെ കഥ പറയുന്നതിലൂടെ ആധുനിക പോളിഷ് ദേശീയതയിൽ വലതു രാഷ്ട്രീയം പിന്തുടരുന്ന വിഭാഗത്തെ വല്ലാതെ അസ്വസ്ഥരാക്കി. കൊല്ലുമെന്നു ഭീഷണി മുഴക്കുന്നതടക്കമുള്ള ആക്രമണങ്ങളാണ് ഓൾഗ ടൊകർചുക്കിനു നേരിടേണ്ടിവന്നത്. തീവ്രദേശീയവാദികൾ എക്കാലവും തങ്ങൾക്ക് അനഭിമതരായിരുന്നവർക്കെതിരേ പ്രയോഗിച്ചിരുന്ന രീതിയാണല്ലോ ദേശദ്രോഹി/രാജ്യദ്രോഹിയെന്നു വിളിച്ച് ഒറ്റപ്പെടുത്തി ആക്രമിക്കുകയെന്നത്. ഈ ആയുധം ഓൾഗ ടൊകർചുക്കിനെതിരേയും പ്രയോഗിക്കപ്പെടുകയുണ്ടായി. ഈ ആക്രമണങ്ങളെക്കുറിച്ച് അവർ പിന്നീട് പ്രതികരിച്ചത് ഇങ്ങനെയാണ്: “ഞാൻ വളരെ ശുദ്ധഗതിക്കാരിയും കാര്യങ്ങൾ നേരേ പറയുന്നവളുമാണ്. ഞാൻ കരുതിയത്, ചരിത്രത്തിലെ ഇരുണ്ട ഇടങ്ങളെക്കുറിച്ചു ചർച്ചചെയ്യാൻ നമുക്കു കഴിയുമായിരുന്നു എന്നാണ്.”

ഈ പുസ്തകം എല്ലാ വിഭാഗം വിശ്വാസികളെയും വ്രണപ്പെടുത്തുകയുണ്ടായി. കേന്ദ്രകഥാപാത്രമായ ജേക്കബ് ഫ്രാങ്ക് 13 വർഷക്കാലം കത്തോലിക്കാ മഠത്തിൽ തടവിലായിരുന്നു. ഇത് പൊതുസമൂഹത്തിൽ ചർച്ച ചെയ്യപ്പെടുന്നതും വ്യാഖ്യാനങ്ങൾക്കു വിധേയമാകുന്നതും കത്തോലിക്കാ വിശ്വാസികളും സഭയും ഇഷ്ടപ്പെടില്ലല്ലോ. ഓർത്തഡോക്സ് ജൂതന്മാരെ സംബന്ധിച്ച് ജേക്കബ് ഫ്രങ്ക് നേരത്തേതന്നെ വിശ്വാസവഞ്ചകനുമാണല്ലോ. ഈ കൃതിയുടെ പേരിൽ ഇന്റർനെറ്റിലടക്കം ഓൾഗയ്ക്കെതിരേ ഹേറ്റ് ക്യാംപയിൻ നടക്കുകയുണ്ടായി. ദ ബുക്സ് ഓഫ് ജേക്കബിന്റെ സ്വീഡിഷ് പരിഭാഷ സ്വീഡനിലെയും ഫ്രഞ്ച് പരിഭാഷ ഫ്രാൻസിലെയും മികച്ച വിവർത്തന ഗ്രന്ഥങ്ങൾക്കുള്ള പുരസ്കാരവും നേടുകയുണ്ടായി.

രണ്ടുവർഷം മുൻപു പുറത്തിറങ്ങിയ ‘ഡ്രൈവ് യുവർ പ്ലോ ഓവർ ദ ബോൺസ് ഓഫ് ദ ഡെഡ്’ എന്ന നോവലിന് അഗ്നിയെസ്കി ഹോളണ്ട് ചലച്ചിത്രഭാഷ്യം നൽകുകയുണ്ടായി. സ്പൂർ എന്ന പേരിൽ പുറത്തിറങ്ങിയ ചിത്രം ബർലിൻ അന്താരാഷ്ട്ര

ചലച്ചിത്രോത്സവത്തിൽ ആൽഫ്രഡ് ബോയർ പുരസ്കാരം നേടു കയുണ്ടായി.

1962ൽ പോളണ്ടിലെ സൂൾഷോയിലാണ് ഓൾഗ ടൊകർച്ചുക് ജനിച്ചത്. 1993ൽ പുറത്തിറങ്ങിയ 'പൊഡ്രോസ് ലൂസി സെഗി'യാണ് ആദ്യപുസ്തകം. നിരവധി ചെറുകഥകളും കവിതകളും ലേഖനങ്ങളും ഓൾഗയുടേതായി പുറത്തുവന്നിട്ടുണ്ട്. അതിർത്തികൾ എന്ന സങ്കല്പം തന്നെ ഓൾഗ ടൊകർ ചുക്കിന്റെ രചനകളിൽ ഇല്ലാതാവുന്നു. മറ്റൊരുവിധത്തിൽ പറഞ്ഞാൽ അതായിരിക്കും ഓൾഗയുടെ കൃതികളെ കാച്ചിക്കുറുക്കിയെടുത്താൽ എസൻസായി ലഭ്യമാകുന്നത്.

●

എഴുത്തിൽ നാടുകടത്തപ്പെട്ടവന്റെ അസ്തിത്വം

അടിച്ചമർത്തപ്പെടുന്ന ചരിത്രഗതികളുടെ സാന്നിധ്യം എഴുത്തിൽ സന്നിവേശിപ്പിച്ച എഴുത്തുകാരനാണ് വി. എസ്. നയ്പോൾ. കാലത്തിന്റെ മുന്നോട്ടുള്ള കുതിപ്പിൽ മറഞ്ഞു പോകുന്ന ചരിത്രസത്യങ്ങളെ അക്ഷരങ്ങളിലേക്ക് ആവാഹിക്കാൻ അസാധാരണമായ കഴിവാണ് അദ്ദേഹത്തിന്റെ എഴുത്തിനെ വ്യത്യസ്തമാക്കിയത്. ദി എനിഗ്മ ഓഫ് അറൈവൽ എന്ന പുസ്തകത്തിലൂടെ സാഹിത്യത്തിലെ പരമോന്നത ബഹുമതിയായ നൊബേൽ പുരസ്കാരം നയ്പോളിനു നൽകപ്പെട്ടതും ഈ ശൈലിയെ അംഗീകരിച്ചുകൊണ്ടാണ്. വർത്തമാനകാലത്തിന്റെ ആശങ്കകളെ അവതരിപ്പിച്ചതിൽ മാത്രമല്ല, വായനക്കാരെ വായിക്കാൻ പ്രേരിപ്പിക്കുന്ന ഘടകങ്ങളെ കൃത്യമായി ചേർക്കുന്നതിലും അദ്ദേഹം തന്റെ അനന്യത പ്രകടമാക്കി. എഴുത്തിൽ നയ്പോൾ ഒരു ഒറ്റയാനായിരുന്നു. രചന ആരംഭിക്കുന്ന അൻപതുകളുടെ അവസാനത്തിൽ നിലനിന്നിരുന്ന രചനാശൈലികൾ പിന്തുടരാൻ അദ്ദേഹം ശ്രമിച്ചില്ല. മാത്രവുമല്ല അന്നു നിലനിന്നിരുന്ന സാഹിത്യചേരിയുടെ ഭാഗമാകാനും നയ്പോൾ തയാറായില്ല.

ഈ കാലഘട്ടത്തിന്റെ സന്നിഗ്ധതകൾ അദ്ദേഹത്തിന്റെ കൃതികളിലുണ്ട്. ഇവ വായനക്കാരനെ പിന്തുടരുകയും വേട്ടയാടുകയും ചെയ്യുന്നുണ്ടെന്നു പറയാം. എല്ലാവരും കാണുകയും കേൾക്കുകയും 'ചെയ്യുന്ന/ചെയ്ത' കാര്യങ്ങളെക്കുറിച്ചാണ് നായ്പോൾ രചനകൾ നടത്തിയത്. എന്നാൽ, മേൽപ്പറഞ്ഞ കാഴ്ചകളെക്കുറിച്ച് ആരും ചോദിക്കാൻ ധൈര്യപ്പെടാത്ത ചോദ്യങ്ങൾ അദ്ദേഹം

ഉയർത്തുന്നുണ്ട്. നേരത്തേ പറഞ്ഞതുപോലെ, കാണുകയും കേൾക്കുകയും ചെയ്യുന്ന കാര്യങ്ങളെക്കുറിച്ച് എഴുതിയതിനാൽതന്നെ നായ്പോളിന്റെ പുസ്തകങ്ങൾ ചരിത്രരേഖകളായി മാറുന്നു. ആത്മകഥയുടെയും സ്വന്തം അനുഭവങ്ങളുടെയും സ്പർശം നായ്പോളിന്റെ രചനകളിൽ നമുക്കു ധാരാളമായി കണ്ടെത്താനാവും. അദ്ദേഹത്തിന്റെ കൃതികളെ സൂക്ഷ്മമായി വിലയിരുത്തിയാൽ, വായനക്കാരനെ വായിപ്പിക്കാൻ പ്രേരിപ്പിക്കുന്ന രചനാവൈഭവം നമുക്കു കണ്ടെത്താനായി എന്നുവരില്ല. ചരിത്രരചനയുടെ സങ്കേതങ്ങൾ നോവൽരനചയിൽ ഉപയോഗിച്ചതിലൂടെയും ചരിത്രത്തിൽ ആരും ചോദിക്കാത്ത ചോദ്യങ്ങൾ ഉയർത്തിയതിലൂടെയും ലോകസാഹിത്യത്തിൽ വി.എസ്. നായ്പോളിന്റെ സ്ഥാനത്തിന് ഇളക്കം തട്ടില്ലെന്ന് ഉറപ്പിച്ചു പറയാം. എന്നാൽ, വായനക്കാരെ ഒരിക്കലും, താനുയർത്തിയ ചോദ്യങ്ങൾ ഏറ്റെടുപ്പിക്കാൻ മാത്രം കരുത്തുള്ള രചനാശൈലി അദ്ദേഹത്തിനില്ലാതെ പോയി.

1932ൽ വെസ്റ്റ്ഇൻഡീസ് രാജ്യമായ ട്രിനിഡാഡിലാണ് (1976ൽ സ്വതന്ത്ര റിപ്പബ്ലിക്കായി) മാധ്യമപ്രവർത്തകനും എഴുത്തുകാരനുമായിരുന്ന ശിവ്പ്രസാദ് നയ്പോളിന്റെ മകനായി വി. എസ്. നയ്പോൾ ജനിച്ചത്. 1880 ലാണ് അദ്ദേഹത്തിന്റെ കുടുംബം ഇന്ത്യയിൽനിന്നു കരീബിയൻ ദ്വീപിലേക്കു കുടിയേറുന്നത്. ഈ കുടിയേറ്റത്തിലൂടെ അദ്ദേഹത്തിന് ഇന്തോട്രിനിഡാഡിയൻ പാരമ്പര്യവും ഉത്തർപ്രദേശിലെ ഗോരഖ്പുരിലെ ഭൂമിഹാർ ബ്രാഹ്മണപാരമ്പര്യവും അവകാശപ്പെടാനായി. തന്റെ പതിനെട്ടാമത്തെ വയസിൽ അദ്ദേഹം ബ്രിട്ടീഷ് സർക്കാറിന്റെ സ്കോളർഷിപ്പോടെ ലണ്ടനിലെ ഓക്സ്ഫഡ് സർവകലാശാലയിൽ ചേർന്നു. ലണ്ടനിലെ ജീവിതം

പക്ഷേ, അദ്ദേഹത്തിന് ഏകാന്തതയും വിഷാദരോഗവുമാണ് സമ്മാനിച്ചത്. അക്കാലത്ത് കൂട്ടുകാരിയായെത്തിയ പട്രീഷയെന്ന പാറ്റ് ആണ് അദ്ദേഹത്തെ സാന്ത്വനിപ്പിച്ചത്. പിന്നീട്, പട്രീഷയെ തന്റെ ജീവിതപങ്കാളിയാക്കി.

1954 ൽ അദ്ദേഹം ബിബിസിയുടെ കരീബിയൻ വോയ്സ് എന്ന പരിപാടിയിൽ പങ്കെടുക്കുകയുണ്ടായി. ഒരിക്കൽ ലാങ്ങാം ഹോട്ടലിലെ ബിബിസിയുടെ ഫ്രീലാൻസേഴ്സ് റൂമിലിരുന്ന് അദ്ദഹം എഴുതിയ കഥയാണ് ബൊഗാർട്ട്. യാദൃച്ഛികമായ എഴുത്ത്. ബാല്യത്തിൽ പോർട്ട് ഓഫ് സ്പെയിനിൽവച്ച് പരിചയപ്പെട്ട അയൽക്കാരന്റെ ജീവിതത്തിൽനിന്നു പ്രചോദനം ഉൾക്കൊണ്ടാതാണ് ഈ കഥ. ആ കഥവായിച്ച നിരവധി സുഹൃത്തുക്കളും ബന്ധുക്കളും അദ്ദേഹത്തെ വളരെ പ്രശംസിക്കുകയുണ്ടായി. അന്നാണ് തന്നിലെ എഴുത്തുകാരനെ തിരിച്ചറിഞ്ഞതെന്നാണ് നയ്പോൾ പിന്നീട് പറഞ്ഞത്. ബൊഗാർട്ട് അടക്കം ബിഗൽ സ്ട്രീറ്റ് എന്നപേരിൽ ഒരു കഥാസമാഹാരം അദ്ദേഹത്തിന്റേതായി പുറത്തുവരികയുണ്ടായി. അവിടെ ഒരു പുതിയ എഴുത്തുകാരൻ ജനിക്കുകയായിരുന്നു. ആന്ദ്രെ ഡെച്ച് എന്ന പ്രസാധക കമ്പനിയിലെ എഡിറ്റർ ഡയാന അതിലാണ് നയ്പോളിനോട് ഒരു നോവൽ എഴുതുന്നതിന്റെ സാധ്യതകൾ ആരായുന്നത്. അതുവരെ ചിന്തിക്കാത്ത വഴികളിലൂടെ സഞ്ചരിക്കാൻ പ്രേരിപ്പിച്ചതും അവരുടെ ഇടപെടലാണ്. ആ ചിന്തയാണ് ആദ്യ നോവലായ ദ മിസ്റ്റിക് മസ്സൂർ.

നാട്ടുകടത്തപ്പെട്ടവന്റെ അസ്തിത്വം

അറുപതുകളുടെ തുടക്കത്തിലാണ് നയ്പോൾ തന്റെ യാത്രകൾ ആരംഭിക്കുന്നത്. വേരുകൾ തേടിയുള്ള യാത്രകളായിരുന്നുവെന്നാണ് ഒരിക്കൽ അദ്ദേഹം പറഞ്ഞത്. ശരിക്കും കരീബിയൻ ദ്വീപാണോ ഇന്ത്യയാണോ അതോ താമസിക്കാൻ യോഗ്യമെന്നു കരുതി തെരഞ്ഞെടുത്ത ലണ്ടനാണോ തന്റെ നാടെന്ന കാര്യത്തിൽ അദ്ദേഹം സംശയാലുവായിരുന്നിരിക്കണം. ഇത്തരത്തിൽ ജീവിച്ചതുകൊണ്ടാവാം അദ്ദേഹം നാടില്ലാത്തവനായിരുന്നു. ഏതൊരു യാത്രക്കാരനും ഒരു മടക്കമുണ്ട്. അത് സ്വന്തം നാട്ടിലേക്കായിരിക്കും. എന്നാൽ, നയ്പോളിനെ സംബന്ധിച്ച് അത് വലിയ പ്രശ്നമായിരുന്നിരിക്കണം. ഒരിക്കൽ അദ്ദേഹം തന്നെ പറഞ്ഞത് സ്വന്തം വീട് നഷ്ടപ്പെടാതെ തന്നെ നാട്ടുകടത്തപ്പെട്ടവനാണ് താനെന്നാണ്. ഇതാണ് താൻ നേരിടുന്ന വലിയ ദുരന്തമെന്നും അദ്ദേഹം പറഞ്ഞു. എന്നാൽ, പിന്നീട് കുറെ വർഷങ്ങൾക്കു ശേഷം പറഞ്ഞത്

നാട്ടുകടത്തപ്പെട്ടവന്റെ അസ്ഥിത്വമാണ് തനിക്ക് എഴുത്തിൽ സത്യവും യാഥാർഥ്യവും ചിത്രീകരിക്കാൻ സ്വാതന്ത്ര്യവും ധൈര്യവും തന്നതെന്നാണ്.

ഇന്ത്യയോടെന്നും പ്രിയം; എഴുത്തിൽ രോഷം

തന്റെ പ്രപിതാമഹന്മാരുടെ ദേശം എന്ന നിലയിൽ നയ്പോളിന് ഇന്ത്യയുമായുള്ള ബന്ധം ഒഴിവാക്കാനാവില്ല. അക്കാരണത്താൽ അദ്ദേഹം മൂന്നു തവണ ഇന്ത്യയിലെത്തി. മൂന്നു പുസ്തകങ്ങളും പിറവിയെടുത്തു. ആദ്യ പുസ്തകം ആൻ ഏരിയ ഓഫ് ഡാർക്നെസ്, ഇന്ത്യ ദ വൂണ്ടഡ് സിവിലൈസേഷൻ, ഇന്ത്യഎ മില്യൺ മ്യൂ ട്ടിനീസ് നൗ എന്നീ പുസ്തകങ്ങളാണ് അദ്ദേഹം ഇന്ത്യയെ കുറിച്ചെഴുതിയത്. തന്റെ ആദ്യ ഇന്ത്യ സന്ദർശനത്തിനു ശേഷം അദ്ദേഹം എഴുതിയ ആൻ ഏരിയ ഓഫ് ഡാർക്നെസ് കുറച്ചൊന്നുമല്ല ഇന്ത്യക്കാരെ അസ്വസ്ഥമാക്കിയത്. ഇന്ത്യ ലോകത്തിലെ ഏറ്റവും വൃത്തിയില്ലാത്ത രാജ്യമെന്ന് അദ്ദേഹം പറയാതെ പറഞ്ഞു. ഇന്ത്യയി ലെ പട്ടിണിയെയും തൊഴിലില്ലായ്മയെയും ഏറ്റവും മോശം പദങ്ങളിലൂടെ വിശേഷിപ്പിച്ചതും വലിയ വിമർശനത്തിനിടയാക്കിയിരുന്നു. 'ഇന്ത്യയിലുണ്ടായിരുന്ന കാലം എന്നെ വേദനിപ്പിച്ചിരുന്നു. പട്ടിണി, നിരാശ, മനുഷ്യരുടെ ഇതികർത്തവ്യതാമൂഢത... ഇന്ത്യയെക്കുറിച്ചുള്ള ആദ്യത്തെ കൃതിയായ ആൻ ഏരിയ ഓഫ് ഡാർക്നെസ് എന്റെ വേദനയുടെ പ്രകടനമായിരുന്നു 'എന്നാണ് അദ്ദേഹം പ്രതികരിച്ചത്. പക്ഷേ, എഴുതുന്ന സമയത്ത് താൻ കണ്ട കാഴ്ചകളും മനസിലാക്കിയ കാര്യങ്ങളും തെറ്റായിരുന്നുവെന്നു പിന്നീട് അദ്ദേഹം വ്യക്തമാക്കുകയുണ്ടായി. '1962 ൽ എനിക്ക് പലതും മനസിലാക്കാൻ സാധിച്ചിരുന്നില്ല. പലതും ശരിക്കു ദഹിക്കാതെ തന്നെ സ്വാംശീകരിക്കുകയായിരുന്നു. 'നയ്പോൾ പറഞ്ഞു.

പതിമ്മൂന്നു വർഷങ്ങൾക്കു ശേഷം ഇന്ത്യയെ കുറിച്ചുള്ള രണ്ടാമത്തെ പുസ്കത്തിലേക്കെത്തിയപ്പോൾ അദ്ദേഹത്തിലെ എഴുത്തുകാരൻ കൂടുതൽ ക്രൂരനായിയെന്നാണ് വിലയിരുത്തപ്പെട്ടത്. ഇന്ത്യ ദ വൂണ്ടഡ് സിവിലൈസേഷൻ യാഥാർഥ്യങ്ങൾ മനസിലാക്കാതെയുള്ള അപക്വവും ക്രൂരവുമായ എഴുത്തിന്റെ ഉത്തമ ഉദാഹരണമാണെന്നു ലോകം മുഴുവൻ വിമർശിക്കപ്പെട്ടു. നൊബേൽ പുരസ്കാര ജേതാവു കൂടിയായ ഡെറിക് വാൽക്കോട്ട് നയ്പോളിനെ മനുഷ്യത്വമില്ലാത്ത എഴുത്തുകാരൻ എന്നു വിശേഷിപ്പിക്കുകയും ചെയ്തു. നവകോളനിവത്കൃത മൂന്നാം ലോകസമൂഹത്തോടുള്ള അനുതാപവും മര്യദയും ഈ കൃതിയിലില്ലെന്നും അവജ്ഞയാണ് ഈ കൃതിയുടെ മുഖമുദ്രയെന്നും

പ്രശസ്ത പലസ്തീനിയൻ ചിന്തകനും എഴുത്തുകാരനുമായ എഡ്വേർഡ് സെയ്ദ് എഴുതി.

1990 ൽ അദ്ദേഹം വീണ്ടും ഇന്ത്യയിൽ വന്നു; മൂന്നാമത്തെ പുസ്തകത്തിന്റെ രചനയ്ക്കായി. ആറുമാസത്തിലധികം അദ്ദേഹം ഇന്ത്യയിൽ സഞ്ചരിച്ചു. സിക്ക് തീവ്രവാദികൾ, തമിഴ് പുലികൾ, തീവ്ര കമ്യൂണിസ്റ്റുകൾ, ശിവസേനക്കാർ, മുസ്‌ലിം മതമൗലികവാദികൾ തുടങ്ങിയവർക്കൊപ്പം താമസിക്കുകയും അവർക്കു പറയാനുള്ളതു കേൾക്കുകയും ചെയ്തു. അതിനു ശേഷം എഴുതിയ ഇന്ത്യ എ മില്യൺ മ്യൂട്ടിനീസ് നൗ പുറത്തിറങ്ങിയ ദിവസംതന്നെ അദ്ദേഹം പുസ്തകത്തിൽ തന്റെ കാഴ്ചപ്പാടല്ല ഉള്ളതെന്നും ഇവിടെ ജീവിച്ചിരിക്കുന്നവരുടെ കാഴ്ചപ്പാടാണുള്ളതെന്നും വ്യക്തമാക്കിയിരുന്നു. ഇത് മുൻകൂർ ജാമ്യമായി പരിഗണിച്ചതുകൊണ്ടാണോ എന്നറിയില്ല ഈ പുസ്തകത്തിന്റെ പേരിൽ നയ്പോളിനെ വിമർശകർ മിക്കവരും വെറുതെ വിടുകയുണ്ടായി.

ദി എനിഗ്മാ ഓഫ് അറൈവൽ മാസ്റ്റർ പീസ്

യാത്രകളുടെ ഒടുവിൽ സ്വന്തം വീടുതേടിപ്പോകുന്ന ഒരുവന്റെ, ശരിക്കു പറഞ്ഞാൽ ഒരു കരീബിയനായ എഴുത്തുകാരന്റെ കഥയാണ് 1987 ൽ പുറത്തിറങ്ങിയ ദ എനിഗ്മ ഓഫ് അറൈവൽ എന്ന നോവൽ. അത് അദ്ദേഹത്തിന്റെ ആത്മകഥ തന്നെയാണെന്നു വിലയിരുത്താം. അവസാനിക്കാത്ത അലച്ചിലുകളിൽ വീട് സ്വപ്നം കാണുന്ന നാടോടിയായി അദ്ദേഹം സ്വയംമാറി സൃഷ്ടിച്ച കഥാപാത്രമാണ് നോവലിലെ നായകൻ.

ജീവിച്ചിരുന്നപ്പോൾ എല്ലായിടത്തു നിന്നും അന്യവത്കരിക്കപ്പെട്ടവനായിരുന്നു നയ്പോൾ. വീടുകളില്ലാത്ത അവസ്ഥയിൽ താമസിക്കുന്ന ഓരോ വീടും സ്വന്തമാക്കണമെന്ന് ആഗ്രഹിച്ചിരുന്നുവെന്നു പറഞ്ഞിരുന്ന നയ്പോൾ 2018 ഓഗസ്റ്റ് 11 ന് വീടുകളില്ലാത്ത ലോകത്തേക്കു മടങ്ങുമ്പോൾ സാഹിത്യലോകത്തിനു നഷ്ടമാകുന്നത് എഴുത്തിൽ കലാപം സൃഷ്ടിച്ച എഴുത്തുകാരനെയാണ്.

●

ഭാവനയും ചരിത്രവും അലിഞ്ഞുചേരുമ്പോൾ

അമിതാവ് ഘോഷ് എന്ന നോവലിസ്റ്റിനെ വായിക്കുന്നവർക്ക് ഒരു സർഗ സൃഷ്ടിവായിക്കുമ്പോൾ ലഭിക്കുന്ന സംതൃപ്തി മാത്രമല്ല ലഭിക്കാറ്. വളരെ ദീർഘമായ ഗവേഷണത്തിലൂടെ തയാറാക്കുന്ന ചരിത്രഗ്രന്ഥത്തിന്റെ വായനയിലൂടെ ലഭിക്കുന്ന അറിവുകളും ലഭിക്കുന്നു. അമിതാവ് ഘോഷിൽ ചരിത്രകാരനും നോവലിസ്റ്റും തമ്മിലുള്ള അന്തരം വളരെ നേർത്തതാണ്. കഥാപാത്രങ്ങളുടെ സൃഷ്ടിയിൽ അമിതാവ് പുലർത്തുന്ന സൂക്ഷ്മത അദ്ദേഹത്തിലെ നരവംശ ശാസ്ത്രജ്ഞനെക്കൂടി വായനക്കാരനു കാട്ടിക്കൊടുക്കുന്നു. ഈ പറഞ്ഞ പ്രത്യേകതകളാണ് 2018ൽ അദ്ദേഹത്തെ ഇന്ത്യയിലെ ഏറ്റവും ഉയർന്ന സാഹിത്യപുരസ്കാരമായ ജ്ഞാനപീഠത്തിന് അർഹനാക്കിയിരിക്കുന്നതും.

തന്റെ ചുറ്റും നടക്കുന്ന കാര്യങ്ങളെ സൂക്ഷ്മമായി നിരീക്ഷിക്കുന്നയിടത്തു നിന്നാണ് അമിതാവ് ഘോഷിന്റെ നോവലുകളുടെ പരിസരങ്ങൾ രൂപപ്പെട്ടുവരുന്നത്. അത്തരം നിരീക്ഷണങ്ങളാണ് അദ്ദേഹത്തിന്റെ നോവലുകളെ ചരിത്രകാരന്റെ സൃഷ്ടിയാണോ എന്നു തോന്നിപ്പിക്കുന്നതും. എന്നാൽ, അമിതാവ് പലപ്പോഴും ഇതിനോടു വിയോജിക്കാറുണ്ട്. 'നിരീക്ഷണമില്ലെങ്കിൽ എഴുത്ത് മാത്രമല്ല ഒരു കലയും സാധ്യമാവില്ല. പക്ഷേ, നിരൂപകരും വായനക്കാരും പറയുന്നതിനോടു ഞാൻ വിയോജിക്കുന്നു. അത് വളരെ ജനറലായ ഒരു നിരീക്ഷണമാണ്. എനിക്കുതോന്നുന്നത് മറിച്ചാണ്. നിരീക്ഷണമാണ് നോവലിനെ ചരിത്രത്തിൽ നിന്നു വ്യത്യസ്തമാക്കുന്നത്. ചരിത്രത്തിന് നിരീക്ഷണത്തിന്റെ ആവശ്യമില്ലല്ലോ. അതിനു ഗവേഷണത്തിന്റെ ആവശ്യമല്ലേ ഉള്ളൂ. ഒരാളുടെ ജീവിതം മറ്റൊരാളിൽ നിന്ന്

എങ്ങനെ വ്യത്യസ്തമാവുന്നു എന്ന നിരീക്ഷണമാണ് നോവലിനെ അനുവാചകരുടെ ഹൃദയത്തിൽ അടയാളപ്പെടുത്തുന്നത്." എന്നാണ് അദ്ദേഹം നിരൂപകരോടും വായനക്കാരോടും ഒരിക്കൽ പറഞ്ഞത്.

അമിതാവ് ഘോഷ് എങ്ങനെയൊക്കെ വിശദീകരിച്ചാലും അനുവാചകരും നിരൂപകരും ഉറപ്പിച്ചുപറയുന്നു, അദ്ദേഹം നിരീക്ഷണത്തിലൂടെ മാത്രമല്ല മറിച്ച് ഗവേഷണത്തിലൂടെ കൂടിയാണ് തന്റെ നോവലുകൾ സൃഷ്ടിക്കുന്നത് എന്ന്. കാരണം അദ്ദേഹം തന്റെ കൃതികളിൽ 1800കളിലെ കപ്പൽ യാത്രകളെക്കുറിച്ച് എഴുതിയിട്ടുണ്ട്. അതു വളരെ കൃത്യമായി പഠിച്ച് ഭാവനകൂടി ചേർത്താണ് സൃഷ്ടിച്ചിട്ടുള്ളത്. അദ്ദേഹത്തിന്റെ വളരെ പ്രശസ്തമായ സീ ഓഫ് പോപ്പീസ് പറയുന്ന 1830 കളിൽ നടന്ന കറുപ്പ് യുദ്ധത്തിന്റെ പശ്ചാത്തലത്തിലുള്ള കഥയാണ്. പിന്നീട് വന്ന റിവർ ഓഫ് സ്മോക്കിൽ നെപ്പോളിയൻ കടന്നുവരുന്നുണ്ട്. യഥാർഥ ഒരു സംഭവത്തിന്റെ പശ്ചാത്തലത്തിലാണ് അമിതാവ് നെപ്പോളിയനെ ചിത്രീകരിച്ചിരിക്കുന്നത്. അത് ഒരിക്കലും ഭാവനയിൽ നിന്നു സൃഷ്ടിക്കാനാവില്ലല്ലോ എന്നാണു നിരൂപകർ നിരീക്ഷിച്ചത്. ഇതിനോടു പ്രതികരിക്കവെ അദ്ദേഹം തന്റെ ആദ്യ നിലപാട് മയപ്പെടുത്തുകയുണ്ടായി. 'വളരെ ആഴത്തിലുള്ള ഗവേഷണങ്ങൾ ഞാൻ നടത്താറുണ്ടെന്നതു സത്യമാണ്. പക്ഷേ, ഗവേഷണങ്ങളിൽ നിന്നല്ല ഞാൻ എഴുത്ത് രൂപപ്പെടുത്തുന്നത്. മറിച്ച് എഴുതാൻ വേണ്ടിയുള്ള ഗവേഷണമാണു ഞാൻ നടത്താറ്. സെന്റ് ഹെലനയിൽവച്ച് നെപ്പോളിയനെ കണ്ട ഒരു യാത്രികന്റെ കുറിപ്പുകളാണ് ഇതിനു പ്രചോദനമായത്. അത് പഠിച്ചത് എഴുതാൻ വേണ്ടിയാണ്. അല്ലാതെ ചരിത്രരചന നടത്താൻ വേണ്ടിയല്ല.'എന്നാണ് അദ്ദേഹം അല്പം നീരസത്തോടെയാണെങ്കിലും പ്രതികരിച്ചത്. കാരണം, അദ്ദേഹം ഒരിക്കലും തന്റെ രചനകൾ ചരിത്രത്തിന്റെയും നരവംശശാസ്ത്രത്തിന്റെയും പശ്ചാത്തലത്തിൽ വിലയിരുത്തപ്പെടുന്നത് ഇഷ്ടപ്പെട്ടിരുന്നില്ല. പിന്നീട്, അദ്ദേഹം ഈ നിലപാടുകളാണ് തന്റെ രചനകളുടെ

കരുത്തെന്ന് അംഗീകരിക്കുകയുണ്ടായി. ഇപ്പോൾ ഇന്ത്യയിലെ ഏറ്റവും വലിയ സാഹിത്യപുരസ്കാരത്തിന് അദ്ദേഹം തെരഞ്ഞെടുക്കപ്പെടുന്നതും ഇതേ സവിശേഷതകളെ മുൻ നിർത്തിയാണ്. അമിതാവ് ഘോഷിന്റെ നോവലുകളിൽ നിന്ന് ഭാവനയും ചരിത്രവും ഇഴപിരിച്ചെടുക്കുക അസാധ്യമാണ്. അത്രമാത്രം നൈസർഗികവും അനുപമവുമായ രചനാശൈലിയാണ് അദ്ദേഹത്തിന്റെ കൃതികളിൽ കണ്ടെത്താനാവുക എന്നാണ് ജ്ഞാനപീഠ പുരസ്കാരസമിതി വിലയിരുത്തിയിരിക്കുന്നത്.

ഐബിസ് ത്രയം എന്നറിയപ്പെടുന്ന സീ ഓഫ് പോപ്പീസ്, റിവർ ഓഫ് സ്മോക്, ഫ്ലഡ് ഓഫ് ഫയർ എന്നീ മൂന്നു ചരിത്ര നോവലുകളാണ് അമിതാവ് ഘോഷിന്റെ മാസ്റ്റർ പീസ് ആയി വിലയിരുത്തപ്പെടുന്നത്. 1838 മുതൽ 42 വരെയുള്ള കാലഘട്ടത്തിലാണ് കഥ നടക്കുന്നത്. കറുപ്പ് എന്ന ലഹരിപദാർഥം ഇന്ത്യയിലെ വിളനിലങ്ങളിൽ നിന്ന് ചൈനയിലെ വിപണിയിലെത്തുന്ന പ്രക്രിയയും അതിന്റെ പ്രത്യാഘാതങ്ങളുമാണ് ഈ മൂന്നു നോവലുകളിലൂടെ അമിതാവ് ഘോഷ് ചിത്രീകരിച്ചിരിക്കുന്നത്. അനിതരസാധാരണമായ ഭാഷയുടെ അച്ചടക്കം ഘോഷിന്റെ രചനകളിൽ നമുക്കു കാണാം. അതിന് ഉത്തമ ഉദാഹരണമാണ് 'ഐബിസ് ത്രയം.' ഈ നോവൽത്രയത്തിലൂടെ ലോകചരിത്രത്തിലെതന്നെ ഇരുണ്ട ഇടങ്ങളിലേക്ക് ഘോഷ് വെളിച്ചം വീശുന്നു. വെറുതെ ചരിത്രം പറഞ്ഞുപോവുകയല്ല; അങ്ങനെ പറഞ്ഞുപോയാൽ അത് വളരെ ഡ്രൈ ആയിപ്പോകുമെന്ന് നന്നായറിയാവുന്ന ഘോഷ് വളരെ ജാഗ്രതയോടെയാണ് ഭാഷ ക്രമപ്പെടുത്തിയിരിക്കുന്നത്. മനുഷ്യത്വരഹിതമായ കച്ചവടം നടത്തുന്ന ബ്രിട്ടീഷുകാരുടെ 'ബുദ്ധിപരമായ വഞ്ചന'യുടെ നേർചിത്രവും ഈ നോവലിലൂടെ ഘോഷ് വരച്ചിടുന്നു.

1956-ൽ കോൽക്കത്തയിലാണ് അമിതാവ് ഘോഷ് ജനിച്ചത്. പ്രശസ്തമായ ഡൂൺ സ്കൂളിൽ നിന്നും ഡൽഹി സർവകലാശാലയിൽ നിന്നുമായി വിദ്യാഭ്യാസം നേടിയ ശേഷം ഓക്സ്ഫഡിൽ നിന്നു സോഷ്യൽ ആന്ത്രപ്പോളജിയിൽ ഡോക്ടറേറ്റ് കരസ്ഥമാക്കി. കുറച്ചുകാലം ഇന്ത്യൻ എക്സ്പ്രസിൽ പത്രപ്രവർത്തകനായും പ്രവർത്തിച്ചിട്ടുണ്ട്. തിരുവനന്തപു രത്ത് സിഡിഎസിൽ ഗവേഷകനായും ജോലി ചെയ്യുകയുമുണ്ടായി. അക്കാലത്ത് അടൂർ ഗോപാലകൃഷ്ണനുമായുണ്ടായ സൗഹൃദം അദ്ദേഹം പിന്നീട് പല വേദികളിലും പറഞ്ഞിട്ടുമുണ്ട്.

പദ്മശ്രീ പുരസ്കാരം നൽകി രാജ്യം അമിതാവ് ഘോഷിനെ ആദരിച്ചിട്ടുണ്ട്. 2008 ലെ ബുക്കർ പ്രൈസിന് പരിഗണിക്കപ്പെട്ട കൃതികളിൽ ഒന്ന് സീ ഓഫ് പോപ്പീസ് ആയിരുന്നു.

●

സമരമായി മാറിയ എഴുത്ത്

ചരിത്രം സൃഷ്ടിക്കുന്നത് എന്നും, എല്ലാക്കാല ത്തും സാധാരണക്കാരാണ്. തലമുറകളിലൂടെ വാമൊഴിയായും വരമൊഴിയായും അവർ കൈമാറി വരുന്ന കഥകൾ, ഐതിഹ്യങ്ങൾ, മിത്തുകൾ... ഇവയാണ് പിന്നീട് ചരിത്ര മായി മാറുന്നത്.

-മഹാശ്വേതാദേവി

മഹാശ്വേതാദേവി ഓർമയാകുമ്പോൾ നഷ്ടമാകുന്നത് സാധാര ണക്കാരുടെയും തൊഴിലാളികളുടെയും വിയർപ്പിന്റെ ഗന്ധവും അധ്വാനത്തിന്റെ മഹത്വവും കഥകളിലൂടെ വരച്ചുകാട്ടിയ മഹാപ്രതി ഭാശാലിയെയാണ്. മഹാശ്വേതാദേവിയുടെ കഥകളിൽ പ്രതിഭയുടെ യും ഭാവനയുടെയും മിന്നലാട്ടത്തേക്കാൾ വായനക്കാരനെ സ്പർശിക്കു ന്നത് അധ്വാനിക്കുന്നവരുടെയും ചൂഷണം ചെയ്യപ്പെടുന്നവരുടെയും നെടുവീർപ്പുകളാണ്.

ലോകത്തിന്റെ എല്ലായിടത്തും തൊഴിലാളികളും ദളിതരും ആദി വാസികളും നേരിടുന്ന പ്രശ്നങ്ങൾ ഒന്നാണ്. ഇതാണ് മഹാശ്വേതാ ദേവിയുടെ പുസ്തകങ്ങളെ ആഗോളതലത്തിലും പ്രശസ്തമാക്കിയത്. രവീന്ദ്രനാഥ് ടാഗോറിനു ശേഷം ലോകം കീഴടക്കിയ ബംഗാളി എഴുത്തുകാരിയാണിവർ. ജനനം ബംഗ്ലാദേശിലെ ധാക്കയിലായി രുന്നെങ്കിലും വിഭജനത്തോടെ അവർ ബംഗാളിന്റെ പുത്രിയായി. ദേവിയുടെ പഠനം ടാഗോർ സ്ഥാപിച്ച ശാന്തിനികേതനിലായിരുന്നു. അവിടെനിന്ന് ഇംഗ്ലീഷ് സാഹിത്യത്തിൽ ബിരുദം നേടി. പിന്നീട് ശ്വേതാദേവി പോയത് കോൽക്കത്ത സർവകലാശാലയിലേക്ക്. അവിടെനിന്ന് ബിരുദാനന്തര ബിരുദമെടുത്തു.

പ്രതിഭകളുടെ സംഗമംകൊണ്ട് അനുഗ്രഹീതമായ കുടുംബത്തിലാണ് ദേവിയുടെ ജനനം. കവിയും നോവലിസ്റ്റുമായ മനീഷ് ഘട്ടക്കിന്റെ മകളായാണ് മഹാശ്വേതാദേവി ജനിച്ചത്. അച്ഛന്റെ സഹോദരൻ ഋത്വിക് ഘട്ടക് വിഖ്യാത ചലച്ചിത്രകാരൻ. സാമൂഹ്യ പ്രവർത്തക അമ്മ ഹരിത്രീദേവി. സാമൂഹ്യബോധമുള്ള എഴുത്തുകാരിയും ആക്ടീവിസ്റ്റുമായി ശ്വേതാദേവി മാറിയതിന്റെ കാരണം വേറെ അന്വേഷിക്കേണ്ടതില്ലല്ലോ.

എഴുത്തുകാരിയായതിന്റെ കാരണം ശ്വേതാദേവിയോട് ആരും തിരക്കാറില്ല. പാവപ്പെട്ടവരും കർഷകരും തൊഴിലാളികളുമാണ് ദേവിയുടെ കഥകളുടെ പ്രചോദനമെന്നു സുവ്യക്തമാണ്. “കണ്ണുതുറന്നു ചുറ്റിലും നോക്കുക. ധാരാളം ആളുകളെ കാണാം. അവർ എങ്ങനെ ജീവിക്കുന്നുവെന്ന് അന്വേഷിക്കുക. അപ്പോൾ നിങ്ങൾക്ക് എഴുതാനുള്ള പ്രചോദനം ലഭിക്കും” -എഴുത്തിനെ പ്രചോദിപ്പിക്കുന്ന ഘടകങ്ങളെക്കുറിച്ച് ഒരിക്കൽ ചോദിച്ചതിന് മഹാശ്വേതാദേവി നൽകിയ മറുപടിയാണിത്. ശ്വേതാദേവിയുടെ എഴുത്തിന്റെ വറ്റാത്ത സ്രോതസ്സും പ്രചോദനവും സാധാരണക്കാരും അവരുടെ ജീവിതാനുഭവങ്ങളുമാണ്. തൊഴിലാളികളുടെ വിയർപ്പിന്റെ ഗന്ധം പോലും വായനക്കാരന് ശ്വേതാദേവിയുടെ കഥകളിൽനിന്നു ലഭിക്കുന്നു എന്ന് അനുവാചകലോകം അവരുടെ കൃതികളെ വിലയിരുത്തിയതിന്റെ കാരണവും മറ്റൊന്നല്ല.

സാമൂഹികനീതിക്കെതിരേ കെട്ടിയുയർത്തപ്പെടുന്നത് എന്തുതന്നെയായാലും അതു വിമർശിക്കപ്പെടേണ്ടതാണെന്ന പക്ഷത്തായിരുന്നു ശ്വേതാദേവി എക്കാലവും നിലകൊണ്ടത്. അതു ഭരണകൂട ഭീകരതായാലും കോടതിവിധികളായാലും. അതു സിംഗുരിലും നന്ദിഗ്രാമിലും കണ്ടതാണ്. ആ ചിന്തയാണ് എത്രയൊക്കെ അടിച്ചമർത്തിയാലും ചവിട്ടിവീഴ്ത്തിയാലും കരുത്തോടെ എഴുന്നേറ്റു വരുന്നവരുടെ കരുത്ത് അവരുടെ അക്ഷരങ്ങൾക്കു നൽകുന്നത്.

സാധാരണക്കാരുടെ വേദനകളും പോരാട്ടങ്ങളും കഥകളാക്കുമ്പോൾ അവരുടെ ഭാഷയും പിൻപറ്റണമെന്ന നിർബന്ധം ശ്വേതാദേവിക്കുണ്ടായിരുന്നു. കാല്പനികമായ ഭാഷയിൽ പറഞ്ഞാൽ തന്റെ കഥകളുടെ സത്ത ചോർന്നുപോകുമോയെന്ന ഭയം അവരെ അലട്ടിയിരുന്നു. സാധാരണക്കാരുടെ ഭാഷ ഉപയോഗിച്ചപ്പോഴും വ്യത്യസ്ത മേഖലകളിൽ നിലനിന്നിരുന്ന പ്രാദേശിക ഭാഷാപ്രയോഗങ്ങളെ നിർലോപം അവർ ഉപയോഗിക്കുകയും ചെയ്തു. അതിനായി ബംഗാളിന്റെ മുക്കിലും മൂലയിലും അവർ സഞ്ചരിച്ചു; പ്രത്യേകിച്ച് സൈക്കിൾ റിക്ഷയിൽ. അത്തരം യാത്രകളിൽ സൈക്കിൾ

റിക്ഷാക്കാരും ദീർഘനേരം സംസാരിക്കാനും അവർ സമയം കണ്ടെത്തി. അവരിലൂടെ കിട്ടിയ വിവരങ്ങൾ തന്റെ കഥകളിൽ ഉപയോഗിക്കുന്നതിൽ പ്രത്യേകമായ കഴിവ് ശ്വേതാദേവിക്കുണ്ടായിരുന്നു.

1978ൽ പുറത്തിറങ്ങിയ ആരണ്യേർ അധികാർ എന്ന നോവലിലൂടെ ദളിതരും ആദിവാസികളും നേരിടുന്ന ചൂഷണങ്ങളും തിക്താനുഭവങ്ങളും മഹാശ്വേതാദേവി പുറംലോകത്തിന്റെ ശ്രദ്ധയിൽ കൊണ്ടുവന്നു. അതിലെ ബിർസാമുണ്ട എന്ന കഥാപാത്രത്തിന്റെ സൃഷ്ടി അവരുടെ പ്രതിഭയെ ലോകത്തിനു കാട്ടിക്കൊടുത്തു. 1979ൽ കേന്ദ്ര സാഹിത്യ അക്കാദമി പുരസ്കാരത്തിനുള്ള തെരഞ്ഞെടുപ്പിൽ എല്ലാ ജൂറി അംഗങ്ങളും ഒന്നാത് തെരഞ്ഞെടുത്തതും 'ആരണ്യേർ അധികാർ' ആയിരുന്നു. ഈ നോവലിൽ ശ്വേതാദേവി ഉപയോഗിച്ച ഭാഷയെക്കുറിച്ച് നിരവധി പഠനങ്ങൾ പോലും നടക്കുകയുണ്ടായി. അത്രമാത്രം മൂർച്ച അതിലെ ഭാഷയ്ക്കുണ്ടായിരുന്നു.

ഹസാർ ചൗരാസി കി മാ, രുദാലി തുടങ്ങി തന്റെ മിക്ക നോവലുകളിലും ജീവിതാനുഭവങ്ങളെ സത്യസന്ധമായി ചിത്രീകരിക്കാൻ ശ്വേതാദേവി ശ്രമിച്ചിരുന്നു. രുദാലി സിനിമയായപ്പോൾ അതിലെ

കേന്ദ്ര കഥാപാത്രത്തെ വെള്ളിത്തിരയിൽ അവതരിപ്പിച്ചത് പ്രമുഖ നടിയായിരുന്ന ഡിംബിൾ കപാഡിയയാണ്. നോവലുകൾക്കു പുറമേ ശ്വേതാദേവിയുടെ അഞ്ചു കഥകളും സിനിമയായിട്ടുണ്ട്. സംഘർഷ്, ഗംഗോ എന്നിവ സിനിമ എന്ന നിലയിലും വളരെയേറെ പ്രേക്ഷകപ്രീതി നേടിയ കഥകളാണ്.

സാമൂഹിക പ്രവർത്തകയെന്ന നിലയിലും വ്യക്തിമുദ്ര പതിപ്പിക്കാൻ മഹാശ്വേതാദേവിക്കായി. 1964ൽ അധ്യാപികയായി ഔദ്യോഗിക ജീവിതം ആരംഭിച്ചെങ്കിലും ഒരു അധ്യാപികയോ കുടുംബിനിയോ മാത്രമായി ഒതുങ്ങിക്കൂടാൻ ധരിത്രീദേവിയുടെ മകൾക്കു കഴിയുമായിരുന്നില്ല. വ്യക്തമായ രാഷ്ട്രീയ കാഴ്ചപ്പാടോടെയാണ് ശ്വേതാദേവി സാമൂഹിക പ്രവർത്തനത്തിന് ഇറങ്ങിത്തിരിച്ചത്. പാവപ്പെട്ടവരുടെയും ദളിതരുടെയും അധഃസ്ഥിതരുടെയും കൂടെ നിൽക്കുകയാണ് തന്റെ ദൗത്യമെന്നും, അതാണു തന്റെ രാഷ്ട്രീയമെന്നും ശ്വേതാദേവി അർഥശങ്കയ്ക്കിടയില്ലാത്തവിധം വ്യക്തമാക്കി.

അധ്യാപനത്തോടൊപ്പം ട്രൈബൽ യൂണിറ്റി ഫോറം എന്ന സംഘടന രൂപീകരിച്ചുകൊണ്ടാണ് അവർ സാമൂഹിക പ്രവർത്തനത്തിന് ഇറങ്ങിത്തിരിച്ചത്. പിന്നീട്, പശ്ചിം ബംഗ ഖേരിയ സബർ കല്യാൺ സമിതിയുടെ സ്ഥാപകയായും മാറി. വികസനത്തിന്റെ പേരിൽ കുടിലുകളിൽനിന്നും കൃഷിയിടങ്ങളിൽനിന്നും തെരുവിലേക്കു വലിച്ചെറിയപ്പെട്ടവരുടെ പ്രശ്നങ്ങളെ സമൂഹത്തിന്റെയും അധികാരികളുടെയും മുന്നിലെത്തിക്കുക എന്ന ലക്ഷ്യത്തോടെ ബോർടിക എന്ന മാസികയും ശ്വേതാദേവിയുടെ നേതൃത്വത്തിൽ ആരംഭിക്കുകയുണ്ടായി.

2006ൽ നടന്ന അന്താരാഷ്ട്ര സാഹിത്യ സമ്മേളനത്തിലും പുസ്തകമേളയിലും ഇന്ത്യയെ പ്രതിനിധീകരിച്ചു പങ്കെടുത്ത മഹാശ്വേതാദേവിയായിരുന്നു സമ്മേളനം ഉദ്ഘാടനം ചെയ്തത്. അന്നവർ നടത്തിയ പ്രസംഗത്തിൽ, രാജ്കപൂറിന്റെ സിനിമയിലെ ഗാനത്തിലെ വരികൾ കടമെടുത്ത് ഇന്ത്യയെക്കുറിച്ച് അവർ നടത്തിയ പരാമർശം കേട്ട് കേൾവിക്കാർ കരയുകയുണ്ടായി. "ഞാൻ ധരിച്ചിരിക്കുന്ന ചെരുപ്പ് ജപ്പാനിൽനിന്നുള്ളതാണ്. പാന്റ്സ് ബ്രിട്ടന്റേതും തൊപ്പി റഷ്യക്കാരന്റേതുമാണ്. പക്ഷേ, എന്റെ ഹൃദയം അത് ഇന്ത്യയുടേതാണ്. അത് എന്നും ഇന്ത്യക്കുവേണ്ടി തുടിച്ചുകൊണ്ടിരിക്കും. നിലയ്ക്കുന്നതു വരെ."

മരണം വരെ മഹാശ്വേതാ ദേവി ഇടതുപക്ഷ സഹയാത്രികയായിരുന്നു. എന്നാൽ, മരണത്തിന് ഏകദേശം പത്തു വർഷങ്ങൾക്കു മുമ്പുതന്നെ ദേവി സി.പി.ഐ-എമ്മുമായി അകന്നിരുന്നു. മുഖ്യമന്ത്രിയായിരുന്ന ബുദ്ധദേവ് ഭട്ടാചാര്യയുടെ വികസനസങ്കല്പങ്ങളോട്

എല്ലാക്കാലത്തും മഹാശ്വേതാദേവി വിയോജിച്ചിരുന്നു. കർഷകരെ അവരുടെ മണ്ണിൽനിന്നും പുറത്താക്കുന്നതാണ് ഭട്ടാചാര്യയുടെ വികസന കാഴ്ചപ്പാടെന്ന് ദേവി കരുതിയിരുന്നു. സി.പി.എമ്മിന്റെ കർഷക/തൊഴിലാളി വിരുദ്ധ കാഴ്ചപ്പാടുകൾക്കെതിരേ പേനയെടുത്തു പോരാടുകയായിരുന്നു ശ്വേതാദേവി ചെയ്തത്. ലേഖനങ്ങളിലൂടെയും മറ്റു സർഗാത്മക രചനകളിലൂടെയും നന്ദിഗ്രാം, സിംഗൂർ വിഷയങ്ങളിൽ അവർ സി.പി.എമ്മിനെ കടന്നാക്രമിച്ചു. ഒരു ഘട്ടത്തിൽ പാർട്ടി ദേവിക്കെതിരേ പ്രത്യക്ഷത്തിൽത്തന്നെ രംഗത്തുവരികയുണ്ടായി. എന്നിട്ടും തന്റെ നിലപാടുകളിൽനിന്നു പിന്മാറാൻ അവർ തയ്യാറായില്ല. വലിയൊരു രാഷ്ട്രീയ പാർട്ടിയോട് നേർക്കുനേർ പോരാട്ടത്തിനിറങ്ങിയതിനെക്കുറിച്ച് ഒരിക്കൽ ദേവിതന്നെ പറഞ്ഞതിങ്ങനെ: "നിങ്ങൾ ഒന്നു മനസിലാക്കണം, ഞാൻ ഋത്വിക് ഘട്ടക്കിന്റെ മരുമകളാണ്. ബിജോൺ ഭട്ടാചാര്യയുടെ ഭാര്യയാണ്. ഞാനെന്തിനു ഭയക്കണം? എന്താണു ഭയമെന്നു പോലും ഞങ്ങൾക്കറിയില്ല."

2016 ജൂലൈ 28ന് തൊണ്ണൂറാം വയസിൽ മഹാശ്വേതാദേവിയുടെ ഹൃദയം നിലച്ചപ്പോൾ പർശ്വവത്കരിക്കപ്പെട്ടവർക്കും തൊഴിലാളികൾക്കും നഷ്ടമായത് സ്വന്തം അമ്മയെയും സഹോദരിയെയുമാണ്. അനശ്വരമായ ഓർമകളെ അവശേഷിപ്പിച്ചുകൊണ്ടാണ് മഹാശ്വേതാദേവി കടന്നുപോയത്. പ്രകൃതി നശിപ്പിക്കപ്പെടുമ്പോൾ, ദുർബലർ ചൂഷണം ചെയ്യപ്പെടുമ്പോൾ, ദളിതരുടെയും ആദിവാസികളുടെയും നിലവിളികൾ ഉയരുമ്പോൾ നമ്മൾ മഹാശ്വേതാദേവിയെ ഓർത്തുകൊണ്ടിരിക്കും, തീർച്ച.

●

സർഗാത്മകതയുടെ കാർണിവൽ

"ഗോസായിക്കുന്നിന്റെ താഴ്‌വരയിൽ, കടപ്പുറത്തെ വിജനതയിൽ, ഒരു സ്വർണമത്സ്യം പോലെ പൂക്കുഞ്ഞിബീ അടിഞ്ഞുകിടക്കുന്നു. നനഞ്ഞ പൂഴിയിൽ നുരയുന്ന തിരമാലകൾ തണുത്ത ശരീരത്തെ ഇടയ്ക്കിടെ നനച്ചുകൊണ്ടിരുന്നു"

-സ്മാരകശിലകൾ (പുനത്തിൽ കുഞ്ഞബ്ദുള്ള)

ചിത്രകാരനാവണമെന്ന് അതിയായി ആഗ്രഹിച്ച ഒരാൾ സാഹിത്യകാരനായാൽ, അയാൾ എഴുതുന്നതിൽ ഒരു ചിത്രം കൂടിയുണ്ടാവും. അതാണ് പുനത്തിലിന്റെ രചനകൾ വായനക്കാരനു നൽകുന്നത്. അദ്ദേഹത്തിന്റെ മാസ്റ്റർപീസെന്നു വിശേഷിപ്പിക്കുന്ന 'സ്മാരകശിലകളി'ലെ പൂക്കുഞ്ഞിബീയുടെ മരണം അവതരിപ്പിക്കുന്ന വരികൾ വായനക്കാരന്റെ മനസിൽ തെളിക്കുന്ന പശ്ചാത്തലചിത്രം മാത്രം മതി അദ്ദേഹത്തിന്റെ ക്രാഫ്റ്റ് മനസിലാക്കാൻ. വ്യക്തിപരമായ അനുഭവങ്ങൾ താൻ ഏതു വൈകാരിക തലത്തിലാണോ അനുഭവിച്ചത്, അതിന്റെ തീക്ഷ്ണതയും വൈകാരികതീവ്രതയും ചോർന്നുപോകാതെ തന്റെ എഴുത്തിലേക്ക് ആവാഹിക്കാൻ പുനത്തിലിന് കഴിഞ്ഞിരുന്നു. അനുപമമായ രചനാശൈലിയാണ് പുനത്തിലിന്റെ കൃതികളെ മറവിയുടെ കയത്തിലേക്ക് ആണ്ടുപോവാതെ പിടിച്ചുനിർത്തിയത്.

ഭാഷയുടെ സൗന്ദര്യം പ്രകടമാക്കുന്ന രചനകളാണ് അദ്ദേഹത്തിന്റേത്. എഴുത്തുകാരനാവണമെങ്കിൽ അനുഭവങ്ങൾ ആവശ്യമാണെന്നും അനുഭവമുള്ളവർക്കു മാത്രമേ എഴുത്തിൽ സത്യസന്ധത പുലർത്താൻ സാധിക്കുകയുള്ളുവെന്നും അദ്ദേഹം വിശ്വസിച്ചിരുന്നു.

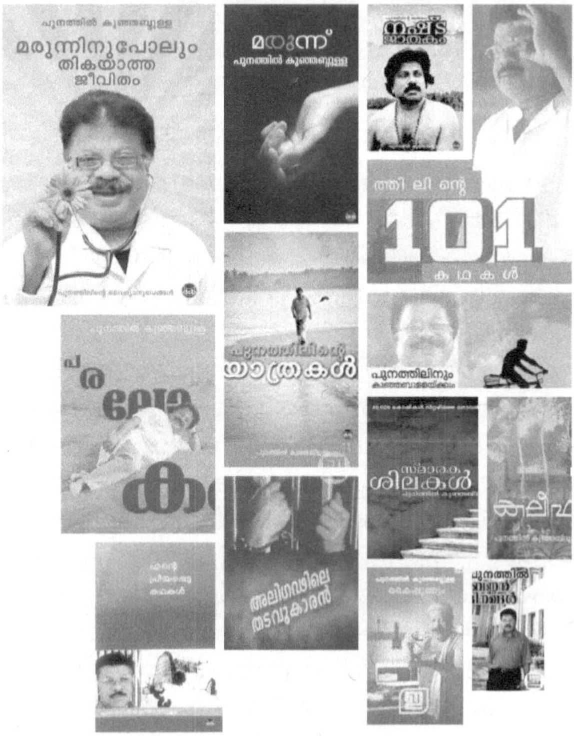

ആ വിശ്വാസമാണ് അദ്ദേഹത്തെ എഴുത്തുകാരനാക്കിയതെന്നും പറയാം. പൊതുനടപ്പുരീതികളുടെ എല്ലാ ശീലങ്ങളെയും ലംഘിക്കുന്നതായിരുന്നു പുനത്തിലിന്റെ സർഗാത്മക ജീവിതം. ഭാവനയിൽനിന്നു പരുവപ്പെടുത്തിയെടുത്ത ബിംബങ്ങളേക്കാൾ സ്വന്തം ജീവിതത്തിലിൽനിന്നും, ഒരിക്കലെങ്കിലും പരിചയപ്പെട്ടവരുടെ അനുഭവത്തിൽനിന്നും കടംകൊണ്ട ബിംബങ്ങളാണു പുനത്തിൽ തന്റെ രചനകളിൽ കൂടുതലായി ഉപയോഗിച്ചിട്ടുള്ളത്. അമ്മയോടുള്ള സ്നേഹത്തിന്റെ ചിറകിലേറി സ്വർഗകവാടത്തിനു മുന്നിലെത്തുന്ന കൊച്ചുകുട്ടി അവിടെ കണ്ട കാഴ്ചകളും കേട്ട കാര്യങ്ങളും വിവരിക്കുന്ന 'അമ്മയെ കാണാൻ' എന്ന കൃതി ഇതിന് ഉദാഹരണമായി എടുത്തു കാട്ടാനാവും.

1977ൽ പുറത്തിറങ്ങിയ 'സ്മാരകശില'യിലും 'മരുന്നിലും' അദ്ദേഹം പ്രകടിപ്പിച്ച അസാമാന്യമായ രചനാവൈഭവം പിന്നീടുള്ള കൃതികളിൽ കുറഞ്ഞുവെന്നു സൂക്ഷ്മമായി വായിക്കുന്നവർക്കു മനസിലാക്കാൻ പ്രയാസമില്ല. കാരണം, ഈ രണ്ടു കൃതികളിലും അദ്ദേഹം സർഗാത്മകമായി ഉറഞ്ഞാടുകയായിരുന്നു. പിന്നീട്, മന്ദതാളത്തിലുള്ള പതിഞ്ഞാട്ടമാണ് അദ്ദേഹത്തിന്റെ കൃതികളിൽ കാണാനായത്. പക്ഷേ, അതിനകംതന്നെ അദ്ദേഹം തന്റെ സവിശേഷമായ രചനാശൈലിയിലൂടെ, പുനത്തിൽ കുഞ്ഞബ്ദുള്ളയെന്ന

പേരിനു താഴെ എന്തെഴുതിയാലും വായിക്കപ്പെടുന്ന സാഹചര്യം സൃഷ്ടിച്ചെടുത്തിരുന്നു. സർഗാത്മക രചനകൾ മാത്രമല്ല ആത്മകഥകളും അഭിമുഖങ്ങളും വൈദ്യാനുഭവങ്ങളും തുടങ്ങി തന്റെ ജീവിതത്തിലൂടെ കടന്നുപോയ കാമുകിമാരെക്കുറിച്ചും സ്വയം കണ്ടെത്തിയ പാചകക്കൂട്ടുകളും വരെ അദ്ദേഹം പുസ്തകരൂപത്തിൽ വായനക്കാരന്റെ മുന്നിൽ അവതരിപ്പിച്ചു.

രചനാപരമായി അദ്ദേഹത്തിന്റെ നാലയലത്തുപോലും എത്താനാവാതെ പോയ എഴുത്തുകാരും പ്രശസ്തിയുടെ വെള്ളിവെളിച്ചം മാത്രം ആഗ്രഹിച്ച നിരൂപകവേഷമണിഞ്ഞവരും അദ്ദേഹത്തിനു ചാർത്തിക്കൊടുത്ത പട്ടമാണ് അരാജകവാദിയെന്നത്. കാരണം, അവർ വായിച്ചിരുന്നത് അദ്ദേഹം നടത്തിയ ചില പ്രസ്താവനകളും അഭിമുഖങ്ങളും മാത്രമാണ്. എന്നാൽ, ആ വിശേഷണത്തെ, ദൈവങ്ങളുടെ ചിത്രത്തിൽ അവരുടെ ശിരസിനു ചുറ്റുമുള്ള പ്രഭാവലയംപോലെ അദ്ദേഹം എടുത്തണിഞ്ഞു. പിന്നീട് അദ്ദേഹം ഏറെ വിമർശിക്കപ്പെട്ടതു നോവലിൽ രതി ചിത്രീകരിച്ചിടത്താണ്. ലൈംഗികത ചിത്രീകരിച്ചപ്പോഴൊക്കെ എഴുത്തുകാരന്റെ ഭാവന കെട്ടുപൊട്ടിച്ചോടുന്നുന്നതാണു നമ്മൾ കണ്ടിട്ടുള്ളത്. 'കന്യാവനങ്ങൾ' ഉത്തമോദാഹരണം. മരുന്നിലെ ഹെലൻസിംഗ് കാണുന്ന രതിസ്വപ്നവും ഇതോടൊപ്പം കൂട്ടിവായിക്കാവുന്നതാണ്. സ്മാരകശിലകളിൽ പൂക്കോയതങ്ങളുടെ മരണത്തിനു കാരണം തേടിയും മറ്റെങ്ങും പോകേണ്ടതില്ല; അതിരുകടന്ന ലൈംഗികതതന്നെ. വായനക്കാരനെ അവസാനവരിവരെ വായിപ്പിക്കുന്നതിൽ അദ്ദേഹം നിലനിർത്തുന്ന ഒരു വിഭ്രമാത്മകതയും മായികതയുമുണ്ട്. അദ്ദേഹത്തിന്റെ വളരെ പ്രശസ്തമായ ചെറുകഥയായ 'കുന്തി'യിൽ കന്യാസ്ത്രീയുടെ പ്രസവം അവതരിപ്പിക്കുന്ന ഭാഗം മാത്രം മതി അദ്ദേഹത്തിന്റെ ഭാവനയിലെ മായികത മനസിലാക്കാൻ. കാരണം പ്രതീകാത്മകമായാണല്ലോ അദ്ദേഹം അതു പറഞ്ഞിരിക്കുന്നത്.

ജീവിതത്തിൽ പകൽമാന്യത സൂക്ഷിക്കുന്നവരെ പുനത്തിൽ എല്ലാക്കാലത്തും മാറ്റിനിർത്തിയിരുന്നു. 'സ്മാരകശിലകളി'ൽ ഇത്തരക്കാരെ കണക്കറ്റു പരിഹസിക്കാനും അദ്ദേഹം തയാറാവുന്നുണ്ട്. സ്ത്രീലമ്പടനായ പൂക്കോയതങ്ങൾ തന്റെ കുതിരക്കാരൻ അന്ത്രുമാനും ഖുറൈശിപാത്തുവും ലൈംഗികബന്ധത്തിലേർപ്പെടുന്നത് ഒളിച്ചുനിന്നു കണ്ടു നിർവൃതി അടയുകയും പിന്നീട് 'വ്യഭിചാരം ഞമ്മക്ക് ഇഷ്ടമല്ലെന്ന്' പറയുകയും ചെയ്യുന്ന രംഗം മാത്രം മതി അദ്ദേഹം പകൽമാന്യന്മാരെ എത്രമാത്രം വെറുത്തിരുന്നു എന്നു മനസിലാക്കാൻ. അതു വായിച്ച് ചിരിക്കാത്ത വായനക്കാരില്ല.

കർമംകൊണ്ട് ഡോക്ടറായതുകൊണ്ടാവും രോഗി, രോഗം, ചികിത്സ എന്നീ വിഷയങ്ങൾ അദ്ദേഹത്തിന്റെ കൃതികളിൽ നിറഞ്ഞുനിൽക്കുന്നത്. ജീവിതത്തിലെ എല്ലാക്കാര്യങ്ങളും മരണത്തോടെ അവസാനിക്കുമെന്ന പൂനത്തിൽ കുഞ്ഞബ്ദുള്ള വിശ്വസിച്ചിരുന്നുവെന്നുവേണം കരുതാൻ. ആ വിശ്വാസമാവണം ജീവിതം ആഘോഷിച്ചു തീർക്കാനുള്ളതാണെന്ന ബോധത്തിലേക്ക് അദ്ദേഹത്തെ എത്തിച്ചത്. പൂനത്തിൽ കുഞ്ഞബ്ദുള്ള സൗഹൃദങ്ങൾ സൃഷ്ടിക്കുന്നതിലും അത് നിലനിർത്തുന്നതിലും മാത്രമല്ല. അതിൽ അഭിരമിക്കുകയും ചെയ്തിരുന്നു. എംടിയുമായും അക്ബർ കക്കട്ടിലുമായും കോവിലനുമായും മുകുന്ദനുമായും അദ്ദേഹം നിലനിർത്തിയിരുന്ന സൗഹൃദം വളരെ പ്രശസ്തമാണ്. സൗഹൃദങ്ങളെയും എഴുത്തിനെയും ആഘോഷമാക്കിമാറ്റാൻ അദ്ദേഹത്തിനു കഴിഞ്ഞതിനു പിന്നിലുള്ള കാരണവും മറ്റൊന്നല്ല.

ഒരിക്കൽ അദ്ദേഹം ഇങ്ങനെ എഴുതി: "എന്റെ അമ്മ മരിച്ചു, അന്ന് ഞാൻ കരഞ്ഞില്ല. കാരണം, മരണം എന്താണെന്നെനിക്കറിയില്ലായിരുന്നു. വർഷങ്ങൾ ഏറെക്കഴിഞ്ഞു. എന്റെ അച്ഛനും മരിച്ചു. എന്നിട്ടും ഞാൻ കരഞ്ഞില്ല. കാരണം, മരണം എന്താണെന്ന് അപ്പോഴേക്കും എനിക്കറിയാമായിരുന്നു." മരണത്തെപോലും തന്റെ കൃതികളിലൂടെ ആഘോഷമാക്കി മാറ്റിയ മലയാളത്തിന്റെ കുഞ്ഞാക്കയെ 2017 ഒക്ടോബർ 27ന് മരണം കൂട്ടിക്കൊണ്ടുപോയപ്പോൾ, ഒന്നുറപ്പ്; അദ്ദേഹത്തിന്റെ നോവലുകളെ വികാരമായി കൊണ്ടുനടന്നിട്ടുള്ള വായനക്കാരുടെ കണ്ണുകൾ നിറഞ്ഞിരിക്കും.

●

അക്ഷരങ്ങളുടെ ഉപാസകനായ രണ്ടക്ഷര പേരുകാരൻ

അക്ഷരങ്ങളെ സ്നേഹിക്കുന്നവർ, അവർ ഏതു തലമുറയിൽ പെട്ടവരായാലും ഒരിക്കലും മറക്കാത്ത പേരാണ് ഡൊമിനിക് ചാക്കോ കിഴക്കേമുറിയെന്ന ഡി.സി. കിഴക്കേമുറിയുടേത്. പ്രസാധകൻ, എഴുത്തുകാരൻ, സ്വാതന്ത്ര്യസമര സേനാനി, രാഷ്ട്രീയക്കാരൻ, അധ്യാപകൻ, പത്രപ്രവർത്തകൻ, സംഘാടകൻ, കോളമിസ്റ്റ്... . ഡിസി ആരായിരുന്നു എന്ന ചോദ്യത്തിന് ഉത്തരങ്ങൾ നിരവധി. സംസ്കാരവും ധാർമികതയുമായിരുന്നു ഡിസിയുടെ രണ്ടു ശ്വാസകോശങ്ങൾ. ലോകത്തിലുള്ള മറ്റൊന്നിനുവേണ്ടിയും ഇവയെ വിട്ടുകളയാൻ അദ്ദേഹം തയാറായില്ല. അത് അദ്ദേഹത്തിനു കഴിയുമായിരുന്നില്ല എന്നതാണു സത്യം. ഭാഷയിലും ചിന്തയിലും പെരുമാറ്റത്തിലുമെല്ലാം അദ്ദേഹം പുലർത്തിയിരുന്ന ലാളിത്യം മാതൃകാപരമായിരുന്നു. പണം, പദവി, പ്രായം തുടങ്ങിയവയുടെ പേരിൽ മനുഷ്യരെ വർഗീകരിക്കാൻ അദ്ദേഹം ഒരിക്കലും തയാറായിരുന്നില്ല. എല്ലാവരും അദ്ദേഹത്തിന് സമന്മാരും സുഹൃത്തുക്കളുമായിരുന്നു. ഈ അച്ചടക്കത്തിൽ ഉറച്ചുനിന്ന് എങ്ങനെ നന്നായി ബിസിനസ് ചെയ്യാം എന്ന് അദ്ദേഹം പൊതുസമൂഹത്തിനു കാണിച്ചുകൊടുത്തു.

നിതാന്തമായ ജാഗ്രതയായിരുന്നു ഡിസിയുടെ വലിയ പ്രത്യേകത. കാണുകയും കേൾക്കുകയും ചെയ്തിരുന്ന കാര്യങ്ങളോട് അദ്ദേഹം വളരെ സഹാനുഭൂതിയോടെയാണ് ഇടപെട്ടിരുന്നത്. അവയെ തന്റേതായ രീതിയിൽ അവതരിപ്പിക്കുന്നതിൽ ഡിസിക്ക് പ്രത്യേക കഴിവുമുണ്ടായിരുന്നു. ഒരു സാധാരണ മനുഷ്യൻ കാണാതെ പോകുകയോ കണ്ടു മറക്കുകയോ ചെയ്ത കാര്യങ്ങളും

കേട്ട് കടന്നുപോകുകയോ ചെയ്ത കാര്യങ്ങൾ പൊതുസമൂഹത്തിന് അനുഭവമായി പുനഃസൃഷ്ടിച്ച് നൽകാൻ ഡിസിക്ക് കഴിഞ്ഞു. കേരളത്തിന്റെ സാംസ്കാരിക മണ്ഡലത്തിൽ ഡിസിയുടെ ഇടപെടലുകൾക്ക് ഇത്രയേറെ സ്വീകാര്യത നൽകിയതും മറ്റൊന്നല്ല. ജീവിതത്തിൽ എപ്പോഴും കർമനിരതനായിരുന്നു ഡിസി. നിക്ഷിപ്ത താത്പര്യങ്ങളൊന്നുമില്ലാതെ കർമം ചെയ്തതാണ് ഡിസിയുടെ വിജയം. അതായിരുന്നു അദ്ദേഹത്തിന്റെ വിജയമന്ത്രവും.

അധ്യാപനം, രാഷ്ട്രീയം, പുസ്തകപ്രസാധനം, ഗ്രന്ഥശാലാ പ്രവർത്തനം, പുസ്തകച്ചന്ത, സ്മാരകസമിതികൾ തുടങ്ങി സമൂഹത്തിന്റെ വിവിധ മേഖലകളിൽ ഡിസിയെന്ന രണ്ടക്ഷരം, കൈയൊപ്പുപോലെ ചാർത്തപ്പെട്ടിട്ടുണ്ട്. സ്വന്തം താത്പര്യങ്ങൾക്കപ്പുറം സമൂഹത്തിന്റെ നന്മ ലക്ഷ്യമാക്കി പ്രവർത്തിച്ചതാണ് ഡിസിയുടെ വലിയ പ്രത്യേകത. പുസ്തകങ്ങളെ വില്പനനികുതിയിൽനിന്ന് ഒഴിവാക്കിയതും സർക്കാരിൽ സാംസ്കാരികവകുപ്പ് കൂട്ടിച്ചേർത്തതും ഡിസിയാണെന്നത് ചരിത്രവിദ്യാർഥികൾക്കുപോലും അജ്ഞാതം. 1952ലാണ് അച്ചടിച്ച പുസ്തകങ്ങൾക്കു വിലിപനനികുതി ഒഴിവാക്കണമെന്ന ആവശ്യവുമായി ഡിസി രംഗത്തെത്തുന്നത്. ഈ ആവശ്യം നടത്തിക്കിട്ടുന്നതിനായി പറവൂർ ടി.കെ. നാരായണപിള്ള, പനമ്പിള്ളി ഗോവിന്ദമേനോൻ, എസ്.ജെ. ജോൺ തുടങ്ങിയ മന്ത്രിമാരെ ഡിസി നേരിട്ടു കണ്ടു. അദ്ദേഹത്തിന്റെ നിരന്തരമായ ഇടപെടലുകളെത്തുടർന്ന് പുസ്തകങ്ങളെ സെയിൽടാക്സിൽനിന്ന് ഒഴിവാക്കി കൊണ്ടുള്ള ഉത്തരവിറങ്ങി. പുസ്തകപ്രസാധനരംഗത്ത് വിപ്ലവകരമായ മാറ്റങ്ങളാണ് അദ്ദേഹത്തിന്റെ ഈ ഇടപെടലിലൂടെ ഉണ്ടായത്. ഈ വിവരം പ്രധാനമന്ത്രി ജവഹർലാൽ നെഹ്റുവും അറിഞ്ഞു. അതോടെ ഇന്ത്യയിൽ എല്ലാ സംസ്ഥാനങ്ങളിലും പുസ്തകം വില്പനനികുതിയിൽനിന്ന് ഒഴിവാക്കപ്പെട്ടു.

1945ൽ പ്രഫ. എം.പി. പോളിനും കാരൂർ നീലകണ്ഠപ്പിള്ളയ്ക്കുമൊപ്പം ഡിസി നടത്തിയ ശ്രമങ്ങളുടെ ഫലമായി രൂപീകൃതമായ

എസ്പിസിസിഎസിന്റെ സെക്രട്ടറിസ്ഥാനത്ത് ഡിസി എത്തുന്നത് 20 വർഷങ്ങൾക്കു ശേഷമാണ്. ഡിസിയുടെ കാലം സംഘത്തിന്റെ സുവർണ കാലമായിരുന്നു. പുസ്തകപ്രസാധന രംഗത്ത് വിപ്ലവകരമായ പരിഷ്കാരങ്ങളാണ് ഡിസി വരുത്തിയത്. ബുക്ക് ഇൻസ്റ്റാൾമെന്റ് സ്കീം(ബിഐഎസ്), പ്രീപബ്ലിക്കേഷൻ, ഹോം ലൈബ്രറി സ്കീം(എച്ച്എൽഎസ്), മലയാളത്തിൽ അന്നുവരെ ഇറങ്ങിയിട്ടുള്ള പുസ്തകങ്ങളുടെ സമ്പൂർണ കാറ്റലോഗ് തുടങ്ങിയവ അവയിൽ ചിലതു മാത്രം.

സംസ്ഥാന സർക്കാരിൽ സാസ്കാരിക വകുപ്പ് കൂട്ടിച്ചേർത്തതിനു പിന്നിലും ഡിസി കിഴക്കേമുറിയുടെ ശ്രമങ്ങളാണ്. എ.കെ. ആന്റണിയുടെ ആദ്യസർക്കാരിൽ ധനമന്ത്രിയായിരുന്ന എം.കെ. ഹേമചന്ദ്രനെ ഈ ആവശ്യവുമായി ഡിസി സമീപിച്ചു. ഹേമചന്ദ്രൻ ആന്റണിക്കു നിവേദനം കൈമാറി. പിന്നെയെല്ലാം പെട്ടെന്നായിരുന്നു. മന്ത്രിസഭാ യോഗം ചേർന്നു. സാംസ്കാരികവകുപ്പിന്റെ പിറവി പ്രഖ്യാപിച്ചുകൊണ്ടുള്ള ഉത്തരവിറങ്ങി.

സംസ്ഥാന ഭാഗ്യക്കുറിയുടെ പിറവിക്കു പിന്നിലും ഡിസിയെന്ന പ്രതിഭാശാലിയുടെ ഇടപെടലുണ്ട്. കോട്ടയം പബ്ലിക് ലൈബ്രറിയുടെ പ്രസിഡന്റായി ഡിസിയെത്തുന്നത് 1962ലാണ്. ലൈബ്രറിക്ക് പുതിയ കെട്ടിടം വേണം. പണം എങ്ങനെ കണ്ടെത്തുമെന്ന് ആലോചിക്കുന്നതിനായി ലൈബ്രറി ഭരണസമിതി ഡിസി വിളിച്ചു. നിരവധി നിർദേശങ്ങൾ വന്നെങ്കിലും പെട്ടെന്നു പണം കണ്ടെത്താനുതകുന്ന നിർദേശങ്ങളൊന്നും വന്നില്ല. അപ്പോഴാണ് ഡിസി ഒരു ഭാഗ്യപരീക്ഷണത്തിനിറങ്ങിയത്. ലോട്ടറി നടത്തുക. ആദ്യം മറ്റുവർക്ക് താത്പര്യമില്ലായിരുന്നെങ്കിലും ഡിസി പ്രകടിപ്പിച്ച ആത്മവിശ്വാസത്തിനു മുന്നിൽ എതിർപ്പുകൾ ഇല്ലാതായി. ബംപർ സമ്മാനം അംബാസഡർ കാർ. ലോട്ടറി വില ഒരു രൂപ. മുഴുവൻ ചിലവുകളും കഴിഞ്ഞ് മിച്ചമുണ്ടായിരുന്നത് 4. 25 ലക്ഷം രൂപ. അന്ന് അംബാസഡറിന്റെ വില 25,000 രൂപ മാത്രമായിരുന്നു. ബാക്കിവന്ന തുകകൊണ്ട് 1966ൽ പണിത ലൈബ്രറി കെട്ടിടം ഉദ്ഘാടനം ചെയ്യാനെത്തിയത് പ്രധാനമന്ത്രി ഇന്ദിരാഗാന്ധി. നറുക്കെടുപ്പു നടത്തിയത് അന്നത്തെ ചീഫ് ജസ്റ്റീസ് കെ. ശങ്കരന്റെ നേതൃത്വത്തിൽ. അതോടെ ലോട്ടറി ജനകീയമായി. ഇതിൽനിന്ന് പ്രചോദനമുൾക്കൊണ്ടാണ് സംസ്ഥാന സർക്കാർ സംസ്ഥാന ഭാഗ്യക്കുറി തുടങ്ങിയതെന്നു പ്രത്യേകം പ്രസ്താവിക്കേണ്ട കാര്യമില്ലല്ലോ.

പത്രപ്രവർത്തകൻ/കോളമിസ്റ്റ്

പൗരപ്രഭ, കേരള'ഭ്രഷണം, മാതൃഭ്രമി, മനോരാജ്യം എന്നിവയിൽ 'കറുപ്പും വെളുപ്പും' എന്ന പേരിൽ ഡിസി കോളം കൈകാര്യം ചെയ്തിരുന്നു. 'ചെറിയ കാര്യങ്ങൾ മാത്രം' എന്ന പേരിൽ കുങ്കുമത്തിലും അദ്ദേഹം കോളമെഴുതിയിരുന്നു. കേരളത്തിന്റെ സാംസ്കാരിക രംഗത്തിന്റെ നേർക്കാഴ്ചകളായിരുന്നു ഓരോ കോളവും. സമൂഹത്തിന് വിവിധ വിഷയങ്ങളിൽ ഉൾക്കാഴ്ച നൽകുന്നതിൽ ഡിസിയുടെ എഴുത്ത് വഹിച്ച പങ്ക് നിസ്തുലമാണ്.

ഡിസി ബുക്സ്

എസ്പിസിഎസിൽനിന്ന് ഡിസി സസ്പെൻഡ് ചെയ്യപ്പെടുന്ന 1970 ൽത്തന്നെ സ്വന്തമായി ഒരു പ്രസാധക സംരംഭം ഡിസിയുടെ മനസിൽ ജനിച്ചിട്ടുണ്ടാവണം. പക്ഷേ, അത് പുറംലോകത്തെത്തുന്നത് പിന്നെയും നാലു വർഷങ്ങൾക്ക ശേഷമാണെന്നു മാത്രം. സംഘം സെക്രട്ടറിപദത്തിൽനിന്നു സസ്പെൻഡ് ചെയ്യപ്പെട്ടത് ഡിസിക്ക് വ്യക്തിപരമായി കളങ്കമായില്ല. 1974 ഓഗസ്റ്റ് 29നാണ് ഡിസി സംഘത്തിൽനിന്നു വിരമിക്കുന്നത്. അന്ന് റിട്ടയർമെന്റ് ആനുകൂല്യമായി ലഭിച്ച 7500 രൂപ മൂലധനമായി നിക്ഷേപിച്ചാണ് അദ്ദേഹം ഡിസി ബുക്സ് എന്ന സ്വന്തം പ്രസാധന കമ്പനി തുടങ്ങുന്നത്. ഏപ്രിലിൽ ടി. രാമലിംഗം പിള്ളയുടെ മലയാളം ശൈലീ നിഘണ്ടു ഡിസിയുടെ പ്രസാധക സ്ഥാപനത്തിൽനിന്ന് ആദ്യം പുറത്തുവന്നു. രാമലിംഗം പിള്ളയുടെ ഇംഗ്ലീഷ്-ഇംഗ്ലീഷ്-മലയാളം നിഘണ്ടുവിന് 3333 പേജാണ് ഉണ്ടായിരുന്നത്. ഡിസി ബുക്സിന്റെ ഗതിതന്നെ മാറ്റിയ സംരംഭമായിരുന്നു അത്. 1976 മാർച്ചിലായിരുന്നു പ്രകാശനം. ഒരു നിഘണ്ടുവിന്റെ ആദ്യപതിപ്പായി 11500 പ്രതികൾ അച്ചടിച്ചതും 11311 പേർ പ്രീപബ്ലിക്കേഷൻ വ്യവസ്ഥയിൽ അതു വാങ്ങിയതും പുസ്തകപ്രസാധന ചരിത്രത്തിലെ തകർക്കപ്പെടാത്ത റിക്കാർഡും തിരുത്തി എഴുതപ്പെടാത്ത ചരിത്രവുമാണ്. ഡിസി ബുക്സ് തുടങ്ങുമ്പോൾ ഡിസി കിഴക്കേമുറിയുടെ പ്രായം 60. അറുപതു വയസിൽ ഒരാൾ ഒരു സ്ഥാപനം തുടങ്ങി മഹാവിജയമാക്കിത്തീർത്തത് ഡിസിക്കുമാത്രം അവകാശപ്പെട്ടതാകാം. മരണത്തിനു തൊട്ടു മുമ്പുവരെ അതിന്റെ സാരഥിയും അദ്ദേഹം തന്നെയായിരുന്നു. ഇപ്പോൾ വർഷംതോറും ആയിരക്കണക്കിനു പുസ്തകങ്ങൾ പുറത്തിറക്കുന്ന ഇന്ത്യയിലെതന്നെ ഏറ്റവും വലിയ പ്രസാധക സ്ഥാപനങ്ങളിൽ ഒന്നായി ഡിസി ബുക്സ് മാറിക്കഴിഞ്ഞു. ഡിസി കിഴക്കേമുറിയുടെ മകൻ രവി ഡിസിയാണ് ഇപ്പോൾ

സ്ഥാപനത്തിന്റെ സാരഥി.

ഡിസി കിഴക്കേമുറിയെ തേടിയെത്തിയ പുരസ്കാരങ്ങൾക്കും അംഗീകാരങ്ങൾക്കും കണക്കില്ല. മുപ്പതോളം പുസ്തകങ്ങൾ അദ്ദേഹത്തിന്റെ രചനയിൽ പുറത്തിറങ്ങിയിട്ടുണ്ട്. 1999ൽ ഇന്ത്യാ ഗവൺമെന്റ് പദ്മഭൂഷൺ പുസ്കാരം നൽകി അദ്ദേഹത്തെ ആദരിച്ചു. 1914 ജനവരി 12ന് കാഞ്ഞിരപ്പള്ളിയിൽ ജനിച്ച അദ്ദേഹം 12 വർഷക്കാലം അധ്യാപകനായിരുന്നു. ഇന്ത്യൻ നാഷണൽ കോൺഗ്രസിന്റെ പ്രവർത്തകനായി സ്വാതന്ത്ര്യസമരത്തിൽ പങ്കെടുത്ത അദ്ദേഹം 1946-47 കാലത്ത് ജയിൽവാസവും അനുഭവിച്ചിട്ടുണ്ട്. കെ.എം. ചാണ്ടിയും കോട്ടയം ഭാസിയുമൊക്കെ അദ്ദേഹത്തിന്റെ സഹതടവുകാരായിരുന്നു. 1999 ജനവരി 26ന് ഡിസിയെന്ന രണ്ടക്ഷര പേരുകാരൻ കാലയവനികയ്ക്കുള്ളിൽ മറഞ്ഞപ്പോൾ ഡിസി കിഴക്കേമുറിയെന്ന ഭൗതികമനുഷ്യനേ ഇല്ലാതായുള്ളൂ. അക്ഷരനഗരിയെ തട്ടകമാക്കി അക്ഷരങ്ങളിലൂടെ, പുസ്തകങ്ങളിലൂടെ വിജയഗാഥ രചിച്ച ഡിസി ഇന്നും നമ്മുടെ ഇടയിൽ ജീവിക്കുന്നു.

●

മാനവികതയുടെ സ്പന്ദനം കേൾപ്പിച്ച എഴുത്തുകാരൻ

ആധുനികതയുടെ കാലത്ത് എഴുത്തിലേക്കു കടന്നുവന്ന സി. രാധാകൃഷ്ണന് 2018ൽ എഴുത്തച്ഛൻ പുരസ്കാരം ലഭിച്ചപ്പോൾ അത് ആ പ്രതിഭയ്ക്കുള്ള അംഗീകാരമായി. മലയാള സാഹിത്യം, പ്രത്യേകിച്ച് നോവൽ സാഹിത്യം അസ്തിത്വവാദത്തിനു ചുറ്റും വട്ടം കറങ്ങിയിരുന്ന സമയത്ത് ദാർശനിക ദുരൂഹതയെ പാടേ തള്ളിക്കളഞ്ഞിടത്താണ് ചക്കുപുരയ്ക്കൽ രാധാകൃഷ്ണൻ എന്ന സി. രാധാകൃഷ്ണൻ തന്റെ ഇരിപ്പിടം ഉറപ്പിക്കുന്നത്. സാധാരണക്കാർക്കു വളരെ എളുപ്പത്തിൽ വായിച്ചുപോകാവുന്നത്ര അയത്നലളിതമായ ഭാഷയാണ് അദ്ദേഹത്തിന്റെ ആദ്യനോവലുകളായ കണ്ണിമാങ്ങകളിലും അഗ്നിയിലുമുള്ളത്. ഗ്രാമജീവിതത്തിന്റെ പശ്ചാത്തലത്തിലെഴുതിയ ഈ നോവലുകളിൽനിന്നു വളരെ വേഗത്തിലാണ് അദ്ദേഹം മഹാനഗരത്തിന്റെ പശ്ചാത്തലത്തിലുള്ള കഥകളിലേക്കു മാറുന്നത്. ഈ മാറ്റത്തിന്റെ രസതന്ത്രം രാധാകൃഷ്ണന്റെ നോവലുകളെ സവിശേഷമായി അടയാളപ്പെടുത്തുന്നു. കഴിഞ്ഞ 50 വർഷമായി തിരയടങ്ങാത്ത സാഗരംപോലെ അദ്ദേഹത്തിന്റെ രചനകൾ മലയാള സാഹിത്യത്തിൽ സജീവമായി നിലനിൽക്കുന്നു.

സി. രാധാകൃഷ്ണനെ സാഹിത്യകാരൻ എന്നു വിശേഷിപ്പിച്ചാൽ അത് ആ പ്രതിഭയ്ക്കുള്ള പൂർണമായ അംഗീകാരമാവില്ല. കഥകളും നോവലുകളും ലേഖനങ്ങളും ശാസ്ത്രനിരീക്ഷണങ്ങളും വേദാന്തദർശനങ്ങളുമെഴുതുന്ന ഒരാളെങ്ങനെ സാഹിത്യകാരൻ മാത്രമാവും? എഴുത്തുകാരന്റെ മേൽക്കുപ്പായത്തിനു പുറത്ത് അദ്ദേഹം ഒരു ആശയ ഉത്പാദകനും ദാർശനികനും ശാസ്ത്രകാരനും കൂടിയാവുന്നു.

വൈവിധ്യവും വൈചിത്ര്യവും നിറഞ്ഞ കഥകളും കഥാപാത്രങ്ങളും സൃഷ്ടിക്കുന്ന രാധാകൃഷ്ണൻ ചെറുനോവലുകളിൽനിന്നു ബൃഹത് ആഖ്യായികകളിലേക്കു ചുവടുമാറ്റിയതും വായനക്കാർക്കു പുതുമയായി. കണ്ണിമാങ്ങകളിൽ തുടങ്ങി പുഴ മുതൽ പുഴ വരെ, എല്ലാം മായ്ക്കുന്ന കടൽ തുടങ്ങിയ നോവലുകൾവരെ ചെറുനോവലുകളാണ് അദ്ദേഹം എഴുതിയിരുന്നത്. 'സ്പന്ദമാപിനികളേ നന്ദി'യിലേക്കെത്തുമ്പോൾ കൃതിയുടെ വലിപ്പം കൂടി. ജീവിതത്തെ യാഥാർഥ്യബോധത്തോടെ സമീപിച്ചുകൊണ്ടുള്ള ജീവിതാഖ്യായികകളാണു രാധാകൃഷ്ണന്റെ നോവലുകൾ. പുള്ളിപ്പുലികളും വെള്ളിനക്ഷത്രങ്ങളും, മുൻപേ പറക്കുന്ന പക്ഷികൾ, കരൾ പിളരും കാലം, ഇനിയൊരു നിറകൺചിരി തുടങ്ങിയ നോവലുകളെല്ലാം ഇതിനുദാഹരണങ്ങളായി നമ്മുടെ മുന്നിലുണ്ട്. ഒരു പ്രദേശത്തിന്റെ പശ്ചാത്തലം പറയുന്നതിലൂടെ അദ്ദേഹം പറഞ്ഞുവയ്ക്കുന്നതു നമ്മുടെ രാജ്യത്തിന്റെ സാംസ്കാരിക ചരിത്രം കൂടിയാണ്.

രാധാകൃഷ്ണന്റെ ഏതു നോവലെടുത്തു നോക്കിയാലും മാനവികതയുടെ സന്ദേശം ഉൾക്കൊള്ളുന്നവയാണ് അവയെന്നു ബോധ്യപ്പെടും. അത്രമാത്രം ജാഗ്രതയോടെയാണ് അദ്ദേഹം ഓരോ കഥാപാത്രത്തെയും സൃഷ്ടിക്കുക. എല്ലാം മായ്ക്കുന്ന കടലിലെ മരണം കാത്തു കിടക്കുന്ന മുത്തച്ഛൻ കഥാപാത്രം അദ്ദേഹത്തിന്റെ കൃതികളിലെ മാനവികതയുടെ ഉയരം കാട്ടിത്തരുന്നു.

തന്റെ കൊച്ചുമകനായ അപ്പുവിന്റെ സാമീപ്യത്തിനുവേണ്ടിയാണ് മുത്തച്ഛൻ ശങ്കരൻ നായർ കാത്തിരിക്കുന്നത്. ജീവിതത്തെ പ്രത്യാശയോടെ സമീപിക്കണമെന്ന് ഈ നോവലിലെ ഓരോ കഥാപാത്രവും വായനക്കാരനോടു മന്ത്രിച്ചുകൊണ്ടിരിക്കുന്നു. പ്രകൃതിയിൽനിന്ന്

ഊർജം ഉൾക്കൊണ്ടാണ രാധാകൃഷ്ണന്റെ എഴുത്ത് എന്ന പറഞ്ഞാൽ അതിൽ അതിശയോക്തിയില്ല.

ഒരിക്കൽ അദ്ദേഹംതന്നെ അതിനെക്കുറിച്ച് പറഞ്ഞതിങ്ങനെ: എന്നെ സംബന്ധിച്ചിടത്തോളം പ്രകൃതി എന്നും പ്രസാദാത്മകമാണ്. പ്രകൃതി എന്നും നമുക്ക തരുന്നത് ആനന്ദമാണ്. അക്കാരണത്താൽ തന്നെ ജീവന്റെ തനതായ സ്വഭാവം ആനന്ദമാണെന്ന പറഞ്ഞാലും കുഴപ്പമില്ല. പ്രപഞ്ചത്തെ ആനന്ദമയമാക്കുകയാണ മനുഷ്യജീവിതലക്ഷ്യം. എഴുത്തിൽ ഭാവനയ്ക്കും ദാർശനികതയ്ക്കും മാത്രമല്ല സ്ഥാനമെന്ന രാധാകൃഷ്ണന നന്നായറിയാമായിരുന്നു.

ശാസ്ത്രവും സാങ്കേതികവിദ്യയും ഒരു വശത്തും ജീവിതവും ദർശനങ്ങളും മറുവശത്തുമായി നിന്ന നടക്കുന്ന യുദ്ധമാണ പലപ്പോഴും രാധാകൃഷ്ണന്റെ നോവലുകൾ വായിച്ചാൽ നമുക്ക് അനുഭവപ്പെടുക. ഒടുവിൽ പോരാട്ടവും സംഘർഷങ്ങളും അവസാനിപ്പിച്ച് രണ്ടു വിഭാഗങ്ങളും സൗഹൃദത്തിലാകുന്നതും വായനക്കാർ കാണുന്നു.

മലയാളഭാഷയുടെ പിതാവായ തുഞ്ചത്തെഴുത്തച്ഛന്റെ ജീവിതകഥയെ ആധാരമാക്കി രചിച്ച 'തീക്കടൽ കടഞ്ഞ് തിരുമധുരം' എന്ന നോവലാണ് സി. രാധാകൃഷ്ണന്റെ മാസ്റ്റർപീസെന്ന് അനുവാചകരും നിരൂപകരും വിലയിരുത്തുന്നു. ഇതിൽ എഴുത്തച്ഛന്റെ ജീവിതം മാത്രമല്ല ഉള്ളത്. മറിച്ച്, വെട്ടത്തുനാടിനെയും വള്ളുവനാടിനെയും സാമൂതിരി്യൂനാടിനെയും ഉൾപ്പെടുത്തിക്കൊണ്ടു കേരളത്തിന്റെ 16 -ാം നൂറ്റാണ്ടിലെ ചരിത്രമായി ഈ നോവൽ മാറുന്നു. എല്ലാ അർഥത്തിലും അനുപമമായ ഒരു ജീവിതാഖ്യായികയായും ചരിത്രാഖ്യായികയായും "തീക്കടൽ കടഞ്ഞ് തിരുമധുരം' മാറുന്നു. ഈ നോവൽ ഇന്ത്യയിലെ വിശിഷ്ട പുരസ്കാരങ്ങളിലൊന്നായ മൂർത്തീദേവി പുരസ്കാരത്തിന് അദ്ദേഹത്തെ അർഹനാക്കുകയും ചെയ്തു.

വർത്തമാനകാലത്ത് ശാസ്ത്രത്തിന്റെ നേട്ടങ്ങളെ തമസ്കരിച്ചുകൊണ്ട് അന്ധവിശ്വാസങ്ങളിലേക്കും അസഹിഷ്ണുതയിലേക്കും മതവൈരത്തിലേക്കും സമൂഹം വഴിമാറി നടക്കുമ്പോൾ, ശാസ്ത്രത്തിന്റെ ശരികളുടെ കവാടങ്ങൾ തുറക്കാനുള്ള കർത്തവ്യവും ഈ എഴുത്തുകാരൻ ഏറ്റെടുക്കുന്നു.

ശാസ്ത്രം ആർക്കുവേണ്ടിയാണെന്ന സ്വയം ചോദിക്കുകയും ഉത്തരത്തിൽ നിന്ന് ജനങ്ങൾക്കു വേണ്ടിയാണെന്ന നിലപാടിൽ എത്തിച്ചേരുകയുമാണ് അദ്ദേഹം ചെയ്യുന്നത്. അതിനായി സി. രാധാകൃഷ്ണൻ തെരഞ്ഞെടുത്ത ഒരു മാർഗം കൂടിയാണ് സർഗാത്മക രചനകൾ.

●

മനുഷ്യസ്നേഹിയായ മഹാമനീഷി

അതിരു കാക്കും മലയൊന്നു തുടുത്തേ
തുടുത്തേ തക തക തക താ
അങ്ങ് കിഴക്കത്തെ ചെന്താമര കുളിരിന്റെ
ഈറ്റില്ല തറയില്
പേറ്റ് നോവിന് പെരാറ്ററവ ഉരുകി ഒലിച്ചേ
തക തക താ

(സർവകലാശാല)

കാവാലം അരങ്ങൊഴിയുമ്പോൾ (2016, ജൂൺ 26) നഷ്ടമാകുന്നത് സംസ്കാരത്തിന്റെയും സാഹിത്യത്തിന്റെയും കലയുടെയും വളർച്ചയ്ക്കായി അവതാരമെടുത്ത മനുഷ്യസ്നേഹിയായ മഹാമനീഷിയെയാണ്. കലാകാരൻ എന്ന നിലയിൽ എത്ര ഉയരത്തിലെത്തിയിട്ടും സ്വന്തം നാട്ടും നാട്ടുപാരമ്പര്യങ്ങളും ഉപേക്ഷിച്ച് ജീവിതത്തിന്റെ അർത്ഥതലങ്ങൾ തേടാൻ അദ്ദേഹം ഒരിക്കലും ശ്രമിച്ചിരുന്നില്ല. പുതുതായി നടത്തുന്ന ഏതൊരു രചനയിലും അദ്ദേഹം തന്റെ നാടിനെയും പാരമ്പര്യത്തെയും പുതുമയോടെ പുനരാവിഷ്കരിച്ചുകൊണ്ടിരുന്നു. ഒരോ തവണയും തന്റെ ഗ്രാമത്തിലേക്കും ഭാഷയിലേക്കും ചേർന്നുനിൽക്കാൻ അദ്ദേഹത്തെ പ്രേരിപ്പിച്ച കാരണത്തെക്കുറിച്ച് അദ്ദേഹം തന്നെ എക്കാല യവ്വനം എന്ന കവിതയിൽ പറയുകയുണ്ടായി.

സ്വതഃസിദ്ധമായുള്ളിലൊഴുകുമെൻ ഗ്രാമീണ
ശുദ്ധമാം തേനിമ്പസത്തിലെൻ കർമങ്ങൾ
നിത്യം നിഴലിട്ടു; ഞാനാം തനിമത
ന്നർത്ഥവും വാക്കുമായമ്മയും ഗ്രാമവും
(എക്കാല യവ്വനം)

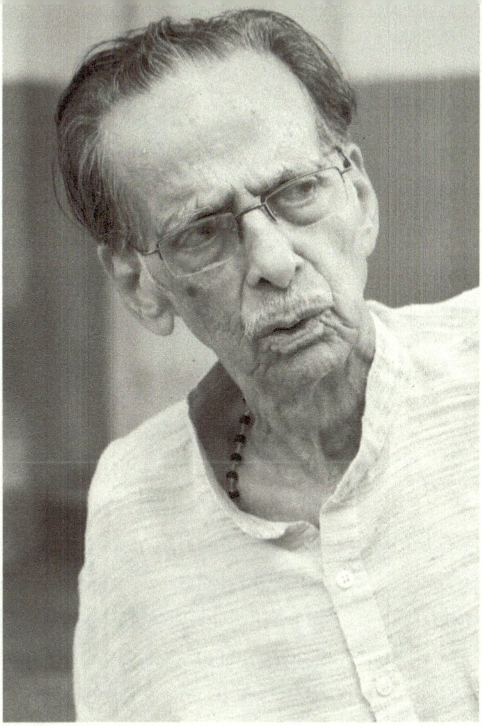

പ്രകൃതിയുടെ താളത്തെക്കുറിച്ച്...

തന്റെ ജന്മസ്ഥലമായ കാവാലത്തെക്കുറിച്ച് പറയുമ്പോൾ അദ്ദേഹത്തിനു നൂറു നാവായിരുന്നു. തന്റെ ഗാനങ്ങളിലും സംഗീതത്തിലും കടന്നുവന്ന താളത്തെ സ്വാധീനിച്ചത് കാവാലത്തെ പ്രകൃതിയുടെ താളവും സംഗീതവുമാണെന്നാണ് അദ്ദേഹം പറഞ്ഞത്. തന്റെ അമ്മ കഴിഞ്ഞാൽ കാവാലം അദ്ദേഹത്തിന്റെ വളർത്തമ്മയായിരുന്നു. കാവാലത്തിന്റെ ജീവിതത്തെ സ്വാധീനിച്ച അനുഭവങ്ങളും അനുഭൂതികളും പകർന്നു നൽകുന്നതിൽ കാവാലം എന്ന ഗ്രാമം വലിയ പങ്കുവഹിച്ചു. കാവാലത്തെ പ്രകൃതിയുമായും മണ്ണുമായും അദ്ദേഹത്തിന്റെ ജീവിതത്തിന് അഭേദ്യമായ ബന്ധമുണ്ട്. കാവാലം എന്ന ഗ്രാമമില്ലായിരുന്നുവെങ്കിൽ കാവാലം നാരായണപ്പണിക്കർ എന്ന നാടകാചാര്യൻ ഉണ്ടാവുമായിരുന്നില്ലെന്നു പറഞ്ഞാൽ അതിശയോക്തി ഉണ്ടാവില്ല. കാവാലവും ഇക്കാര്യം ശരിവച്ചിട്ടുണ്ട്.

പ്രകൃതിയെയും മണ്ണിനെയും മറക്കുന്നവരോടു പൊറുക്കില്ല

ഇന്നത്തെ തലമുറ പൊള്ളയായ ജീവിതമാണ് നയിക്കുന്നതെന്നതിൽ കാവാലം എന്നും ദുഃഖിതനായിരുന്നു. മണ്ണിൽനിന്നും പ്രകൃതിയിൽനിന്നും പുതുതലമുറ അകന്നുപോകുന്നതിൽ അദ്ദേഹം എന്നും വിലപിച്ചിരുന്നു. മണ്ണുകൊണ്ടുള്ള ഉപയോഗം എന്താണെന്നു ചോദിച്ചാൽ ഇന്ന് ഉത്തരം പറയാനറിയാവുന്ന ആരുമില്ല. അത്രമാത്രം ഇന്നത്തെ യുവസമൂഹം മണ്ണിൽനിന്ന് അകന്നുകഴിഞ്ഞതയി അദ്ദേഹം ഒരിക്കൽ പറഞ്ഞു. ഇന്ന് നമുക്ക് മൂന്നു നേരവും ഭക്ഷണം കഴിക്കണമെങ്കിൽ നമുക്ക് അന്യദേശക്കാരെ ആശ്രയിക്കണം. പുറത്തുനിന്നു വാങ്ങുന്ന പച്ചക്കറികളിൽ വിഷം കലർത്തിയാണ് വിപണിയിലെത്തിക്കുന്നത്. ഇത് അറിയാമെങ്കിലും മറ്റു മാർഗങ്ങളില്ലാത്തതിനാൽ അവ വാങ്ങിക്കഴിക്കേണ്ട വലിയ ദുരന്തത്തിലാണ് മലയാളികളെന്നതിൽ അദ്ദേഹം എന്നും ആശങ്കാകുലനായിരുന്നു.

സമൂഹത്തിലെ പൊള്ളത്തരങ്ങൾക്കെതിരേ നടത്തിയ പോരാട്ടം

കാവാലം നാരായണപ്പണിക്കർ ഒരു വിപ്ലവകാരിയായ എഴുത്തുകാരനല്ല. അദ്ദേഹത്തിന്റെ നാടകങ്ങളും കവിതകളും സമീപഭാവിയിൽ സാമൂഹിക പരിഷ്കരണമോ പരിവർത്തനമോ ലക്ഷ്യമാക്കിയുള്ളതുമല്ല. എങ്കിലും സമൂഹത്തിലെ കൊള്ളരുതായ്മകൾക്കും അനീതിക്കുമെതിരേ ശക്തമായ നിലയിൽ അവ ഇടപെടുന്നുണ്ട്. സമൂഹത്തോട് കാര്യങ്ങൾ നേരിട്ട് പറയുന്ന രീതി കാവാലത്തിനില്ലായിരുന്നു. നാടകവും കവിതയും അത്തരത്തിൽ ഉപയോഗിക്കേണ്ട മാധ്യമമല്ല എന്നായിരുന്നു അദ്ദേഹത്തിന്റെ കാഴ്ചപ്പാട്. രാഷ്ട്രീയവും സാംസ്കാരിവുമായ വിഷയങ്ങൾ നേരിട്ട് ചർച്ച ചെയ്യുന്ന നിരവധി മാധ്യമങ്ങളുള്ള നാട്ടിൽ നാടകവും കവിതയും അതല്ല ചെയ്യേണ്ടതെന്ന് അദ്ദേഹത്തിന്റെ കൃതികൾ നമുക്കു ബോധ്യപ്പെടുത്തി തരുന്നു. ജീവിതമൂല്യങ്ങളെകുറിച്ച് സംസാരിക്കാനും അവയെ പുതുതലമുറയ്ക്കു പകർന്നുനൽകാനും ആളില്ലാതാവുന്ന കാലത്താണ് താൻ ജീവിക്കുന്നതെന്ന ഉത്തമ ബോധ്യമായിരുന്നു അദ്ദേഹത്തിനുണ്ടായിരുന്നത്. അതുകൊണ്ടുതന്നെ ജീവിതമൂല്യങ്ങളെക്കുറിച്ചാണ് അദ്ദേഹത്തിന്റെ നാടകങ്ങളും കവിതകളും സംവദിച്ചിരുന്നതും. അദ്ദേഹം തന്റെ നാടകങ്ങൾക്ക് വിഷയങ്ങൾ തെരഞ്ഞെടുത്തിരുന്നത് ഇതിഹാസങ്ങളിൽനിന്നായിരുന്നു. വെറുതെ ഒരു ഇതിഹാസകഥ പറയുകയായിരുന്നില്ല അദ്ദേഹത്തിന്റെ ലക്ഷ്യം. മറിച്ച്, വർത്തമാനകലത്തെ അതിലേക്കു ബന്ധിപ്പിക്കുകയായിരുന്നു. ഒരോ നാടകത്തിലും കാലത്തിന്റെ വ്യാഖ്യാനമാണ് അദ്ദേഹം നടത്തിയത്.

രാഷ്ട്രീയമുണ്ട്; പക്ഷേ, കക്ഷിരാഷ്ട്രീയമല്ല

കാവാലം നാരായണപ്പണിക്കർക്ക് രാഷ്ട്രീയമുണ്ടായിരുന്നു. രാഷ്ട്രീയ വീക്ഷണവും. പക്ഷേ, അത് ഏതെങ്കിലുമൊരു രാഷ്ട്രീയപ്പാർട്ടിയുടെ പേരിൽ ഒതുക്കിനിറുത്താൻ കഴിയില്ല. അങ്ങനെ ആകണമെന്ന് അദ്ദേഹവും ആഗ്രഹിച്ചിരുന്നില്ല. ആർക്കു വോട്ട് ചെയ്യണം, ഏതു പാർട്ടിക്കു വോട്ട് നൽകണം എന്നത് കാലികമായ അവസ്ഥാന്തരങ്ങളെ അനുസരിച്ചു മാത്രമാണ് തീരുമാനിച്ചിരുന്നതെന്ന് അദ്ദേഹം വ്യക്തമാക്കി. ഏതെങ്കിലുമൊരു രാഷ്ട്രീയപ്പാർട്ടിയുടെ പേരിൽ അറിയപ്പെടാൻ ആഗ്രഹിക്കാത്ത അപൂർവം കലാകാന്മാരിൽ ഒരാളായിരുന്നു അദ്ദേഹം. അതിന് അദ്ദേഹത്തിനു വ്യക്തമായ കാരണങ്ങളുമുണ്ടായിരുന്നു. രാഷ്ട്രീയബോധം മനുഷ്യനെ തിരിച്ചറിയാനുള്ളതാണ്. അല്ലാതെ നശിപ്പിക്കാനുള്ളതല്ല. ജാതിയും മതവും രാഷ്ട്രീയവും ഇന്നു

മനുഷ്യനെ വേർതിരിക്കുന്ന അതിരുകളായി മാറുന്നു. ഇതു ശരിയല്ല. ഇത്തരത്തിൽ സമൂഹത്തെ വിവിധ കള്ളികളായി തിരിക്കുന്നത് ഇന്നലെ വരെ നമ്മൾ നേടിയിരുന്ന വിദ്യാഭ്യാസത്തെയും മൂല്യങ്ങളെയും സംസ്കാരത്തെയും ഇല്ലാതാക്കുന്ന പ്രവൃത്തിയാണെന്ന് അദ്ദേഹം ഉറച്ച് വിശ്വസിച്ചിരുന്നു. അതുകൊണ്ടാണ് അദ്ദേഹം തന്റെ നാടകങ്ങളിലൂടെയും കവിതകളിലൂടെയും മനുഷ്യരെ വിഭജിക്കുന്ന ചിന്തകൾക്കെതിരേ പോരാടിയതും.

സെക്കുലറിസത്തിലെ അർഥശൂന്യത

ജാതിക്കും മതത്തിനും വിശ്വാസത്തിനും അതീതമായി മനുഷ്യനെ കാണാനായാലേ സെക്കുലർ എന്ന വാക്കിന് അർഥമുണ്ടാവുന്നുള്ളൂ. അത്തരത്തിൽ സെക്കുലർ എന്ന വാക്കിന് അർഥം നഷ്ടപ്പെട്ട കാലമാണിതെന്ന് കാവാലം ഇടയ്ക്കിടെ നമ്മളെ ഓർമപ്പെടുത്തിയിരുന്നു. മതനിരപേക്ഷരാണെന്നു പറയുകയും അതിനു വിപരീതമായി പ്രവർത്തിക്കുകയും ചെയ്യുന്നവരാണ് ഇന്ന് ബഹുഭൂരിപക്ഷം ആളുകളുമെന്ന് അദ്ദേഹം അർഥശങ്കയ്ക്കിടയില്ലാത്ത വിധം വ്യക്തമാക്കിയിരുന്നു. ജനാധിപത്യം വിജയിക്കണമെങ്കിൽ ജാതി മത രാഷ്ട്രീയ ചിന്തകൾക്കപ്പുറത്ത് മനുഷ്യനെ മനുഷ്യനായിക്കാണാൻ കഴിയണം എന്ന് അദ്ദേഹം ഉറച്ച് വിശ്വസിച്ചിരുന്നു.

അനുഭവങ്ങളിൽനിന്ന് ഊർജമുൾക്കൊണ്ടുള്ള രചന

കാവാലത്തിന്റെ കവിതയും നാടകങ്ങളും അടിസ്ഥാനപരമായി അനുഭവത്തിന്റെ അടിത്തറയിൽനിന്ന് രചിക്കപ്പെട്ടതാണ്. അദ്ദേഹത്തിന്റെ രചനകളിലൂടെ കടന്നുപോകുമ്പോൾ വായനക്കാരനു കാണാൻ കഴിയുന്ന കാര്യം സമൂഹത്തിന്റെ ഭാഗം തന്നെയാണ് താനെന്ന പൂർണബോധ്യത്തിൽനിന്ന് എഴുതുന്ന ഒരു എഴുത്തുകാരനെയാണ്. ഉപജീവന മേഖലയും പ്രവർത്തനമേഖലയും സാമൂഹിക മണ്ഡലത്തിലാണെന്നു വിശ്വസിക്കുന്ന ഒരു എഴുത്തുകാരനെയാണ് കാവാലത്തിൽ നമുക്കു കാണാനാവുക. അത് അങ്ങനെതന്നെയാണെന്ന് അദ്ദേഹം വിശ്വസിക്കുകയും ചെയ്തിരുന്നു. അതുകൊണ്ടുതന്നെയാണ് പ്രാദേശികമായ വാക്കുകളും പ്രയോഗങ്ങളും അദ്ദേഹത്തിന്റെ കവിതകളിലും ഗാനങ്ങളിലും കടന്നുകൂടിയതും.

സോപാനം; കൂട്ടായ്മയുടെ ഇടം

കാവാലത്തിന്റെ വീടിനോടു ചേർന്നു പ്രവർത്തിക്കുന്ന 'സോപാനം' നാടകക്കളരി ശരിക്കും ഒരു കൂട്ടായ്മയുടെ ഇടമാണ്. അവിടെനിന്ന് നാടകങ്ങൾ ജനിക്കുക മാത്രമല്ല. പുത്തൻ നാടകപരീക്ഷണങ്ങളുടെ

വേദിയാവുക കൂടിയായിരുന്നു. ചിലപ്പോൾ പാരമ്പര്യത്തിലൂന്നിയുള്ള നാടകങ്ങളാണ് അവിടെനിന്നു വേദിയിലെത്തിയിരുന്നതെങ്കിൽ മറ്റു ചിലപ്പോൾ നാടകത്തിന്റെ എല്ലാ ചിട്ടവട്ടങ്ങളെയും ഉല്ലംഘിക്കുന്ന നാടകങ്ങളും പിറവിയെടുത്തു. എല്ലാ ദിവസവും ഏറ്റവും കുറഞ്ഞത് 20 പേർ നാടകത്തെക്കുറിച്ചു മാത്രം ചർച്ച ചെയ്യാനായി സോപാനത്തിലെത്തും. പക്ഷേ, ചർച്ചയുടെ വിഷയം നാടകത്തിൽനിന്നു കടന്ന് കവിതയും നാടൻപാട്ടുകളുമായി മാറുന്ന രസതന്ത്രവും അവിടെ കാണാം. സോപാനത്തിലെത്തുന്ന ഓരോരുത്തരും വ്യത്യസ്ത തലത്തിലുള്ളവരാണ്. അവിടെ ഗുരുവും ശിഷ്യന്മാരുമില്ല. കാവാലം അവിടെ എത്തുന്നത് ശിഷ്യന്റെ രൂപത്തിലായിരിക്കും. സോപാനത്തിൽ നാടകം ചർച്ച ചെയ്യാനായി എത്തുന്നവരിൽ ഒരാളായി നാടകത്തെക്കുറിച്ചുള്ള പുതിയ പാഠങ്ങൾ പഠിക്കാൻ അദ്ദേഹവുമുണ്ടാകും. കാവാലത്തിൽനിന്നു നാടകം പഠിക്കാൻ സോപാനത്തിലെത്തിയ, പുതിയ നാടക സങ്കേതങ്ങളെക്കുറിച്ച് അദ്ദേഹത്തെ പഠിപ്പിച്ച ശിഷ്യന്മാരെക്കുറിച്ച് കാവാലം തന്നെ നിരവധി തവണ എഴുതിയിട്ടുണ്ട്. സോപാനത്തിൽനിന്നു നാടകങ്ങൾ മാത്രമല്ല പിറവിയെടുത്തിട്ടുള്ളത്. സംഗീതത്തെക്കുറിച്ചും മോഹിനിയാട്ടത്തെക്കുറിച്ചും പഠിക്കുക, നാടകത്തിന്റെ കളിയൊരുക്കങ്ങൾ നടത്തുക തുടങ്ങിയ കാര്യങ്ങൾ സോപാനത്തിൽ സ്ഥിരമായി നടന്നിരുന്നു.

സഹപ്രവർത്തകരും സൗഹൃദവും കലാകാരനാക്കി

സഹപ്രവർത്തകരും വിപുലമായ സൗഹൃദവുമാണ് കാവാലത്തിലെ കലാകാരനെ വളർത്തിയത്. ലോകത്തിന്റെ പല ഭാഗങ്ങളിലെയും കലാകാരന്മാരുമായും കവികളുമായും വലിയ സുഹൃദ്ബന്ധം അദ്ദേഹത്തിനുണ്ടായിരുന്നു. അവരോടൊപ്പം പഠിച്ചും പഠിപ്പിച്ചും കഴിയാനുള്ള അവസരം അദ്ദേഹത്തിനു ലഭിച്ചു. അവരോട് അദ്ദേഹത്തിന്റെ സമീപനവും വളരെ പ്രധാനപ്പെട്ട ഒരു ഘടകമായിരുന്നു. ലോകത്തിൽ എവിടെയായാലും നാടകത്തിന് ഒരേ ഘടനയും ഭാവവുമാണെന്ന് അദ്ദേഹം മനസിലാക്കിയിരുന്നു. സോപനത്തിലെത്തിയിരുന്നവരോട് എങ്ങനെ പെരുമാറിയിരുന്നുവോ അങ്ങനെ തന്നെ അദ്ദേഹം വിദേശസുഹൃത്തുക്കളോടും പെരുമാറി. ആരും അന്യരല്ല എന്ന ബോധമാണ് അദ്ദേഹത്തെ മുന്നോട്ടു നയിച്ചിരുന്നത്. സോപാനത്തിന്റെ പൊതുസവിശേഷതയും അതായിരുന്നു. അവിടെ വരുന്നവരിൽ ഉച്ചയ്ക്കു ഭക്ഷണം കൊണ്ടുവരുന്നവരും കൊണ്ടുവരാത്തവരുമുണ്ടാകും. ഭക്ഷണം കൊണ്ടുവരാത്തവർ കാവാലത്തിനൊപ്പം വീട്ടിൽനിന്നു ഭക്ഷണം കഴിക്കണമെന്ന് അദ്ദേഹത്തിനു

നിർബന്ധമുണ്ടായിരുന്നു. വ്യക്തികളെ പരസ്പരം അറിയാനും അടുക്കാനും സ്വന്തം സഹോദരങ്ങളെപ്പോലെ കരുതാനും കാവാല ത്തിന് അനന്യസാധാരണമായ കഴിവുണ്ടായിരുന്നു. അന്യോന്യം സ്നേഹവും വിശ്വാസവുമൊക്കെയുള്ള ഒരു വലിയ കുടുംബമായിരു ന്നു സോപാനം.

നാടകത്തിന്റെ അടിത്തറ നാട്യശാസ്ത്രം

കാവാലത്തിന്റെ നാടകത്തെക്കുറിച്ച് ചോദിച്ചാൽ ആദ്യം പറയുക നാട്യശാസ്ത്രത്തിൽ അധിഷ്ഠിതമായ നാടകം എന്നായിരിക്കും. അത് പൂർണമായ അർഥത്തിൽ നാടകത്തിൽ വേണമെന്ന് നിർബന്ധമു ണ്ടായിരുന്ന അപൂർവം നാടകക്കാരനായിരുന്നു അദ്ദേഹം. നാട്യശാ സ്ത്രത്തിൽ പരാമർശിക്കുന്നതുപോലെ നാടകത്തിന്റെ ആത്മാവായി സംഗീതവും നൃത്തവും താളവും അദ്ദേഹത്തിന്റെ എല്ലാ നാടകങ്ങളി ലും കണ്ടെത്താനാവും. ഒരു നിർബന്ധ ബുദ്ധിയോടെ അദ്ദേഹം അത് നാടകത്തിൽ സന്നിവേശിപ്പിച്ചിരുന്നു.

മറ്റാർക്കുമില്ലാത്ത നാടകത്തനിമ

നാട്യശാസ്ത്രത്തിൽനിന്നു നാടകത്തിന്റെ താത്വികവും പ്രാ യോഗികവുമായ വശങ്ങൾ പഠിക്കാനും ശിഷ്യരെ പഠിപ്പിക്കാനും കാവാലത്തിനു കഴിഞ്ഞിരുന്നു. ഇന്ത്യയുടെ ക്ഷേത്രങ്ങളിലും മറ്റുമായി നിലനിൽക്കുന്ന അനുഷ്ഠാന കലകളിൽനിന്നും പ്രകടനകലകളിൽ നിന്നും രൂപപ്പെടുത്തിയെടുത്ത അനുഭവങ്ങളും അറിവുകളുമാണ് കാവാലത്തെ ഇത്തരത്തിലൊരു കാര്യത്തിനു പ്രാപ്തനാക്കിയത്. അതിൽ കേരളത്തിന്റെ സ്വന്തം കലാരൂപങ്ങളായ തെയ്യം, പടയണി, മുടിയേറ്റ് തുടങ്ങി കഥകളി വരെയെത്തി നിൽക്കുന്ന കലകളുടെ സ്വാധീനം പ്രത്യേകം എടുത്തുപറയേണ്ടതാണ്. കാവാലം പ്രതി നിധീകരിച്ചിരുന്ന നാടകപ്രസ്ഥാനത്തെ തനതു നാടകപ്രസ്ഥാനം എന്നു വിശേഷിപ്പിക്കുന്നതിനോട് കാവാലം വിയോജിച്ചിരുന്നു. കാരണം, തനതെന്ന പ്രയോഗത്തിന് സി.എൻ. ശ്രീകണ്ഠൻ നായരോടാണ് കടപ്പെട്ടിരിക്കുന്നത് എന്നതു കൊണ്ട്. സത്യത്തിൽ തന്റേത് പൂർണമായും തനത് നാടകപ്രസ്ഥാനമായിരുന്നുവെന്ന് അദ്ദേഹം പറയില്ല. വൈദേശികമായി നമ്മുടെ നാട്ടിലേക്കു കടന്നു വന്ന നാടക സങ്കൽപ്പങ്ങളിൽനിന്ന് നമ്മുടെ കലകളുടെ തനിമ നഷ്ട പ്പെടുത്താതെ നിലനിർത്തുക മാത്രമാണ് താൻ ചെയ്തത് എന്നാണ് അദ്ദേഹത്തിന്റെ പക്ഷം. അതിൽ വൈദേശിക നാടകസങ്കൽപ്പങ്ങൾ പിൻപറ്റിയിരുന്ന ചില പുതുമകളുമുണ്ടായിരുന്നു.

അതിർത്തിക്കപ്പുറത്തെ കാവാലം

നാടകത്തിന് ഒരു പ്രത്യേകതയുണ്ട്. അത് ഭാഷാതീതമാണ്. അതിനു മറ്റു തെളിവുകൾ തേടിപ്പോകേണ്ടതില്ല. കാവാലത്തിന്റെ നാടകങ്ങൾക്ക് വിദേശരാജ്യങ്ങളിൽ ലഭിച്ച സ്വീകാര്യ മാത്രം മതി അതു തെളിയിക്കാൻ. പഴയ സോവിയറ്റ് യൂണിയനിൽ ഭാസ നാടകങ്ങൾ അവതരിപ്പിക്കാൻ കാവാലത്തിനും സംഘത്തിനും അവസരം ലഭിച്ചിരുന്നു. അന്ന് വളരെ ചെറുപ്പക്കാരായ സദസാണ് അദ്ദേഹത്തിനു ലഭിച്ചത്. അവരാകട്ടെ സസൂക്ഷ്മം അദ്ദേഹത്തിന്റെ നാടകം വീക്ഷിക്കുന്നുണ്ടായിരുന്നു. പിന്നീട്, അവരിൽ പലരും അദ്ദേഹത്തിന്റെ നാടകരീതികളെ പിൻപറ്റുകയും ചെയ്തിരുന്നു. ലെനിൻഗ്രാഡിലും മോസ്കോയിലും അദ്ദേഹത്തിന്റെ നാടകങ്ങൾ കാണാൻ നിരവധി പ്രമുഖ കലാകാരന്മാരെത്തി. ലിത്വാനിയ, ലാത്വിയ തുടങ്ങിയ ബാൾട്ടിക് രാജ്യങ്ങളിലും അദ്ദേഹം തന്റെ നാടകങ്ങളുമായി സഞ്ചരിച്ചിട്ടുണ്ട്. മഹാഭാരതത്തിൽനിന്ന് സൃഷ്ടി ച്ചെടുത്ത കർണഭാരം എന്ന നാടകം പോലും ഈ രാജ്യങ്ങളിൽ വിപുലമായ സദസിനു മുന്നിൽ അവതരിപ്പിക്കുകയുണ്ടായി. വളരെ സങ്കീർണമായ രചനയും അവതരണവുമായിരുന്നിട്ടും അവർക്ക് കർണഭാരം വളരെ ആഴത്തിൽ ഉൾക്കൊള്ളാനായി. ജപ്പാനിലും അദ്ദേഹം നാടകം അവതരിപ്പിക്കുകയുണ്ടായി. നാടകത്തിനുശേഷം നാടകസംഘവുമായി തങ്ങൾക്ക് സംസാരിക്കാനുള്ള അവസരം വേണമെന്ന് കാണികൾ ആവശ്യപ്പെട്ടത് വളരെ വലിയ അദ്ഭുത മായിരുന്നുവെന്ന് കാവാലംതന്നെ ഒരിക്കൽ പറയുകയുണ്ടായി. വിദേ ശരാജ്യങ്ങളിൽ നാടകം അവതരിപ്പിച്ചപ്പോഴുണ്ടായ അനുഭവങ്ങൾ നാടകം ഭാഷാതീതമാണെന്നതിന് ഉത്തമ ഉദാഹരണമാണ്.

മലയാളനാടകത്തെക്കുറിച്ച് ആശങ്കപ്പെട്ടിരുന്ന മനസ്

ജീവിതത്തിൽനിന്ന് ഒരിക്കലും മാറ്റിനിർത്താനാവാത്ത കലാരൂപമാണ് നാടകം. അതുകൊണ്ട് മനുഷ്യൻ ജീവിച്ചിരിക്കു ന്നിടത്തോളം കാലം നാടകവും നിലനിൽക്കും. ഇക്കാരണത്താൽ നാടകത്തെക്കുറിച്ച് കാവാലത്തിനു വലിയ ആശങ്കകളില്ല. പക്ഷേ, മലയാള നാടകത്തിന്റെ സമീപകാലത്തെ അവസ്ഥ അദ്ദേഹത്തെ വല്ലാതെ ആശങ്കപ്പെടുത്തിയിരുന്നു. ജീവിതമാറ്റങ്ങൾക്കും സാമൂഹി കമാറ്റങ്ങൾക്കുമനുസരിച്ച് നാടകം മാറേണ്ടതുണ്ട്. പക്ഷേ, മലയാള നാടകം ആ മാറ്റങ്ങളോട് പുറംതിരിഞ്ഞു നിൽക്കുന്നതായി അദ്ദേഹം പലപ്പോഴും പറഞ്ഞിരുന്നു. ആ ആശങ്കകളെക്കുറിച്ച് അദ്ദേഹം പറഞ്ഞത് ഇങ്ങനെ:

“നമ്മൾ കാണുന്ന ലോകമേ ഭാവിയിലും ഉണ്ടാവുകയുള്ളൂ എന്നു കരുതരുത്. ഇന്നു നമ്മൾ ചെയ്യുന്ന കാര്യങ്ങൾ ഭാവിയിലേക്ക് ഗുണം ചെയ്യുമെങ്കിൽ അക്കാര്യങ്ങളെക്കുറിച്ചോർത്ത് സന്തോഷിക്കുക. പക്ഷേ, അപ്പോഴും നാടകത്തിന്റെ ഭാവിയെക്കുറിച്ച് ചിന്തിക്കേണ്ടിയിരിക്കുന്നു. അത് എങ്ങനെയും നിലനിന്നാൽ പോരാ. ജീവിതഗന്ധിയായിത്തന്നെ നിലനിൽക്കണം. പക്ഷേ, ഇപ്പോൾ നാടകങ്ങൾ ജീവിത യാഥാർഥ്യങ്ങളിൽനിന്ന് വളരെ അകന്ന് കെട്ടുകാഴ്ചകളാകുന്നോയെന്നു സംശയിക്കേണ്ടിയിരിക്കുന്നു. നാടകം നശിച്ചു, കവിത നശിച്ചു എന്നൊക്കെ പറയുന്നത് ശുദ്ധമായ ഭോഷ്കാണ്. മനുഷ്യൻ എന്ന ജീവിവർഗം അതിജീവിക്കുമെങ്കിൽ അവൻ ഉള്ളിടത്തോളംകാലം നാടകവും നിലനിൽക്കും. ലോകാരംഭം മുതൽ നാടകം ഉണ്ടായിരുന്നുവെന്ന് ഞാൻ വിശ്വസിക്കുന്നു. അതിനപ്പുറം എല്ലാവരും വിശ്വസിക്കുന്നു. അപ്പോൾ ലോകം നശിക്കുന്നതുവരെ അത് നിലനിന്നല്ലേ മതിയാവൂ.”

ഏകാന്തസഞ്ചാരത്തിന്റെ താഴ്‌വരകളിൽ

കോവിലൻ എന്ന എഴുത്തുകാരൻ ജീവിതത്തിൽനിന്നു പടിയിറങ്ങുമ്പോൾ (2010, ജൂൺ 2) നമുക്കു നഷ്ടമാകുന്നത് ആധുനികത എന്ന രചനാരീതി മലയാള സാഹിത്യത്തിൽ എത്തുന്നതിനുമുമ്പ് ആധുനികനായിരുന്ന എഴുത്തുകാരനെയാണ്.

മലയാള സാഹിത്യത്തിലെ പരിവർത്തന കാലഘട്ടം എന്നു വിശേഷിപ്പിക്കപ്പെടുന്ന 1970കളിൽ കാല്പനികതയ്ക്കും ദിവാസ്വപ്നങ്ങൾക്കും ബദലായി തീവ്ര റിയലിസത്തെ ഉയർത്തിക്കൊണ്ടു വന്ന സാഹിത്യപ്രതിഭകളിൽ പ്രഥമഗണനീയനാണു കോവിലൻ. കോവിലന്റെ കൃതികളിൽ ദുഃഖവും ആർദ്രതയും കരുണയും പ്രണയവുമൊക്കെ സാഹിത്യഭംഗി നിറഞ്ഞ വാക്കുകൾക്കൊണ്ടു തൊങ്ങലുക്കിയവയല്ല; മറിച്ച്, പരുക്കൻ യാഥാർഥ്യത്തിന്റെ ചൂടും ചൂരും നിറഞ്ഞവയാണ്.

1923ൽ ഗുരുവായൂരിനടുത്തു കണ്ടാണിശേരിയിൽ ജനിച്ച വി.വി. അയ്യപ്പൻ സ്കൂൾ പഠനകാലത്തുതന്നെ എഴുത്തിനോടു താത്പര്യം പ്രകടിപ്പിച്ചിരുന്നു. അഞ്ച്, ആറ് ക്ലാസുകളിൽ പഠിക്കുന്ന കാലത്തുതന്നെ വായനയെ ഗൗരവപൂർവം സമീപിച്ചു. ആശാന്റെ കൃതികളാണ് ആദ്യം വായിക്കുന്നത്. അന്ന് മനസിൽ കയറിക്കൂടിയ ആഗ്രഹമാണ് വലിയൊരു എഴുത്തുകാരനാവുക എന്നത്. എഴുതിത്തുടങ്ങിയത് കവിതകളാണ്. കാലം ചെല്ലുന്തോറും തന്റെ അനുഭവങ്ങളുടെ ചക്രവാളം വികസിപ്പിച്ചപ്പോഴാണ് തനിക്കു പറയാനുള്ളതെല്ലാം കവിതയിൽ ഒതുങ്ങില്ല എന്ന കാര്യം പിന്നീടു കോവിലനായി മാറിയ അയ്യപ്പൻ തിരിച്ചറിഞ്ഞത്. ആ തിരിച്ചറിവാണ് കോവിലനെ നോവലിലേക്കും ചെറുകഥയിലേക്കും നയിച്ചത്.

എഴുതിത്തുടങ്ങിയപ്പോൾ താൻ അനുഭവിച്ച അത്മസംഘർഷങ്ങളെക്കുറിച്ച് കോവിലൻ പറയുന്നതിങ്ങനെ: "എന്നിലെ എഴുത്തുകാരനോടു ഞാൻ പറഞ്ഞു, മലയാള സാഹിത്യം ദാ ഇവിടെവരെ എത്തിച്ചേർന്നിരിക്കുന്നു; ഇവിടെനിന്നാണ് നീ തുടങ്ങേണ്ടത്. ഇന്നലെ വരെ പിൻതുടരപ്പെട്ടിരുന്ന മാതൃകകളെ തിരസ്കരിക്കുകയോ പൊളിച്ചെഴുതുകയോ ചെയ്യുക എന്ന ദുഷ്കരമായ ദൗത്യമാണു നീ ഏറ്റെടുക്കേണ്ടത്."

താനനുഭവിച്ച ആത്മസംഘർഷങ്ങളെ തൂലികത്തുമ്പിലേക്ക് ആവാഹിച്ചെടുത്തപ്പോൾ കോവിലൻ മലയാള സാഹിത്യത്തിൽ സ്വന്തമായൊരു തട്ടകം സൃഷ്ടിക്കുകയായിരുന്നു. ജീവിതം വഴിമുട്ടിയപ്പോൾ പട്ടാളക്കാരന്റെ വേഷം കെട്ടിയപ്പോഴും തന്നിലെ എഴുത്തുകാരനെ സംരക്ഷിക്കാൻ കോവിലനു സാധിച്ചു.

പട്ടാളജീവിതം കോവിലനിലെ എഴുത്തുകാരനെ പരിപോഷിപ്പിക്കുന്നതിൽ വഹിച്ച പങ്ക് വളരെ വലുതാണ്. കോവിലന്റെ കൃതികൾക്ക് പട്ടാളക്കാരുടെ പരേഡിന്റെ അച്ചടക്കവും പരുക്കൻ ഭാവങ്ങളും നല്കിയതും ഈ പട്ടാള ജീവിതം തന്നെ.

തന്റെ കൃതികളെ പട്ടാളക്കഥകൾ എന്ന ചട്ടക്കൂടിനുള്ളിലേക്ക് ഇടിച്ചുകൊള്ളിക്കാൻ ശ്രമിച്ചവരോടെല്ലാം കലഹിക്കാൻ കോവിലൻ തയാറായി. പട്ടാളക്കാരന്റെ മാത്രമല്ല, മനുഷ്യസഹജമായ എല്ലാ വികാരങ്ങളെയും പ്രതിഫലിപ്പിക്കുന്നവരാണ് തന്റെ കഥാപാത്രങ്ങൾ. പാറപ്പുറവും നന്തനാരും എഴുതിയതിൽനിന്നു വ്യത്യസ്തമായാണ് താൻ എഴുതിയതെന്ന ഉറച്ച വിശ്വാസവും ഈ കലഹത്തിനു കാരണമാണെന്ന് കോവിലൻ വ്യക്തമാക്കിയിട്ടുണ്ട്.

അതീവ ജാഗ്രതയോടെ നടത്തേണ്ട ഒന്നാണ് എഴുത്ത് എന്ന് ഉറച്ചു വിശ്വസിച്ച കോവിലൻ തന്റെ എഴുത്തുരീതിയെക്കുറിച്ച് പറഞ്ഞതിപ്രകാരമാണ്: "ഞാനെഴുതിയതുപോലെ മറ്റൊന്ന് ഞാനെഴുതുകയില്ല. പാടില്ല. വലിയ തെറ്റാണത്. അങ്ങനെ ചെയ്താൽ എനിക്കു പണം കിട്ടുമായിരിക്കും. ഇവിടെ വായനക്കാർ കബളിപ്പിക്കപ്പെടുന്നു. ഒരേ കണക്കിൽ, ഒരേ കമ്മട്ടത്തിൽ സൃഷ്ടി നടത്തുക. അതു ഞാൻ

ചെയ്യുകയില്ല. കഥ തന്നെ ഒരേ പാറ്റേണിൽ നാലെണ്ണമെഴുതുമ്പോൾ എനിക്ക് അറയ്ക്കും. തലയിൽ കയറിയതു പോകുന്നതുവരെ പിന്നെ വലിയ വിഷമമായിരിക്കും. പിന്നെ പുതിയ എഴുത്തുരീതി സ്വീകരിക്കും. അപ്പോൾ വീണ്ടും എഴുതും."

താനെഴുതിക്കൂട്ടിയതെല്ലാം ഉത്തമസാഹിത്യമാണെന്നു മേനി പറയുന്ന എഴുത്തുകാരുടെ ഇടയിൽ ജീവിതത്തിലെ യാഥാർത്ഥ്യങ്ങളുടെ തെളിമയിൽ നിന്നുകൊണ്ടു ലോകത്തെ വീക്ഷിച്ച കോവിലൻ വ്യത്യസ്തനാകുന്നു. എൻ.വി. കൃഷ്ണവാരിയർ ഒരിക്കൽ കോവിലനെക്കുറിച്ചു പറഞ്ഞ വാക്കുകൾ മാത്രം മതി കോവിലനെന്ന പ്രതിഭയുടെ ആഴം മനസിലാക്കാൻ- "പുതിയ സാങ്കേതികരീതികളുപയോഗിച്ച് പുതിയ അനുഭൂതി മണ്ഡലങ്ങളെ ഈ പട്ടാളക്കാരൻ കടന്നാക്രമിച്ചു. ഫലമോ, നമ്മുടെ കഥാസാഹിത്യത്തിന്റെ അതിര് പെട്ടെന്നങ്ങു വലുതായി. മലയാളത്തിൽ മാത്രമായി ഒതുങ്ങിനില്ക്കേണ്ടവയല്ല ഈ കഥകൾ. ഭാരതവ്യാപകമായ ഒരു സാഹിത്യവും ആദ്യമായി മലയാളത്തിൽ സൃഷ്ടിച്ചതിനുള്ള ബഹുമതി കോവിലനാണ്. പട്ടാളത്തിന്റെ എല്ലാ ഞരമ്പും മാംസവുമാണ് ആ കഥകൾ."

സാഹിത്യരചന തനിക്ക് വളരെ ആയാസകരമായ ഒരു കാര്യമായിരുന്നെന്ന് കോവിലൻ വ്യക്തമാക്കുന്നു. ഒരു കഥ എഴുതുമ്പോൾത്തന്നെ കുറെ ആവശ്യമില്ലാത്ത ചിന്തകളും കടന്നുവരും. അതെല്ലാം ചേർത്ത് എഴുതേണ്ടിവരും. കാരണം, തലച്ചോറിൽ നിന്നു കഥയുമായി ബന്ധപ്പെട്ട എല്ലാ ചിന്തകളും പുറത്തു വരണം. പിന്നീടാണ് കഥയുടെ ശില്പം ഉരുത്തിരിയുന്നത്. കരിങ്കല്ലിൽനിന്നു തനിക്ക് ആവശ്യമില്ലാത്തതെല്ലാം ചെത്തിക്കളയുന്ന ശില്പിയുടേതിനു സമാനമായ പ്രവൃത്തിയാണത്. ആദ്യം ബോധപൂർവമെഴുതും. പകർത്തിയെഴുതുമ്പോൾ വരുന്നതു പോലെ എഴുതും."

ഏതു കൃതിയിലും കഥാപാത്രങ്ങളെ സാധാരണ മനുഷ്യരുടെ എല്ലാ പ്രത്യേകതകളോടും കൂടി അവതരിപ്പിക്കാൻ കോവിലൻ പ്രദർശിപ്പിച്ച അനിതരസാധാരണമായ കഴിവ് പുതിയ എഴുത്തുകാർക്ക് ഉത്തമ മാതൃകയാണ്. ഓരോ കഥാപാത്രത്തെയും അവതരിപ്പിക്കുമ്പോൾ അവൻ/അവൾ ഉൾപ്പെടുന്ന സമൂഹത്തിന്റെ പശ്ചാത്തലത്തിനു മങ്ങലേല്ക്കാതിരിക്കാൻ കോവിലൻ പ്രത്യേക ശ്രദ്ധ നല്കിയിരുന്നു.

എ മൈനസ് ബി, ഏഴാമെടങ്ങൾ, ഹിമാലയം, താഴ്‌വരകൾ തുടങ്ങിയ നോവലുകളാണ് കോവിലനു പട്ടാളക്കഥാകൻ എന്ന വിശേഷണം നേടിക്കൊടുത്തത്.

പട്ടാളക്കാരുടെയിടയിലെ അന്തർനാടകങ്ങൾ ചിത്രീകരിച്ച 'ഏഴാമെടങ്ങ്'ളാണ് കോവിലന്റെ ഏറെ ചർച്ചചെയ്യപ്പെട്ട പട്ടാളക്കഥയെന്നു പറയാം. സൈനിക ഉദ്യോഗസ്ഥരുടെ ഭാര്യമാർ എങ്ങനെ സൈന്യത്തെ ഭരിക്കുന്നു എന്നു കോവിലൻ ഇതിൽ കാട്ടിത്തരുന്നു. മിസിസ് നായിഡു വിന്റെയും ലഫ്. കേണൽ സത്യപ്രതാപ് നായിഡുവിന്റെയും ഇടപെടലുകൾ വരച്ചിടുന്നതിലൂടെ സൈന്യത്തിലെ 'അന്തർരാഷ്ട്രീയ നാടകങ്ങൾ' സൈന്യത്തിന്റെ കൂട്ടായ പ്രവർത്തനങ്ങളെ പ്രതികൂലമായി ബാധിക്കുന്നു എന്ന കാര്യം ഓർമപ്പെടുത്തുകകൂടിയാണു കോവിലൻ.

കോവിലൻ എന്ന എഴുത്തുകാരനെ പുറംലോകം അറിഞ്ഞുതുടങ്ങുന്നത് 'എ മൈനസ് ബി' എന്ന കൃതി പുറത്തുവരുമ്പോഴാണ്. മദ്യപാനിയായ മുത്തയ്യ, സൈനികനെന്ന നിലയിലാണെങ്കിലും താൻ നടത്തിയ കൊലപാതകങ്ങളിൽ മനഃസാക്ഷിക്കുത്ത് അനുഭവിക്കുന്ന സേലാ സിംഗ്, കൗമാരപ്രണയത്തിന്റെ കൗതുകങ്ങളുടെയും തീവ്രതയുടെയും പ്രതീകമായ രാജമ്മ, പെണ്ണിലും മദ്യത്തിലും മയങ്ങി ജീവിക്കുന്ന താന്തോന്നിയായ മാധവൻ... ഇവരൊക്കെ സമൂഹത്തിൽ നാം കണ്ടു മറന്നുകളയുന്ന കഥാപാത്രങ്ങൾ തന്നെയാണ്.

'ഏഴാമെടങ്ങ്'ളിൽനിന്നു 'താഴ്‌വര'യിലേക്കെത്തുമ്പോൾ സൈന്യത്തിലെ അനാരോഗ്യ പ്രവണതകളെയും അഴിമതികളെയും ചോദ്യം ചെയ്യാനുള്ള കരുത്തു നേടിയ കോവിലനെയാണു കാണാൻ കഴിയുക. പരിശീലനത്തിന്റെയും ആധുനിക ആയുധങ്ങളുടെയും അഭാവത്തിൽ തളർന്നുപോകുന്ന ഇന്ത്യൻ സൈന്യത്തെ ചിത്രീകരിക്കുക വഴി നിരവധി ചോദ്യങ്ങളാണു കോവിലൻ ഈ നോവലിലൂടെ ഉയർത്തുന്നത്.

കോവിലന്റെ 'ഹിമാലയം' എന്ന നോവൽ വായിക്കുന്നവർക്ക് കാണാനാവുക പട്ടാളക്കാരന്റെ പരുക്കൻ സ്വഭാവം പേറുന്ന കഥാപാത്രങ്ങളെയല്ല; മറിച്ച്, ദാർശനിക ചിന്തകൾ വച്ചുപുലർത്തുന്ന കഥാപാത്രങ്ങളെയാണ്. മനുഷ്യൻ എത്ര കരുത്താർജിച്ചാലും ഒരിക്കൽ വിധിക്കു കീഴടങ്ങേണ്ടിവരും എന്ന പ്രപഞ്ചസത്യം ഓർമപ്പെടുത്തുകയാണു കോവിലൻ. ശത്രുവിനോട് എന്നതിനൊപ്പം തന്റെ മനഃസാക്ഷിയോടും യുദ്ധം ചെയ്യേണ്ടിവന്ന കഥാപാത്രങ്ങളാണ് ഹവീൽദാർ മേജർ രാജനും ശിവാനന്ദനും.

പട്ടാളക്കഥാകാരൻ എന്ന വിശേഷണത്തിൽനിന്നു കോവിലനെ പുറത്തെത്തിച്ച കൃതിയാണ് 'തോറ്റങ്ങൾ.' സ്ത്രീജീവിതത്തിന്റെ ആഴം ചിത്രീകരിച്ച ഈ കൃതിയിൽ സ്ത്രീകളുടെ ജീവിതത്തിലെ ഉയർച്ചകളും സന്തോഷങ്ങളും ചുഴികളും ജീവിതസ്പർശിയായി കോവിലൻ

അവതരിപ്പിച്ചു.

ഏതു ജീവിതം ചിത്രീകരിക്കുമ്പോഴും കോവിലൻ പുലർത്തിയ വാക്കുകളുടെ മിതത്വം പലപ്പോഴും വിമർശനവിധേയമായെങ്കിലും ഇത് കോവിലനു മാത്രം സാധിക്കുന്ന ഒന്നാണെന്നു കരുതണം. അന്നുവരെ നിലവിലിരുന്ന സൗന്ദര്യസങ്കല്പങ്ങളെ പൊളിച്ചെഴുതിയ നോവലാണ് തോറ്റങ്ങൾ. അതുകൊണ്ടുതന്നെ ലാവണ്യാനുഭവം തേടിയ പല നിരൂപകർക്കും ഈ നോവൽ രുചിക്കാതെ പോയി. കൂടാതെ ഇതിൽ നിറഞ്ഞുനില്ക്കുന്ന പരുക്കൻ യാഥാർഥ്യങ്ങളും ഇതിനെ നിരൂപകരിൽനിന്ന് അകറ്റിനിർത്തി.

ഇതേക്കുറിച്ച് കോവിലനു നല്ല ബോധ്യവുമുണ്ടായിരുന്നു എന്നു വേണം കരുതാൻ. കോവിലന്റെ വാക്കുകൾ തന്നെ അതിനു തെളിവാണ്. "ജീവിതാവബോധത്തിന് യാതൊരു പ്രാധാന്യവും നൽകാത്ത വായനക്കാർക്കും നിരൂപണത്തെ വളരെ ലാഘവത്തോടെയും ഒരു ജോലിതീർക്കലായും കാണുന്ന നിരൂപകർക്കുംവേണ്ടി ഞാൻ എഴുതാറില്ല" എന്നു കോവിലൻ പറഞ്ഞപ്പോൾ അദ്ദേഹത്തിന് ഒരു ധിക്കാരിയുടെ പരിവേഷവുമുണ്ടായിരുന്നു.

ജീവിത യാഥാർഥ്യങ്ങളുടെ തീവ്രത നിലനിർത്തുന്നതിനായി കഥാപാത്രങ്ങളുടെ ബാഹ്യമായ വിശദാംശങ്ങളിൽപ്പോലും പിശുക്കു കാണിക്കാൻ കോവിലൻ തയാറായി.നഗരജീവിയായ പുത്രൻ തന്റെ പരാധീനതകളെക്കുറിച്ചെഴുതിയ കത്ത് വീണ്ടും വീണ്ടും വായിക്കുന്ന അച്ഛന്റെ ചിത്രത്തിലൂടെ കോവിലൻ വർത്തമാന കാലത്തിന്റെ ഉത്കണ്ഠകളെയാണു വായനക്കാരനു നല്കുന്നത്. എന്നെങ്കിലും അയച്ചു കിട്ടുമെന്നു സ്വപ്നം കാണുന്ന മണിയോർഡറും ചേന്നാടൻ ശേഖരന്റെ വിദേശപണവുമൊക്കെ തണുത്തുറഞ്ഞു പോയ ചില യാഥാർഥ്യങ്ങളുടെ ഓർമപ്പെടുത്തലുകൾ കൂടിയാണ്. തോറ്റങ്ങൾ കോവിലന്റെ മികച്ച കൃതിയാവുന്നതും ഈ കാരണങ്ങളാലാണ്.

'തട്ടക'ത്തിലേക്കെത്തുമ്പോൾ സാംസ്കാരികമായി പാർശ്വവത്കരിക്കപ്പെട്ട ഒരു ജനക്കൂട്ടത്തിന്റെ വൈകാരികതകളിലേക്കാണു കോവിലൻ ഇറങ്ങിച്ചെല്ലുന്നത്. ബ്രാഹ്മണ മേധാവിത്വത്തെ ചെറുത്തുനിന്ന ജനങ്ങളുടെ വംശപരമ്പരയാണ് ഈഴവരെന്നു കാട്ടാൻ ബോധപൂർവമായ ശ്രമമാണു കോവിലൻ 'തട്ടക'ത്തിലൂടെ നടത്തിയിരിക്കുന്നത്.

സ്വന്തം നാടായ കണ്ടാണിശേരിയുടെ കഥയിലൂടെ, അന്നുവരെ ചോദ്യം ചെയ്യപ്പെടാതെ നിലനിന്നിരുന്ന സവർണധാരണകളെ സ്വന്തം സ്വത്വബോധത്തിൽ നിന്നു കൊണ്ടു ചോദ്യംചെയ്യുകയായിരുന്നു കോവിലൻ.

'തോറ്റങ്ങ'ളിൽ കഥകളുടെ വൈകാരിക രംഗങ്ങളിൽ നിന്നും വൈകാരിക തീവ്രത ചോർന്നു പോകാതിരിക്കാൻ വാക്കുകളിലും പശ്ചാത്തല വിവരണങ്ങളിലും മിതത്വം പാലിച്ച കോവിലനെയല്ല 'തട്ടക'ത്തിലെത്തുമ്പോൾ കാണാൻ സാധിക്കുന്നത്. കണ്ടാണിശേരിയും പന്നിശേരിയും വെട്ടുകാട്ടും പട്ടാമ്പിപ്പുഴയും മുനിമടയും പുല്ലാനിക്കുന്നും കല്ലുകുത്തിപ്പാറയും തുടങ്ങി കാഴ്ചകളുടെ സമൃദ്ധിയിലേക്കാണു തട്ടകം വായനക്കാരനെ കൂട്ടിക്കൊണ്ടു പോകുന്നത്. ബോധധാരാ രചനാസങ്കേതം പിന്തുടരുക വഴി മലയാളിയുടെ സംവേദനശക്തിയെ പരീക്ഷിച്ച നോവലിസ്റ്റാണു കോവിലനെന്ന് നിസംശയം പറയാം.

സാഹിത്യത്തിലായാലും ഏതൊരു കലാരൂപത്തിലായാലും കാലം കാത്തുസൂക്ഷിക്കുന്ന സംഭാവനകൾ മിക്കതും അധകൃതന്റേതായിരുന്നുവെന്ന് കോവിലൻ കരുതിയിരുന്നു. തന്റെ വാദം തെളിയിക്കുന്നതിനായി നിരവധി ഉദാഹരണങ്ങളും കോവിലന്റെ പക്കലുണ്ട്. ഇതിഹാസങ്ങളുടെ കർത്താക്കൾ രണ്ടുപേരും അധകൃതരായിരുന്നു. വ്യാസൻ മുക്കുവത്തിയിൽ പിറന്നവനാണെങ്കിൽ വാത്മീകി കാട്ടാളനായിരുന്നു. ചിത്രകലയിലേക്കും ശില്പകലയിലേക്കും എത്തിയാലും തന്റെ വാദത്തിൽ ഉറച്ചു നില്ക്കാൻ കോവിലന്റെ കൈയിൽ ഉദാഹരണങ്ങളുണ്ട്. അജന്തയും എല്ലോറയും അധകൃതരുടേതാണ്.

കോവിലൻ മലയാള സാഹിത്യത്തിന് ആത്യന്തികമായി വിലപ്പെട്ടവനാകുന്നത് അദ്ദേഹം തന്റെ കൃതികളിലൂടെ ചർച്ച ചെയ്ത സാമൂഹിക പ്രശ്നങ്ങളാലും സാംസ്കാരിക പ്രതിസന്ധികളാലും എന്നതിലുപരി, അദ്ദേഹം തന്റെ രചനകൾക്കു നല്കിയ ശില്പഭംഗിയിലൂടെയാണ്. വളരെക്കുറച്ചു വാക്കുകൾക്കൊണ്ട് അതിതീവ്രവും ശക്തവുമായ ഭാവങ്ങൾ പ്രതിഫലിപ്പിക്കാൻ കോവിലനോളം മികവു പുലർത്തിയ എഴുത്തുകാർ വിരളമാണ്.

കോവിലന്റെ കൃതികളുടെ കലാഭംഗിയെപ്പറ്റി അനുവാചകരുടെ ഇടയിലും നിരൂപകരുടെ ഇടയിലും അഭിപ്രായവ്യത്യാസം ഉണ്ടാവാം. എന്നാൽ, അവയുടെ തനിമ ആർക്കും നിഷേധിക്കാനാവില്ല.

●

സിനിമ

ഇന്ത്യൻ സിനിമയിലെ രാഷ്ട്രീയ നിർവചനം

Every art is propaganda, but every propaganda is not art.

Mrinal Sen

മൃണാൾ സെൻ തന്റെ ചലച്ചിത്രങ്ങൾ കൊണ്ടുമാത്രമല്ല ചരിത്രത്തിൽ സ്വയം അടയാളപ്പെടുത്തുന്നത് രാഷ്ട്രീയ നിലപാടുകളിലെ കൃത്യതകൊണ്ടും ജനകീയതകൊണ്ടുംകൂടിയാണ്. മൃണാൾ സെന്നിന്റെ ഒരോ സിനിമയും അദ്ദേഹത്തിന്റെ നിലപാടുകളുടെ വിളംബരം കൂടിയായിരുന്നു. കലയും രാഷ്ട്രീയവും വേർതിരിച്ചെടുക്കാനാവാത്ത വിധം അലിഞ്ഞു ചേർന്നിരുന്നു മൃണാൾ സെന്നിൽ.

ഹൈസ്കൂൾ പഠനത്തിനു ശേഷം ബിരുദ പഠനത്തിനായി കൽക്കത്തയിലെത്തിയ സെൻ ഇടതുപക്ഷ സാംസ്കാരിക സംഘടനയായ ഇപ്റ്റയുമായി ചേർന്നു പ്രവർത്തിക്കുകയുണ്ടായി. അതിലൂടെ ലഭിച്ച വലിയ ബന്ധങ്ങളാണ് പിൽക്കാലത്ത് അദ്ദേഹത്തിലെ ചലച്ചിത്രകാരനെ പുറത്തെത്തിച്ചത്. കലാലയപഠനത്തിനു ശേഷം കോൽക്കത്തയിലെ ഒരു ഫിലിം ലബോറട്ടറിയിൽ സൗണ്ട് ടെക്നീഷനായ അദ്ദേഹം സിനിമയാണു തന്റെ തട്ടകമെന്നു തിരിച്ചറിയുകയായിരുന്നു. വിഖ്യാത ചലച്ചിത്രകാരൻ സത്യജിത് റേയുടെയും ഋത്വിക് ഘട്ടക്കിന്റെയും സമകാലികനായ മൃണാൾ, ലോക സിനിമയിലെ പൊളിറ്റിക്കൽ ഫിലിം മേക്കേഴ്സ് എന്ന അപൂർവം കാറ്റഗറിയിൽ ഉൾപ്പെടാൻ യോഗ്യനാണ്.

കോൽക്കത്ത നഗരത്തിലെ സാധാരണക്കാരുടെ രാഷ്ട്രീയമാണ് സെൻ തന്റെ ആദ്യകാലചലച്ചിത്രങ്ങൾക്കായി തെരഞ്ഞെടുത്തത്.

സാധാരണക്കാരുടെ ജീവിതത്തിലെ സംഘർഷവും വൈകാരിക പ്രക്ഷുബ്ധതയുമാണ് അദ്ദേഹം അഭ്രപാളികളിൽ ചിത്രീകരിച്ചത്. തന്നിലെ രാഷ്ട്രീയക്കാരനു കലാകാരനു മുകളിൽ സ്ഥാനം നൽകിയ ചിത്രങ്ങളായിരുന്നു അദ്ദേഹത്തിന്റെ കോൽക്കത്ത 71, കോറസ്, പഥാദിക്ക് എന്നിവ. 1973ലെ പതാദിക് ബംഗാളിലെ നക്സൽ പ്രസ്ഥാനത്തെ ആസ്പദമാക്കിയുള്ളതായിരുന്നു. രാഷ്ട്രീയ പാർട്ടികളുടെ മുദ്രാവാക്യങ്ങളെ സിനിമയാക്കിയവനെന്ന് അദ്ദേഹത്തെ ആക്ഷേപിക്കാൻ ചലച്ചിത്ര നിരൂപകർതയാറായി. ഒരു പക്ഷേ, ഈ വിമർശനങ്ങളാവാം അദ്ദേഹത്തിലെ കലാകാരനെ കരുത്തനാക്കിയതെന്നു പറഞ്ഞാലും തെറ്റില്ല. കൂടുതൽ സാമൂഹ്യ പ്രസക്തിയും കരുത്തുമുള്ള സിനിമകളിലേക്ക് അദ്ദേഹം മാറിയത് വേഗത്തിലായിരുന്നു. ആ മാറ്റം പിന്നീടു വന്ന ചിത്രങ്ങളിൽ നിന്നു വളരെ വ്യക്തമായി പ്രതിഫലിക്കുകയും ചെയ്തു. സ്വാഭാവികമായി വിമർശിച്ച ചലച്ചിത്ര നിരൂപകർതന്നെ അദ്ദേഹത്തെ വാഴ്ത്തുകയും ചെയ്തു. ഖരീജ്, ഏക്ദിൻ പ്രതിദിൻ, ഖാണ്ഡാർ, ഏക് ദിൻ അചാനക് തുടങ്ങി സാമൂഹികമായും രാഷ്ട്രീയമായും ഉയർന്ന നിലവാരം പുലർത്തിയിരുന്ന ചിത്രങ്ങൾ പുറത്തുവന്ന കാലത്ത് മാറിയ നിലപാടിനെ കുറിച്ചും ചലച്ചിത്ര സങ്കൽപങ്ങളെക്കുറിച്ചും ചോദിച്ചപ്പോൾ അദ്ദേഹം പറഞ്ഞത് "എന്റെ ശത്രുവിനെ ഞാൻ എന്റെ മനസിൽ തന്നെയാണു തെരയുന്നത്. എന്റെ എല്ലാ സിനിമകളിലും രാഷ്ട്രീയമുണ്ട്. അതു പറയുകയെന്നതാണ് എന്റെ ദൗത്യം. അതു സമൂഹത്തോടുള്ള എന്റെ കടമയാണ്. ചിലരാഷ്ട്രീയ നിലപാടുകൾ നിങ്ങൾക്ക് (നിരൂപകർക്ക്) പ്രതിലോമകരമായും പരാജയപ്പെട്ടതായും തോന്നിയേക്കാം. സാരമില്ല, അതു ഞാൻ പറയുക തന്നെ ചെയ്യും"" എന്നാണ്. സിനിമയെക്കുറിച്ചായാലും രാഷ്ട്രീയത്തെക്കുറിച്ചായാലും അഭിപ്രായം വെട്ടിത്തുറന്നു പറയുന്ന ആളായിരുന്നു മൃണാൾ സെൻ. വിമർശനങ്ങളെ അദ്ദേഹം ഒരിക്കലും അസഹിഷ്ണുതയോടെ കണ്ടിട്ടില്ല. കഴമ്പില്ലാത്ത വിമർശനങ്ങളോടു പോലും അദ്ദേഹം എതിർപ്പു പ്രകടിപ്പിച്ചിട്ടില്ല. കാമ്പുള്ള വിമർശനങ്ങളോടും അദ്ദേഹം പ്രതികരിച്ചിരുന്നില്ല, അവ ഉൾക്കൊണ്ട് സ്വയം തിരുത്തിയിരുന്നെങ്കിലും. ആ മനോഭാവത്തെ കുറിച്ചു ചോദിച്ചപ്പോൾ അദ്ദേഹം "ഉയർന്ന ജനാധിപത്യ ബോധം" എന്നു മാത്രമാണ് അദ്ദേഹം മറുപടി പറഞ്ഞത്.

ഒരു ഗ്രാമീണ ബംഗാളി കുടുംബത്തെ മുൻനിർത്തി 1943ലെ ബംഗാൾ ക്ഷാമത്തിന്റെ ദുരിത ചിത്രം വരച്ചുകാണിച്ച 1960 ൽ റിലീസ് ചെയ്ത ബയ്ഷേ ശ്രാവണാണ് അദ്ദേഹത്തിലെ ചലച്ചിത്രകാരനെ ലോകത്തിനു കാണിച്ചു കൊടുത്തത്. ചലച്ചിത്രത്തിന്റെ

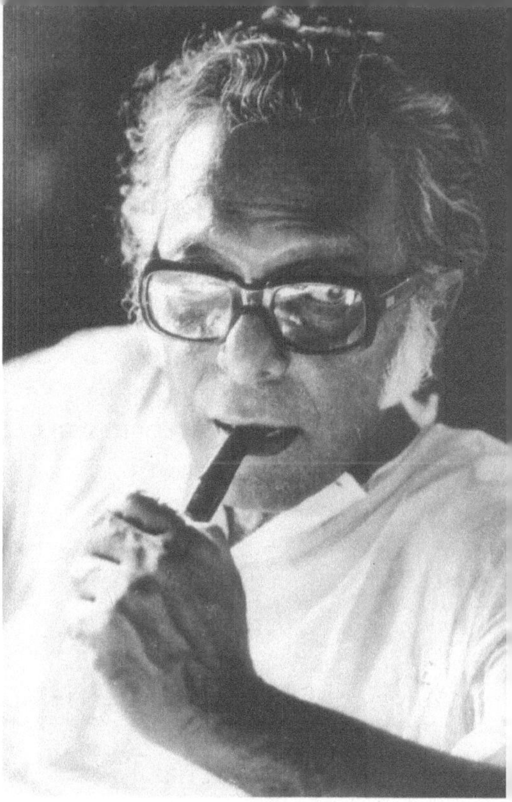

വാണിജ്യ വിജയത്തിനു വേണ്ടി അദ്ദേഹം ഒരിക്കലും ആശയത്തിലും സാങ്കേതിക വിദ്യയിലും കോംപ്രമൈസ് ചെയ്തിരുന്നില്ല. 1969ൽ പുറത്തിറങ്ങിയ ഭുവൻഷോം, വേട്ടയ്ക്കിറങ്ങിപ്പുറപ്പെട്ട ഉദ്യോഗസ്ഥനെ അതിജീവനത്തിനുള്ള കഴിവുകൾ പഠിപ്പിച്ചു കൊടുക്കുന്ന ഗ്രാമീണയുവതിയുടെ കഥ ആക്ഷേപഹാസ്യത്തിലൂടെ പറയുന്നതായിരുന്നു. ഈ ചിത്രമായിരുന്നു സെന്നിന് ആദ്യമായി വാണിജ്യവിജയം നേടിക്കൊടുത്തത്.

അടിയന്തരാവസ്ഥക്കെതിരേ ശക്തമായ നിലപാടെടുത്ത സംവിധായകരിലും മൃണാൾ സെൻ മുന്നിലുണ്ടായിരുന്നു. അടിയന്തരാവസ്ഥ പ്രഖ്യാപിക്കുന്പോൾ സെൻ ജർമനിയിലാണ്. അദ്ദേഹത്തോട് പുതിയ സിനിമയെ കുറിച്ച് ചോദിച്ച മാധ്യമപ്രവർത്തകരോട് അദ്ദഹം പറഞ്ഞത്. "ഞാൻ ഇന്ത്യയിലേക്കു തിരിച്ചു പോവുകയാണ്. തിരിച്ചുപോകുന്നത് സിനിമയെടുക്കുകയെന്ന ഉദ്ദേശത്തോടെയല്ല. അടിയന്തരാവസ്ഥയെ എതിർക്കാനാണ്. അടിയന്തരാവസ്ഥ പിൻവലിക്കട്ടെ അതിനുശേഷമേ അടുത്ത പടത്തെക്കുറിച്ച് ആലോചിക്കുകയുള്ളൂ' എന്നാണ്.

മാതൃഭാഷയായ ബംഗാളിയിൽ കൂടാതെ ഹിന്ദിയിലും (ഭുവൻഷോം, മൃഗയ) ഒറിയയിലും (മതീർ മനിഷ), തെലുങ്കുവിലും (ഒക ഉരി കഥ) ചിത്രങ്ങൾ അദ്ദേഹം സംവിധാനം ചെയ്തിട്ടുണ്ട്. ഇന്റർനാഷണൽ ഫെഡറേഷൻ ഓഫ് ഫിലിം സൊസൈറ്റീസിന്റെ പ്രസിഡന്റായും, കാൻ, വെനീസ്, ബെർലിൻ, മോസ്കോ, കാർലോവി വാറി, ടോക്യോ, ടെഹ്റാൻ, മാൻഹീം,ന്യോൺ, ഷിക്കാഗോ, ഘെന്റ്, ട്യൂനീസ്, ഓബർഹോസൻ ചലച്ചിത്രമേളകളിൽ ജൂറിയംഗമായും സെൻ പ്രവർത്തിച്ചിട്ടുണ്ട്. മലയാള സിനിമയെ വളരെയധികം ഇഷ്ടപ്പെട്ടിരുന്ന അദ്ദേഹം കയ്യൂരിന്റെ ചരിത്രം സിനിമയാക്കാനുള്ള ചർച്ചകൾക്കായി കേരളത്തിലെത്തിയിരുന്നു. എന്നാൽ, ആ പ്രോജക്ട് പലകാരണങ്ങളാൽ നടക്കാതെ പോവുകയായിരുന്നു.

സത്യജിത്ത് റേയ്ക്കൊപ്പം മികച്ച ചിത്രത്തിനുള്ള ദേശീയ പുരസ്കാരം മൃണാൽ സെന്നും അഞ്ച് തവണ നേടിയിട്ടുണ്ട്. 2002ലാണ് അദ്ദേഹത്തിന്റെ അവസാന ചിത്രം പുറത്തിറങ്ങുന്നത്. അതിനു ശേഷം ലക്ഷണമൊത്ത ഒരു പൊളിറ്റിക്കൽ സിനിമയും ഇന്ത്യയിൽ ഉണ്ടായിട്ടില്ലെന്ന് ഉറപ്പിച്ചു പറയാം. ഈ ഒരൊറ്റക്കാരണം മതി മൃണാൽ സെന്നിന്റെ പ്രതിഭ തിരിച്ചറിയാൻ. 2018 ഡിസംബർ 30 ന് മൃണാൽ സെൻ ഓർമയാകുമ്പോൾ നഷ്ടമാകുന്നത് ലോകസിനിമയിലെതന്നെ പോളിറ്റിക്കൽ സിനിമയുടെ ശക്തനായ വക്താവിനെയാണ്.

●

നടനവൈഭവത്തിന്റെ പ്രതിരൂപം

"മഹത്തായ പ്രകടനങ്ങളിൽനിന്നും മഹാത്മാരായ കലാകാരന്മാരിൽനിന്നും പ്രചോദനം ഉൾക്കൊള്ളുക. അവരെ അനു കരിക്കരുത്. പ്രചോദനമെന്നാൽ കൂടുതലും ഒരു മാതൃകയാണ്. നോക്കിക്കാണാനുള്ള ഒരു നിലവാരമാണ്; എങ്ങനെ അഭിനയി ക്കണമെന്നതിനുള്ള ഉദാഹരണമല്ല."

-ഓംപുരി

കലാകാരൻ അറിയപ്പെടേണ്ടത് പ്രതിഭകൊണ്ടാണ്. അത് ജന്മ സിദ്ധമായി മാത്രം ലഭിക്കുന്നതല്ല. അടങ്ങാത്ത ആഗ്രഹവും കഠിനമായ അധ്വാനവും വേണം. ഈ പറഞ്ഞ മൂന്ന ഘടകങ്ങളാണ് ഒരു കലാകാരനെ അടയാളപ്പെടുത്തുക. അത്തരത്തിൽ അടയാള പ്പെടുത്തപ്പെട്ട കലാകാരനാണ് ഓംപുരി. അദ്ദേഹം വെള്ളിവെളി ച്ചത്തിൽനിന്ന് പുറത്താകുമ്പോൾ നഷ്ടപ്പെടുന്നത് മഹാനായ ഒരു കലാകാരനെ മാത്രമല്ല, എല്ലാ അർഥത്തിലും നല്ല മനുഷ്യനെക്കൂ ടിയാണ്.

ബാല്യത്തിലും കൗമാരത്തിലും അന്തർമുഖനായിരുന്ന ഓം ലോകം അറിയുന്ന നടനാവുമെന്ന് കരുതിയവർ ചുരുക്കം. പക്ഷേ, കാലം അദ്ദേഹത്തിനുവേണ്ടി കാത്തുവച്ചത് നല്ല നടന്റെ കസേര യായിരുന്നു. അന്തർമുഖത്വമാണ് തന്നെ നടനാക്കിയതെന്ന് പിൽ ക്കാലത്ത് അദ്ദേഹം ഒരു അഭിമുഖത്തിൽ പറഞ്ഞു. "ഞാൻ ഒരു അന്തർമുഖനാണ്. ചെറുപ്പത്തിൽ മാത്രമല്ല, എല്ലായ്പ്പോഴും. പക്ഷേ, ആ അന്തർമുഖത്വമാണ് എന്നെ നടനാക്കിയതെന്നു പറയാം. എന്റെ ചുറ്റിലും നടക്കുന്ന കാര്യങ്ങൾ വളരെ വേഗത്തിൽതന്നെ എന്നെ

സ്വാധീനിക്കുമായിരുന്നു. മാത്രവുമല്ല, മറ്റുള്ളവർക്ക് സില്ലിയെന്നു തോന്നുന്ന കാര്യങ്ങൾപോലും എന്നെ വൈകാരികമായി സ്വാധീനിക്കുമായിരുന്നു. എന്റെ വികാരങ്ങൾ പ്രകടിപ്പിക്കാൻ ഒരു മാധ്യമം തേടിയുള്ള യാത്രയിൽ എനിക്കു ലഭിച്ചത് നാടകമാണ്."

ജീവിതവഴിയായി നാടകത്തെ തെരഞ്ഞെടുത്ത അദ്ദേഹത്തിന്റെ തീരുമാനം തെറ്റിയില്ലെന്നു കാലം തെളിയിച്ചു. പാട്യാലയിലെ കോളജിൽ പഠിക്കുന്ന സമയത്ത് യൂത്ത് ഫെസ്റ്റിവലിൽ അദ്ദേഹം മികച്ച നടനായി തെരഞ്ഞെടുക്കപ്പെട്ടു. അന്ന് ആ നാടകം കാണാനെത്തിയ പാട്യാല കോടതിയിലെ ഒരു ജഡ്ജിക്ക് ഓംപുരിയുടെ അഭിനയം ഇഷ്ടപ്പെടുകയും അദ്ദേഹംകൂടി അംഗമായ പഞ്ചാബ് കലാമഞ്ച് എന്ന നാടക സംഘത്തിലേക്ക് ഓംപുരിയെ ക്ഷണിക്കുകയും ചെയ്തു. ആ ക്ഷണമാണ് അദ്ദേഹത്തിന്റെ ജീവിതത്തിൽ വഴിത്തിരിവായത്. കാമ്പസിനു പുറത്ത് അദ്ദേഹത്തെ ജനങ്ങൾ അറിഞ്ഞുതുടങ്ങിയത് പഞ്ചാബ് കലാമഞ്ചിലൂടെയായിരുന്നു. ഓമിന്റെ ഞരമ്പുകളിൽ ഒരു ലഹരിപോലെ നാടകം പടർന്നുകയറുകയായിരുന്നു. അന്ന് അദ്ദേഹത്തിന്റെ കൂടെ പ്രവർത്തിച്ചവർക്കെല്ലാം ഒരു കാര്യത്തിൽ അഭിപ്രയവ്യത്യാസമില്ലായിരുന്നു - ലോകമറിയുന്ന ഒരു കലാകാരനായി ഓം മാറുമെന്നതിൽ.

നാടകത്തെ ജീവിതമാർഗമായി തെരഞ്ഞെടുക്കാൻ ഓം തീരുമാനിച്ച കാലം. അദ്ദേഹത്തിന്റെ സാമ്പത്തിക അരക്ഷിതാവസ്ഥയെക്കുറിച്ച് ബോധ്യമുള്ളവർ നാടകത്തിനു പിന്നാലെ പോകാൻ അദ്ദേഹത്തെ ഉപദേശിക്കില്ലല്ലോ. പക്ഷേ, നാടകമെന്ന ലഹരിക്ക് അടിപ്പെട്ട ഓമിനെ മോചിപ്പിക്കാൻ അവരുടെ ഉപദേശങ്ങൾക്ക്

കഴിഞ്ഞില്ല. അദ്ദേഹം നേരേ സ്കൂൾ ഓഫ് ഡ്രാമയിൽ ചേർന്നു. അവിടെ അദ്ദേഹം തെരഞ്ഞെടുത്തത് അഭിനയമായിരുന്നുവെന്നത് പ്രത്യേകം എടുത്തുപറയേണ്ട കാര്യമില്ലല്ലോ. പക്ഷേ, അവിടത്തെ പഠനം അദ്ദേഹത്തെ സംബന്ധിച്ചിടത്തോളം അത്ര എളുപ്പമായിരുന്നില്ല. ഭാഷയായിരുന്നു വലിയ വില്ലൻ. അദ്ദേഹത്തിന് ഇംഗ്ലീഷ് ഭാഷ അത്ര വശമില്ലായിരുന്നു. നന്നായറിയാവുന്നത് പഞ്ചാബിയും ഹിന്ദിയും. പഠനം അവസാനിപ്പിക്കുന്നതിനെക്കുറിച്ചു പോലും അദ്ദേഹം ചിന്തിച്ചിരുന്നതായി സുഹൃത്തുക്കൾ ഓർക്കുന്നു. അധ്യാപകരുടെയും സുഹൃത്തുക്കളുടെയും നിർബന്ധത്തിനു വഴങ്ങിയാണ് അദ്ദേഹം തീരുമാനം മാറ്റിയത്. 20ലേറെ ഇംഗ്ലീഷ് ചിത്രങ്ങളിൽ അഭിനയിക്കുകയെന്ന അനുപമമായ നേട്ടം കാലം അദ്ദേഹത്തിനു വേണ്ടി കാത്തുവച്ചിരുന്നുവെന്നത് ചരിത്രം.

തെക്ചന്ദ് പുരിയുടെയും താരാദേവിയുടെയും ഇളയ മകനായാണ് ഓംപ്രകാശ് പുരി ജനിച്ചത്. എട്ട് സഹോദരന്മാരും സഹോദരിമാരുമാണ് അദ്ദേഹത്തിനുണ്ടായിരുന്നത്. അവരിൽ ഓമും മൂത്ത സഹോദരൻ വേദ് പുരിയും ഒഴികെയുള്ളവർ ചെറുപ്രായത്തിൽ തന്നെ അസുഖം ബാധിച്ചും ശരിയായ ചികിത്സ ലഭിക്കാതെയും മരണപ്പെട്ടു. അദ്ദേഹത്തിന്റെ സഹോദരങ്ങളെക്കുറിച്ച് അദ്ദേഹത്തിനുപോലും അറിയാവുന്നത് അമ്മ പറഞ്ഞുകേട്ട ചില പേരുകൾ മാത്രമാണ്. ദാരിദ്ര്യം നിറഞ്ഞതായിരുന്നു അദ്ദേഹത്തിന്റെ ബാല്യവും കൗമാരവും. നാടകത്തിലും പിന്നീട് സിനിമയിലും അദ്ദേഹത്തിന്റെ അഭിനയത്തിന് പൂർണത നൽകിയത് ജീവിതത്തിൽ അദ്ദേഹത്തിനു നേരിടേണ്ടിവന്ന അനുഭവങ്ങളുടെ തീവ്രതയായിരുന്നുവെന്ന് മിക്ക ചലച്ചിത്ര നിരൂപകരും വിലയിരുത്തി.

സ്കൂൾ ഓഫ് ഡ്രാമയിൽനിന്ന് പഠനം പൂർത്തിയാക്കി പുറത്തിറങ്ങിയ ഓംപുരി വലിയ ധർമസങ്കടത്തിലായി. കച്ചവടസിനിമയിലേക്കിറങ്ങി താരമാകണോ സമാന്തര സിനിമയുടെ ഭാഗമായിക്കൊണ്ട് തന്റെ പ്രതിഭയോട് നീതി പുലർത്തണോ? ഒടുവിൽ 1970-80 കാലഘട്ടത്തിൽ സജീവമായ സമാന്തര സിനിമയുടെ ധാരയോടു ചേരാനായിരുന്നു അദ്ദേഹത്തിന്റെ തീരുമാനം. അതു തെറ്റിയില്ലെന്ന് അദ്ദേഹത്തിന്റെ സിനിമകൾ ലോകത്തിനു മുന്നിൽ കാട്ടിക്കൊടുത്തു. അമോൽ പലേക്കർ, നസറുദ്ദീൻ ഷാ, ശബാന ആസ്മി, സ്മിത പാട്ടീൽ എന്നിവർക്കൊപ്പം ഓംപുരിയുടെ പേരും എഴുതിച്ചേർക്കപ്പെട്ടു.

ആക്രോശ്, അർധസത്യ, ദ്രോഹ്കാൽ, മാച്ചിസ്, ഗിദ്ദ്, മിർച്ച് മസാല, ആരോഹൺ എന്നിങ്ങനെ ഓമിന്റെ നൈസർഗികമായ നടനവൈഭവംകൊണ്ട് പ്രേക്ഷകർ നെഞ്ചേറ്റിയ ചിത്രങ്ങൾ

അനവധിയാണ്. ഓസ്കർ പുരസ്കാരത്തിന് അർഹമായ വിഖ്യാത ചലച്ചിത്രകാരൻ റിച്ചാർഡ് ആറ്റൻബറോയുടെ 'ഗാന്ധി'യിലും അദ്ദേഹം അഭിനയിച്ചു. വളരെ ചെറിയ റോളായിരുന്നു അദ്ദേഹത്തിനു ലഭിച്ചത്. പക്ഷേ, നിഹാരി എന്ന കഥാപാത്രത്തെ അവിസ്മരണീയമാക്കാൻ അദ്ദേഹത്തിനായി.

1976ൽ പുറത്തിറങ്ങിയ ഘാഷിരാം കോട്‌വൽ എന്ന ചിത്രത്തിലൂടെയാണ് ഓംപുരി തന്റെ അഭിനയജീവിതം ആരംഭിക്കുന്നത്. 1990കളുടെ മധ്യത്തോടെ ഓംപുരി ഇന്ത്യൻ സിനിമയുടെ അവിഭാജ്യ ഘടകമായി മാറിയെന്നു പറഞ്ഞാലും അതിശയോക്തിയാവില്ല. നടനവൈഭവം അദ്ദേഹത്തെ ഹോളിവുഡ് സിനിമകളിലും എത്തിച്ചു. അന്ന് സിനിമയിൽ താരപ്രഭകൊണ്ട് തിളങ്ങിനിന്നിരുന്ന താരങ്ങൾക്കു പോലും അപ്രാപ്യമായിരുന്ന നേട്ടമായിരുന്നു അത്. സിറ്റി ഓഫ് ജോയ് (1992), വോൾഫ് (1994), ദി ഗോസ്റ്റ് ആൻഡ് ദി ഡാർക്ക്നെസ് (1996) എന്നിവയാണ് അദ്ദേഹത്തിനു ഹോളിവുഡിലും നല്ല നടനെന്ന പേരു നേടിക്കൊടുത്ത ചിത്രങ്ങൾ. തുടർന്ന് അദ്ദേഹം ധാരാളം ബ്രിട്ടീഷ് സിനിമകളിലും അഭിനയിച്ചു. മൈ സൺ ദി ഫനടിക് (1997), ഈസ്റ്റ് ഈസ് ഈസ്റ്റ് (1999), ദി പരോൾ ഓഫീസർ (2001) എന്നീ ചിത്രങ്ങൾ ഇവയിൽ ചിലതാണ്.

ലെനിൻ രാജേന്ദ്രൻ സംവിധാനം ചെയ്ത പുരാവൃത്തം എന്ന സിനിമയിലൂടെ ഓം മലയാളത്തിലും സാന്നിധ്യമായി. പിന്നീട് കെ.സി. സത്യന്റെ 'സംവത്സരങ്ങൾ', കണ്ണൻ താമരക്കുളത്തിന്റെ 'ആടുപുലിയാട്ടം' എന്നീ മലയാള ചിത്രങ്ങളിലും അദ്ദേഹം അഭിനയിച്ചു.

ശ്യാം ബെനഗലിന്റെയും ഗോവിന്ദ് നിഹ്‌ലാനിയുടെയും ചിത്രങ്ങളിലൂടെ രണ്ടു തവണ ഓംപുരി ഏറ്റവും മികച്ച നടനുള്ള പുരസ്കാരം സ്വന്തമാക്കി. 1982ൽ ആരോഹണിലൂടെയും 1983ൽ അർധസത്യയിലൂടെയും. ആരോഹണിലെ കർഷകനായ ഹരി മൊൺഡലിനെ അദ്ദേഹം അനശ്വരനാക്കി. ഗോവിന്ദ് നിഹലാനിയുടെ അർധസത്യത്തിൽ കൂടെ അഭിനയിച്ച നസറുദ്ദീൻ ഷായോട് പോരാടിയാണ് അദ്ദേഹം മികച്ച നടനുള്ള പുരസ്കാരം സ്വന്തമാക്കിയത്. ആ വർഷം അവാർഡ് കമ്മിറ്റിയെ പ്രതിസന്ധിയിലാക്കിയത് ഇവരിൽ ആരെ മികച്ച നടനായി തെരഞ്ഞെടുക്കുമെന്ന കാര്യത്തിലായിരുന്നു. ഒടുവിൽ നറുക്കു വീണത് ഓമിനായിരുന്നു. നസറുദ്ദീൻ ഷാ സ്കൂൾ ഓഫ് ഡ്രാമയിലും ഓമിന്റെ സഹപാഠിയായിരുന്നു. ഈസ്റ്റ് ഈസ് ഈസ്റ്റ് എന്ന ചിത്രത്തിലെ പ്രകടനത്തിന് ബാഫ്റ്റ പുരസ്കാരവും ഓംപുരിയെ തേടിയെത്തി.

ഹാസ്യനടൻ എന്ന നിലയിലും ഓം പുരി തന്റെ കഴിവു തെളിയിച്ചിട്ടുണ്ട്. ചാച്ചി 420 (1997), ഹേര ഫേരി (2000), ചോർ മചായെ ഷോർ (2002), മാലാമാൽ വീക്‌ലി (2006), സിംഗ് ഈസ് കിംഗ് (2008) തുടങ്ങിയ ചിത്രങ്ങളിലെ അഭിനയം ഹാസ്യനടൻ എന്ന നിലയിൽ ഓം പുരിക്ക് ഏറെ ശ്രദ്ധ നേടിക്കൊടുത്തു. കച്ചവടസിനിമകളിലും കലാമൂല്യമുള്ള സിനിമകളിലും നിറസാന്നിധ്യമായിരുന്നു ഓംപുരി.

നവസിനിമാ പ്രസ്ഥാനത്തിന്റെ മുന്നണിപ്പോരാളിയായി ഇന്ത്യൻ സിനിമയുടെ ചരിത്രത്തിൽ ഓം പുരിയുടെ പേരുണ്ടാവും. സ്വതസിദ്ധമായ അഭിനയശൈലിയും ഗാംഭീര്യമുള്ള ശബ്ദവും എല്ലാ കാലഘട്ടത്തിലെയും സിനിമാ പ്രേമികളെ ഹരം കൊള്ളിച്ചിരുന്നു. പരുക്കൻ മുഖവും അതിനേക്കാൾ പരുക്കൻ ശബ്ദവുമായി ഇന്ത്യൻ സിനിമയുടെ, പ്രത്യേകിച്ച് മുഖ്യധാരാ സിനിമയുടെ നടുമുറ്റത്ത് കസേരയിട്ടിരുന്ന നടനാണ് ഓംപുരി. രൂപംകൊണ്ടും ശബ്ദംകൊണ്ടും മാത്രമല്ല, നൈസർഗികമായ നടനവൈഭവംകൊണ്ടും അദ്ദേഹം ഇന്ത്യൻ സിനിമയിലെ ഒറ്റയാനായിരുന്നു. നമ്മുടെ സാമൂഹികജീവിതത്തിലെ പരുക്കൻ യാഥാർത്ഥ്യങ്ങൾക്ക് അഭ്രപാളികളിൽ ജീവൻ നൽകാൻ ഭാഗ്യം സിദ്ധിച്ച അനുഗ്രഹീത കലാകാരനും ഓംപുരിയാണ്. വർത്തമാനകാലത്തെ ആശങ്കകളിലും സാമൂഹിക വിഷയങ്ങളിലും ധീരമായ നിലപാടെടുക്കാനുള്ള അസാമാന്യ ധൈര്യം ഓംപുരി പ്രകടിപ്പിച്ചിരുന്നു. തന്റെ രാജ്യത്തു നടക്കുന്ന അനീതികളോടു പ്രതികരിച്ചതിന് രാജ്യദ്രോഹിയായിവരെ അദ്ദേഹം മുദ്രകുത്തപ്പെട്ടിരുന്നു.

അഭിനയത്തിന് നാടകമെന്നോ സിനിമയെന്നോ വ്യത്യാസമില്ലെന്നു വിശ്വസിച്ചിരുന്ന അദ്ദേഹം സിനിമയിലെ തിരക്കിനിടയിലും നാടകത്തിനായി സമയം കണ്ടെത്തിയിരുന്നു. ഒരിക്കൽ അദ്ദേഹത്തോട് ഒരു മാധ്യമ പ്രവർത്തകൻ നാടകത്തെ തഴഞ്ഞുവോയെന്നു ചോദിച്ചപ്പോൾ അദ്ദേഹം നൽകിയ മറുപടി ഇതായിരുന്നു: "എല്ലാ കലാരൂപങ്ങളുടെയും മാതാവാണ് നാടകമെന്നു ഞാൻ കരുതുന്നു. കലാമാധ്യമം എന്ന നിലയിലാണ് ഞാൻ സിനിമയെ തെരഞ്ഞെടുത്തിരിക്കുന്നത്. നാടകം എന്റെ ശ്വാസമാണ്. നാടകത്തിൽ എങ്ങനെ അഭിനയിക്കണമെന്നാണോ ഞാൻ ആഗ്രഹിച്ചിരുന്നത് അത് എനിക്കു സിനിമയിലും ചെയ്യാൻ സാധിക്കുന്നുണ്ട്." ഈ വാക്കുകൾ മാത്രം മതി നാടകത്തെയും സിനിമയെയും അദ്ദേഹം എപ്രകാരമാണു സമീപിക്കുന്നതെന്നു മനസിലാക്കാൻ.

അഭിനേതാവിനുമപ്പുറം അഭിനയം പഠിക്കാനെത്തിയിരുന്ന കുട്ടികൾക്ക് ഒരു നല്ല അധ്യാപകനുംകൂടിയായിരുന്നു ഓം പുരി. 2008ൽ

വിദ്യാർഥികളുമായി നടത്തിയ സംവാദത്തിൽ അദ്ദേഹം പറഞ്ഞതു പിൻപറ്റാൻ തയാറായാൽ അഭിനയത്തോടു താത്പര്യമുള്ള ആർക്കും നല്ല നടനാവാൻ കഴിയും. അന്ന് അദ്ദേഹം ഇങ്ങനെ പറഞ്ഞു: "ഒരു നടന്റെ പ്രധാന ഉപകരണം നിരീക്ഷണമാണ്. തന്റെ ചുറ്റുപാടുകളെ നിരീക്ഷിക്കുകയും ശ്രദ്ധിക്കുകയും മാത്രമല്ല ഒരു നടൻ ചെയ്യേണ്ടത്. താൻ നിരീക്ഷിക്കുന്ന കാര്യങ്ങളിൽ ആഴത്തിൽ താത്പര്യമുണ്ടാവുകയും വേണം. നൈസർഗികമായ അഭിനയത്തിനൊപ്പം നല്ല വായനയും നല്ല അറിവും നിങ്ങൾക്കു വേണം."

2017 ജനവരി 6 ന് ഓംപുരിയെന്ന കലാകാരനെ മരണം കൂട്ടിക്കൊണ്ടുപോയപ്പോൾ അവശേഷിപ്പിക്കുന്നത് കാമറയ്ക്കു മുന്നിലും പിന്നിലുമായി അദ്ദേഹം പകർന്നാടിയ ജീവിതമാതൃകയാണ്.

●

മനുഷ്യപക്ഷത്തു നിന്ന കലാകാരൻ

ആധുനിക ഇന്ത്യൻ നാടക-സിനിമാ രംഗങ്ങളിലെ അതികായനായിരുന്നു ഗിരീഷ് കർണാട്. ഒരു കാലഘട്ടത്തിന്റെ സാമൂഹികവും രാഷ്ട്രീയവുമായ പ്രബുദ്ധതയുടെ പ്രതീകവുമായിരുന്നു അദ്ദേഹം. നാടകത്തെയും സിനിമയെയും ഇന്ത്യയുടെ സമകാലിക ജീവിതത്തിലേക്ക് പറിച്ചുനട്ടതാണ് അദ്ദേഹത്തിന്റെ ഏറ്റവും വലിയ സംഭാവന. കർണാടിന്റെ മരണം (2019 ജൂൺ 10) സൃഷ്ടിച്ച ശൂന്യത ഇന്ത്യയുടെ സാമൂഹ്യ, രാഷ്ട്രീയ, സാഹിത്യ മണ്ഡലങ്ങളിൽ ഏൽപ്പിച്ച ആഘാതം ചെറുതല്ല. മനുഷ്യപക്ഷത്തുനിന്നു നിരന്തരം ശബ്ദിച്ചിരുന്നു എന്നതായിരുന്നു അദ്ദേഹത്തിന്റെ സൃഷ്ടികളുടെ പ്രധാന സവിശേഷത. ഇറ്റാലിയൻ ചലച്ചിത്രകാരന്മാരുടെ സൃഷ്ടികളായ നിയോറിയലിസ്റ്റിക് സിനിമകളുടെയും ഫ്രഞ്ച് നവതരംഗ സിനിമകളുടെയും ഏറ്റക്കുറച്ചിലുകൾ കർണാടിന്റെ സിനിമകളിലും നാടകങ്ങളിലും നിറഞ്ഞുനിൽക്കുന്നു. സമാന്തരസിനിമാരംഗത്ത് അദ്ദേഹം നടത്തിയ പരീക്ഷണങ്ങൾ ഇന്ത്യയിൽ പുതിയ ചലച്ചിത്ര സംസ്കാരത്തിനു തന്നെ വിത്തുപാകി. ഇക്കാരണംകൊണ്ടുതന്നെ ചലച്ചിത്രമേഖലയിൽ നവഭാവുകത്വത്തിന്റെ വക്താവായിരുന്നു കർണാട് പറഞ്ഞാലും അതിശയോക്തിയാവില്ല.

കലയിലൂടെ ഫാസിസ്റ്റ് ഭരണകൂടത്തെ ചോദ്യംചെയ്യാനാകുമെന്നും ഗിരീഷ് കർണാട് സമൂഹത്തോടു വിളിച്ചുപറഞ്ഞു. 1938 മേയ് 19ന് മഹാരാഷ്ട്രയിലെ മാഥേരാനിലാണ് ഗിരീഷ് കർണാട് ജനിച്ചത്. 1958ൽ ബിരുദം നേടിയ അദ്ദേഹം 1960-63 കാലത്ത് ഓക്സ്ഫഡ് യൂണിവേഴ്സിറ്റിയിൽ റോഡ്സ് സ്കോളറായിരുന്നു. തത്വശാസ്ത്രം, രാഷ്ട്രതന്ത്രം, സാമ്പത്തികശാസ്ത്രം എന്നിവയിൽ ബിരുദാനന്തര ബിരുദം കരസ്ഥമാക്കിയാണ് അദ്ദേഹം ഓക്സ്ഫഡിൽനിന്നു

പോരുന്നത്. പത്മശ്രീയും പത്മവിഭൂഷണും ജ്ഞാനപീഠ പുരസ്കാരവും അടക്കമുള്ള ഇന്ത്യയിലെ പ്രമുഖ പുരസ്കാരങ്ങൾ അദ്ദേഹത്തെ തേടിയെത്തി.

നാടകവേദിയിലെ അതുല്യപ്രതിഭ

നാടോടി കലാസങ്കേതങ്ങളെ സമകാലിക ഇന്ത്യൻ ജീവിതങ്ങളുമായി ഇണക്കിച്ചേർത്ത് അവതരിപ്പിക്കുന്നതിൽ അദ്ദേഹത്തിനുണ്ടായിരുന്ന അസാധാരണമായ കഴിവാണ് മുഖ്യധാരയിൽനിന്ന് പുറത്തു പൊയ്ക്കൊണ്ടിരുന്ന നാടകത്തെ ജനകീയമാക്കിയത്. ചാർലി ചാപ്ലിനെയും ബ്രെതോൾഡ് ബ്രെഹ്ത്തിനെയും പോലുള്ളവർ മുന്നോട്ടുവച്ച ജീവിതദർശനമാണ് കർണാടിനെയും മുന്നോട്ടു നയിച്ചിരുന്നത്. ഇന്ത്യയിലെ പ്രമുഖരായ എല്ലാ സംവിധായകരും കർണാടിന്റെ നാടകങ്ങളെ അരങ്ങിലെത്തിച്ചിട്ടുണ്ട്. ഇന്ത്യൻ നാടകത്തിന്റെ പിതാവ് എന്നു വിശേഷിപ്പിക്കപ്പെടുന്ന ഇബ്രാഹിം അൽക്കാസിയാണ് അതിൽ പ്രധാനി.

യയാതി, തുഗ്ലക്, ഹയവദന, നാഗമണ്ഡല എന്നിവയാണു കർണാടിന്റെ പ്രധാന നാടകങ്ങൾ. പ്രാദേശികമായ വിഷയങ്ങളും ആഖ്യാനശൈലികളുമാണ് കന്നഡ സാഹിത്യത്തിന്റെ പ്രത്യേകതയായി എല്ലാക്കാലത്തും വിലയിരുത്തപ്പെട്ടിട്ടുള്ളത്. എന്നാൽ, കർണാടിന്റെ നാടകങ്ങളിൽ കർണാടകത്തെ മാത്രം സ്പർശിക്കുന്ന വിഷയങ്ങളില്ല. ഒന്നാമത്തെ നാടകമായ യയാതി ഒരു പുരാണ കഥയുടെ

പുനരാഖ്യാനമാണ്. മഹാഭാരതത്തിലെ 'യയാതി'യെക്കുറിച്ചുള്ള നാടകം 1961-ലാണ് പുറത്തിറങ്ങുന്നത്. തന്റെ യൗവനകാലത്ത് ശുക്രാചാര്യന്റെ ശാപത്താൽ അകാല വാർധക്യം വരിക്കേണ്ടിവന്നയാളാണ് യയാതി. അരങ്ങിൽ വിജയം നേടിയ ആ നാടകം നിരവധി ഇന്ത്യൻ ഭാഷകളിൽ വേദിയിലെത്തി.

പിന്നീട്ട പുറത്തുവന്ന തുഗ്ലക് എന്ന നാടകത്തിൽ മുഹമ്മദ് ബിൻ തുഗ്ലക്കായിരുന്ന കേന്ദ്രകഥാപാത്രം. പതിന്നാലാം നൂറ്റാണ്ടിൽ ഡൽഹി ഭരിച്ച മുഹമ്മദ് ബിൻ തുഗ്ലക് എന്ന ചരിത്രനായകനെ അദ്ദേഹം വെറുതെ വേദിയിലെത്തിക്കുകയായിരുന്നില്ല. ഇന്ത്യയുടെ ആദ്യത്തെ പ്രധാനമന്ത്രിയായിരുന്ന ജവഹർലാൽ നെഹ്റുവിന്റെ കാലത്തെ രാഷ്ട്രീയത്തെ വിമർശനാത്മകമായി സമീപിക്കുകകൂടിയായിരുന്ന അദ്ദേഹം ചെയ്തത്. രണ്ടാമത്തെ നാടകമായ തുഗ്ലക്കിലേക്കെത്തുമ്പോൾ അത് ചരിത്രാധിഷ്ഠിതമായ രചനയായി മാറുന്നു. രസകരമായ കാര്യം, ഇവ രണ്ടും ആധുനിക നാടകങ്ങളുമാണെന്നതാണ്. അതായത്, വീക്ഷണത്തിലും ഭാവത്തിലും ആധുനികം. തുഗ്ലക് ഒരു മോഡേൺ ക്ലാസിക് ആയിട്ടാണ് നിരൂപകർ വാഴ്ത്തുന്നത്.

ഹയവദനയിലേക്കും നാഗമണ്ഡലത്തിലേക്കും വരുമ്പോൾ അദ്ദേഹം കന്നഡക്കാരനായെന്ന പറയുന്നതിൽ തെറ്റില്ല. കർണാടകയിലെ ഗ്രാമീണതയിൽനിന്നും നാടോടിക്കഥകളിൽനിന്നും സ്വാംശീകരിച്ചെടുത്ത അതിമനോഹരമായ നാടകീയ മുഹൂർത്തങ്ങളുടെ ധാരാളിത്തം ഈ നാടകങ്ങളിൽ കാണാനാവും. സംസ്കൃത ഭാഷയിലെ ഒരു പഴയ കഥാസമാഹാരമായ 'കഥാസരിത് സാഗര'ത്തിൽനിന്നാണ് ഹയവദന രൂപപ്പെടുന്നതെന്ന പറയാമെങ്കിലും വിഖ്യാത ജർമൻ നോവലിസ്റ്റായ തോമസ് മന്നിന്റെ 'മാറ്റിവച്ച തലകളു'ടെ വലിയ സ്വാധീനം ഹയവദനയിലുണ്ട്. യക്ഷഗാനമെന്ന കർണാടകയിലെ നാടോടി കലാരൂപത്തെ നാടകത്തിലേക്കു സന്നിവേശിപ്പിച്ചിടത്താണ് ഹയവദന ശ്രദ്ധേയമാകുന്നത്. പാരമ്പര്യ ദൃശ്യകലാരൂപമായ യക്ഷഗാനം ഗിരീഷ് കർണാടെന്ന കലാകാരനെ എത്രമാത്രം സ്വാധീനിച്ചിരുന്നു എന്നു മനസിലാക്കാൻ ഹയവദന കണ്ടാൽ മതി.

പ്രാദേശിക നാടോടി കലാരൂപങ്ങളോട് കർണാടിനുണ്ടായിരുന്ന അഭിനിവേശത്തിന്റെ വ്യക്തമായ തെളിവാണ് 'നാഗമണ്ഡല' എന്ന നാടകം. ഷിക്കാഗോയിലെ മിന്നാപൊളീസ് ഗുത്രീ തിയറ്ററിലാണ് നാഗമണ്ഡല അവതരിപ്പിക്കപ്പെട്ടത്. ഗിരീഷ് കർണാട് നാടകരചനയിലേക്കെത്തുന്ന കാലത്ത് പുറത്തിറങ്ങിയ നാടകങ്ങളെല്ലാം നഗരജീവിതത്തിന്റെ പശ്ചാത്തലത്തിൽ എഴുതപ്പെട്ടവയായിരുന്നു.

കർണാടിന്റെ സമകാലികരായിരുന്ന വിജയ് തെണ്ടുൽക്കറും മോഹൻ രാകേഷും ബാദൽ സർക്കാറുമൊക്കെ നാഗരികതയുടെ വളർച്ചയും നന്മതിന്മകളും പ്രമേയമാക്കിയപ്പോൾ കർണാട് ഗ്രാമങ്ങളിലേക്കാണ് പോയത്. ഗ്രാമീണമായ ജീവിതങ്ങളെ നാടകങ്ങളിലൂടെ അവതരിപ്പിക്കാൻ അദ്ദേഹം സവിശേഷമായ ശ്രദ്ധ പുലർത്തിയിരുന്നു.

പുത്തൻ ചലച്ചിത്ര സംസ്കാരത്തിന്റെ വക്താവ്

വിഖ്യാത നോവലിസ്റ്റ് യു.ആർ. അനന്തമൂർത്തിയുടെ പ്രശസ്ത നോവൽ 'സംസ്കാര'യുടെ തിരക്കഥ തയാറാക്കുകയും പ്രധാന വേഷത്തിൽ അഭിനയിക്കുകയും ചെയ്തുകൊണ്ടാണ് ഗിരീഷ് കർണാട് വെള്ളിത്തിരയിൽ അരങ്ങേറിയത്. രാഷ്ട്രപതിയുടെ പുരസ്കാരവും ആ സിനിമയ്ക്കായിരുന്നു. നടനായും തിരക്കഥാകൃത്തായും അരങ്ങേറിയ ഗിരീഷ് കർണാട് സംവിധായകന്റെ മേലങ്കിയും തനിക്കു നന്നായി ചേരുമെന്നു തെളിയിച്ചു. സംവിധാനം ചെയ്യാനായി അദ്ദേഹം തെരഞ്ഞെടുത്തത് എസ്.എൽ. ബൈരപ്പയുടെ 'വംശവൃക്ഷ' എന്ന നോവലായിരുന്നു. ആദ്യചിത്രമായ 'സംസ്കാര' മികച്ച സിനിമയ്ക്കുള്ള ദേശീയ പുരസ്കാരമാണ് കർണാടിന് സമ്മാനിച്ചതെങ്കിൽ വംശവൃക്ഷ മികച്ച സംവിധായകനുള്ള ദേശീയപുരസ്കാരം നേടിക്കൊടുത്തു. മികച്ച സംവിധായകനുള്ള ദേശീയ പുരസ്കാരം ബി.വി. കാരന്തിനൊപ്പമാണ് അദ്ദേഹം നേടിയത്. വിഖ്യതമായ നോവലുകൾ ദൃശ്യവത്കരിക്കുന്നതിൽ കഴിവുള്ളയാളായിരുന്നു കർണാട്. ശ്രീകൃഷ്ണ ആലനഹള്ളിയുടെ പ്രശസ്ത നോവൽ 'കാട്' എന്ന നാടകവും കർണാടിന്റെ സംവിധാനത്തിൽ പുറത്തുവന്നു.

ശൂദ്രകന്റെ മൃച്ഛകടികം എന്ന നാടകത്തെ അടിസ്ഥാനമാക്കി അദ്ദേഹം സംവിധാനം ചെയ്ത ഉത്സവ്, നിഷാന്ത് (1975), കലിയുഗ് (1980) എന്നിവയും അദ്ദേഹത്തിലെ ചലച്ചിത്രകാരന്റെ കൈയൊപ്പു പതിഞ്ഞവയാണ്. ആർ.കെ. നാരായണന്റെ മാൽഗുഡി ഡെയ്സ് പരമ്പരയിൽ കേന്ദ്രകഥാപാത്രമായ സ്വാമിയുടെ പിതാവിനെ അവതരിപ്പിച്ചതും കർണാടാണ്. ശങ്കർ നാഗും കവിത ലങ്കേഷുമായിരുന്നു മാൽ ഗുഡി ഡെയ്സിന്റെ സംവിധായകർ.

പൂന ഫിലിം ആൻഡ് ടെലിവിഷൻ ഇൻസ്റ്റിറ്റ്യൂട്ടിന്റെ ആദ്യ ഡയറക്ടറായിരുന്നു കർണാട്. സംഗീത നാടക അക്കാദമി ചെയർമാനായും അദ്ദേഹം പ്രവർത്തിച്ചിട്ടുണ്ട്. ജോൺ പോളിന്റെ രചനയിൽ ഭരതൻ സംവിധാനം ചെയ്ത 'നീലക്കുറിഞ്ഞി പൂത്തപ്പോൾ' എന്ന ചിത്രത്തിലൂടെ അദ്ദേഹം മലയാള സിനിമയിലും തന്റെ സാന്നിധ്യമറിയിച്ചു.

സുരേഷ് കൃഷ്ണ സംവിധാനം ചെയ്ത 'ദ പ്രിൻസ്' എന്ന ചിത്രത്തിലും അദ്ദേഹം മലയാളത്തിൽ അഭിനയിച്ചിട്ടുണ്ട്.

വിവാദങ്ങൾക്കൊപ്പം നടന്നു

സാഹിത്യ-രാഷ്ട്രീയ നിലപാടുകളുടെ പേരിൽ എല്ലാലത്തും ഗിരീഷ് കർണാട് വിവാദങ്ങളുടെ തോഴനായിരുന്നു. 2012ൽ നടന്ന ടാറ്റാ സാഹിത്യോത്സവത്തിൽ അദ്ദേഹം നടത്തിയ പ്രസംഗമാണ് വിവാദങ്ങളിൽ ഒന്ന്. നൊബേൽ പുരസ്കാരം നേടിയ ഇന്ത്യൻ വംശജനായ ട്രിനിഡാഡ് എഴുത്തുകാരൻ വി.എസ്. നായ്പോളിനായിരുന്നു ആ വർഷത്തെ ടാറ്റാ സാഹിത്യ പുരസ്കാരം. ഇന്ത്യയിലെ മുസ്ലിംകൾക്കെതിരേ നായ്പോൾ വിദ്വേഷ പരാമർശം നടത്തിയിരുന്നുവെന്നും നമ്മുടെ രാജ്യത്തിന്റെ യശസ്സിനെ ഇല്ലാതാക്കുംവിധമായിരുന്നു അദ്ദേഹത്തിന്റെ രചനകളെന്നും വിമർശിച്ച കർണാട് നായ്പോളിനു പുരസ്കാരം നൽകാൻ തീരുമാനിച്ച സംഘാടകരെ രൂക്ഷമായി വിമർശിക്കുകയും ചെയ്തു. രവീന്ദ്രനാഥ ടാഗോർ ഒരു രണ്ടാംനിര എഴുത്തുകാരനായിരുന്നുവെന്നും പ്രത്യേകിച്ച് അദ്ദേഹത്തിന്റെ നാടകങ്ങൾ അസഹനീയമാണെന്നുള്ള കർണാടിന്റെ നിരീക്ഷണവും വിവാദമായി. ഹിന്ദുത്വവാദികൾ കൊലപ്പെടുത്തിയ വിഖ്യാത മാധ്യമപ്രവർത്തക ഗൗരി ലങ്കേഷിന്റെ ചരമവാർഷികത്തിൽ ബംഗളൂരുവിൽ നടത്തിയ അനുസ്മരണയോഗത്തിൽ തന്റെ ഹിന്ദുത്വവിരുദ്ധ രാഷ്ട്രീയം ഗിരീഷ് കർണാട് വ്യക്തമായി പ്രകടിപ്പിച്ചിരുന്നു. അന്ന് 'മീ ടൂ അർബൻ നക്സൽ' എന്നെഴുതിയ പ്ലക്കാർഡുമായി ചടങ്ങിൽ പങ്കെടുത്തതാണ് മറ്റൊരു വിവാദം. അർബൻ നക്സൽ എന്നു വിളിച്ച് മനുഷ്യാവകാശ പ്രവർത്തകരെ അറസ്റ്റ് ചെയ്ത ഭരണകൂടത്തിന്റെ നടപടികൾക്കെതിരേയായിരുന്നു അദ്ദേഹത്തിന്റെ പ്രതിഷേധം. ഇതിനെതിരേ എൻ.പി. അമൃതേഷ് എന്ന അഭിഭാഷകൻ പോലീസിൽ പരാതി നൽകുകയും ചെയ്തിരുന്നു.

●

വർണങ്ങളുടെ മഹേന്ദ്രജാലം

വ്യത്യസ്തത തേടിയുള്ള യാത്രയായിരുന്നു ഓരോ സിനിമയും ബാലുമഹേന്ദ്രയ്ക്ക്. അതുകൊണ്ടുതന്നെ സിനിമയുടെ വെള്ളി വെളിച്ചത്തിലേക്ക് മഹേന്ദ്രയെത്തിയത് 35-ാം വയസ്സിൽ. 2014 ഫെബ്രുവരി 13ന് മരണം അദ്ദേഹത്തെ കൂട്ടിക്കൊണ്ടുപോകുന്നതു വരെ തെന്നിന്ത്യൻ സിനിമയുടെ മുൻനിരയിൽ അദ്ദേഹത്തിന്റെ നിറസാന്നിധ്യമുണ്ടായിരുന്നു.

ബാലുമഹേന്ദ്ര എന്ന ചലച്ചിത്രകാരനെ കണ്ടെത്തിയത് മലയാളത്തിന്റെ സ്വന്തം രാമു കാര്യാട്ടാണ്. പി. വത്സലയുടെ നെല്ല് എന്ന നോവൽ അതേ പേരിൽ സിനിമയാക്കാൻ രാമു കാര്യാട്ട് ആലോചിക്കുന്ന കാലം. എല്ലാ മേഖലയിലും വ്യത്യസ്തത വേണമെന്ന നിർബന്ധം കാര്യാട്ടിനുണ്ടായിരുന്നു. അങ്ങനെയാണ് ബാലു എന്ന പുതുമുഖത്തെ ഛായാഗ്രഹണമേല്പിക്കാൻ കാരാട്ട് തീരുമാനിക്കുന്നത്. അതേ സിനിമയിൽ ഇന്ത്യയുടെ വാനമ്പാടി ലതാ മങ്കേഷ്കറെയും രാമു കാര്യാട്ട് അവതരിപ്പിച്ചു. ചെമ്മീനിൽ വിഖ്യാതനായ മർക്കസ് ബട്‌ലിയെ കാമറയ്ക്കു പിന്നിലെത്തിച്ച കാര്യാട്ടിന്റെ മറ്റൊരു പരീക്ഷണം.

നെല്ലും കാര്യാട്ടും ബാലുവും ലതയും സിനിമാചരിത്രത്തിൽ സ്ഥാനം നേടി. കൃത്രിമവെളിച്ചം പൂർണമായും ഒഴിവാക്കി പകൽ വെളിച്ചത്തിൽ ഒരു സിനിമ ചിത്രീകരിക്കുകയെന്നത് അന്ന് മലയാളസിനിമയ്ക്കു മാത്രമല്ല, ഇന്ത്യൻ സിനിമയ്ക്കും അപരിചിതമായിരുന്നു. ദേശീയ ചലച്ചിത്ര അവാർഡ് നിർണയ കമ്മിറ്റിക്ക് ഏറ്റവും മികച്ച ഛായാഗ്രാഹകനുള്ള പുരസ്കാരത്തിന് ബാലുമഹേന്ദ്രയെ തെരഞ്ഞെടുക്കാൻ രണ്ടാമതൊന്ന് ആലോചിക്കേണ്ടിവന്നില്ല. പിന്നീടുള്ള രണ്ടു വർഷക്കാലം ബാലുവിന്റെ കാമറക്കണ്ണുകളിലൂടെ

» ബാലുമഹേന്ദ്രയും ഭാര്യ അഖിലയും.

മലയാളി കണ്ടത് 21 സിനിമകൾ. കെ.എസ്. സേതുമാധവൻ, പി.എൻ. മേനോൻ, ഭരതൻ തുടങ്ങിയ പ്രമുഖർ തേടിയെത്തത്തക്ക ഉയരത്തിലേക്ക് ബാലു വളർന്നു. ചട്ടക്കാരി, പണിമുടക്ക്, ഉൾക്കടൽ, ജീവിക്കാൻ മറന്നുപോയ സ്ത്രീ തുടങ്ങി മലയാളത്തിലെ എണ്ണപ്പെട്ട പല സിനിമകളും പ്രേക്ഷകർ കണ്ടത് ബാലുവിന്റെ കാമറയിലൂടെയായിരുന്നു.

ശ്രീലങ്കയിലെ ബട്ടിക്കലോവയിൽ തമിഴ് കുടുംബത്തിൽ 1939ലായിരുന്നു ബാലനാഥൻ ബഞ്ചമിൻ മഹേന്ദ്ര എന്ന ബാലുമഹേന്ദ്രയുടെ ജനനം. വിഖ്യാത ഇംഗ്ലീഷ് ചലച്ചിത്രകാരൻ ഡേവിഡ് ലീനിന്റെ, ലോകമഹായുദ്ധത്തിന്റെ ദുരിതങ്ങൾ വിവരിച്ച 'ദ ബ്രിഡ്ജ് ഓൺ ദ റിവർ ക്വായ്'' എന്ന സിനിമയാണ് ബാലുവിലെ ചലച്ചിത്രകാരനെ ഉയർത്തിയത്. മകന്റെ സിനിമാതാത്പര്യം മനസിലാക്കിയ പിതാവ് തന്റെ സാമ്പത്തികസ്ഥിതി വച്ച് ഒരു ചെറിയ കാമറ വാങ്ങി നൽകി. അതു കിട്ടിയതോടെയാണ് ഛായാഗ്രാഹകനാകുക എന്ന സ്വപ്നം ബാലു കണ്ടുതുടങ്ങിയത്. ഛായാഗ്രാഹണം പഠിക്കാനെത്തിയതാവട്ടെ ഇന്ത്യയിലും. പൂന ഫിലിം ഇൻസ്റ്റിറ്റ്യൂട്ടിൽനിന്ന് സ്വർണമെഡലോടെ പഠിച്ചു പുറത്തിറങ്ങി.

1977ലായിരുന്നു ബാലുമഹേന്ദ്രയുടെ സംവിധായക അരങ്ങേറ്റം. കന്നഡ സിനിമയായ കോകിലയായിരുന്നു ആദ്യസിനിമ. കോകിലയുടെ ഛായാഗ്രാഹകനും മറ്റാരുമായിരുന്നില്ല. മൂന്നു വർഷത്തിനിടയിൽ രണ്ടാം തവണയും മികച്ച ഛായാഗ്രാഹകനുള്ള പുരസ്കാരം 'കോകില'യിലൂടെ ബാലുവിനെ തേടിയെത്തി. തമിഴ്നാട്ടിൽ 150 ദിവസം പ്രദർശിപ്പിച്ച ആദ്യ കന്നഡ ചിത്രമെന്ന ഖ്യാതിയും കോകിലയ്ക്കു മാത്രം സ്വന്തം. കോകിലയിലൂടെയാണ് പ്രശസ്ത നടി ശോഭ ചലച്ചിത്രലോകത്തെത്തുന്നത്. പിന്നീട് ശോഭ

ബാലുവിന്റെ ജീവിതത്തിലും സ്ഥാനം നേടി. ഇരുവരുടെയും ബന്ധത്തെ ആസ്പദമാക്കി കെ.ജി. ജോർജ് സംവിധാനം ചെയ്ത ചിത്രമായിരുന്നു 'ലേഖയുടെ മരണം ഒരു ഫ്ളാഷ്ബാക്ക്'. ഭരത് ഗോപിയായിരുന്നു ചിത്രത്തിൽ ബാലുവിനെ അവതരിപ്പിച്ചത്. എന്നാൽ, ചിത്രത്തിന്റെ ക്ലൈമാക്സിൽ ശോഭയുടെ മരണത്തിന് ഉത്തരവാദി ബാലുവാണെന്ന രീതിയിൽ അവതരിപ്പിച്ചത് വസ്തുതാപരമല്ലെന്ന് ബാലുമഹേന്ദ്ര പിന്നീട് വ്യക്തമാക്കിയിരുന്നു. പക്ഷേ, താൻ ചിത്രീകരിച്ചത് ശോഭയുടെ ജീവിതംതന്നെയാണെന്ന് ജോർജ് ഉറപ്പിച്ചു പറഞ്ഞു.

1977ൽ സംവിധായകനായെങ്കിലും അദ്ദേഹം മലയാളത്തിലേക്കെത്തുന്നത് അഞ്ചു വർഷത്തിനു ശേഷമാണ്. 1982ൽ പുറത്തിറങ്ങിയ 'ഓളങ്ങൾ' ആയിരുന്നു അദ്ദേഹം സംവിധാനം ചെയ്ത ആദ്യ മലയാള ചലച്ചിത്രം. മഹാരാഷ്ട്ര സ്വദേശി അമോൽ പലേക്കറെ മലയാളത്തിലെത്തിച്ച ഓളങ്ങൾ മികച്ച സിനിമയെന്ന പേരും, കുടുംബപ്രേക്ഷകരെ ഒന്നടങ്കം തിയേറ്ററുകളിലെത്തിച്ച് വാണിജ്യവിജയവും നേടി. 1980ൽ നടി ശോഭ ആത്മഹത്യ ചെയ്തത് ബാലുവിന്റെ ചലച്ചിത്ര കരിയർ പോലും ചോദ്യചിഹ്നമാക്കിയ കാലത്ത് അദ്ദേഹത്തിന് പുതുജീവൻ നൽകിയ ചിത്രമെന്ന നിലയിലും 'ഓളങ്ങൾ' വിലയിരുത്തപ്പെട്ടു.

സംവിധായകനെന്ന നിലയിൽ അദ്ദേഹത്തിന്റെ മാസ്റ്റർപീസ് എന്നു വിശേഷിപ്പിക്കപ്പെടുന്ന 'മൂന്നാംപിറ' 1982ലാണു പുറത്തിറങ്ങിയത്. ശോഭയുടെ ജീവിതം മനസിൽ കണ്ടു തയാറാക്കിയ ചിത്രമാണിതെന്ന് ബാലു പിന്നീട് പറഞ്ഞു. ശ്രീദേവിയും കമൽഹാസനും നായികാ നായകന്മാരായ മൂന്നാംപിറ മെഗാ ഹിറ്റായിരുന്നു. ബാലുവിന് മികച്ച സംവിധായകനും കമലിന് മികച്ച നടനുമുള്ള ദേശീയ പുരസ്കാരം നേടിക്കൊടുത്ത മൂന്നാം പിറ 'സദ്മ' എന്ന പേരിൽ ഹിന്ദിയിലേക്കു റീമേക്ക് ചെയ്തതും സൂപ്പർഹിറ്റായി. ശ്രീദേവിയും കമലും തന്നെയാണ് ഹിന്ദിയിലും അഭിനയിച്ചത്. പിന്നീട് ആദ്യചിത്രമായ കോകിലയും അദ്ദേഹം ഹിന്ദിയിലേക്കു റീമേക്ക് ചെയ്തു. ഓളങ്ങൾ കൂടാതെ രണ്ടു ചിത്രങ്ങൾകൂടി അദ്ദേഹം മലയാളത്തിനു സമ്മാനിച്ചു. പ്രതാപ് പോത്തനും നളിനിയും പ്രധാന വേഷങ്ങളിൽ അഭിനയിച്ച 'ഊമക്കുയിലും' മമ്മൂട്ടി നായകനായ 'യാത്ര'യും. ഊമക്കുയിൽ ബോക്സ് ഓഫീസിൽ വലിയ ചലനങ്ങൾ സൃഷ്ടിക്കാതെ കടന്നുപോയെങ്കിലും 'യാത്ര' കാലത്തെ അതിജീവിച്ചു. താരപ്രഭയിൽ തിളങ്ങിനിന്ന മമ്മൂട്ടിയെ തലമുടി പറ്റെ വെട്ടി ഒരു സാധാരണക്കാരനാക്കി കാമറയ്ക്കു മുന്നിലെത്തിക്കാൻ ബാലു

പ്രകടിപ്പിച്ചത് അസാധാരണ ധൈര്യമായിരുന്നു.

ഒരു ഛായാഗ്രാഹകൻ എന്ന പരിചയമാണ് ദൃശ്യങ്ങളെ ഉപയോഗിച്ച കഥ പറയാൻ അദ്ദേഹത്തെ പ്രാപ്തനാക്കിയത്. പലപ്പോഴും തിരക്കഥയും ഛായാഗ്രഹണവും ചിത്രസംയോജനവും തനിയെ നിർവഹിച്ച് ഒരു ചിത്രത്തിന്റെ സൃഷ്ടിപരമായ സാക്ഷാത്കാരത്തിൽ തന്റെ ശക്തമായ നിയന്ത്രണം ഏർപ്പെടുത്തുകപോലും അദ്ദേഹം ചെയ്തിട്ടുണ്ട്.

മുപ്പത്തൊന്നു വർഷത്തെ സിനിമാ ജീവിതത്തിനിടയിൽ ആകെ 22 സിനിമകൾ മാത്രമാണ് ബാലുമഹേന്ദ്ര സംവിധാനം ചെയ്തിട്ടുള്ളത്. അവയെല്ലാം ഒന്നിനൊന്നു വ്യത്യസ്തമായിരുന്നുവെന്നതു മാത്രം മതി, അദ്ദേഹത്തിന്റെ സർഗപ്രതിഭയുടെ മാറ്ററിയാൻ. അഞ്ചു ദേശീയ അവാർഡുകൾ, മൂന്നു ഫിലിം ഫെയർ അവാർഡുകളും, കേരളം, കർണാടക, ആന്ധപ്രദേശ് സർക്കാരുകളുടെ അഞ്ച് അവാർഡുകളും അദ്ദേഹത്തിന്റെ മികവിനുള്ള പുരസ്കാരങ്ങളാണ്.

●

നല്ല സിനിമകളുടെ കൂട്ടുകാരൻ

മലയാളസിനിമാ ചരിത്രത്തിൽ സ്വന്തമായൊരു അധ്യായം എഴുതിച്ചേർത്ത ചലച്ചിത്രകാരനാണ് പി.എൻ. മേനോൻ. സിനിമയെ ഒരു കമ്പോള ഉത്പന്നം എന്ന നിലയിൽ മാത്രം കൈകാര്യം ചെയ്യുന്ന ആധുനിക ചലച്ചിത്രകാരന്മാർക്ക് ഒരു പക്ഷേ, അപരിചിതമായ ചരിത്രമാണ് പി.എൻ. മേനോന്റേത്.

1926ൽ തൃശ്ശൂരിലെ വടക്കാഞ്ചേരിയിൽ കെ. ഗോവിന്ദമേനോന്റെയും നാണിക്കുട്ടിയമ്മയുടെയും മകനായി ജനിച്ച പി.എൻ. മേനോൻ ചെറുപ്പത്തിലേ തന്നെ ചിത്രരചനയിൽ അഭിരുചി പ്രകടിപ്പിച്ചിരുന്നു. അമ്പതുകളുടെ തുടക്കത്തിൽ തമിഴ്നാട്ടിൽ സേലം മോഡേൺ തിയറ്റേഴ്സിലും രത്ന സ്റ്റുഡിയോയിലും കുറച്ചുകാലം ജോലി ചെയ്ത അദ്ദേഹത്തിനു ചില നാടക കലാകാരന്മാരുമായും ബന്ധമുണ്ടായിരുന്നു. ആ ബന്ധമാണ് പി.എൻ. മേനോനെ കലാസംവിധായകനാക്കിയത്.

തെലുങ്ക് നാടക-ചലച്ചിത്ര നടിയും പഴയ മദ്രാസ് സംസ്ഥാനത്തെ മുഖ്യമന്ത്രി യുടെ മകളുമായിരുന്ന സൂര്യകുമാരിയുടെ നാടകസംഘത്തിലൂടെയാണു പി.എൻ. മേനോൻ എന്ന കലാസംവിധായകനെ പുറംലോകം അറിഞ്ഞുതുടങ്ങിയത്. സൂര്യകുമാരിയുടെ 'അല്ലി അർജ്ജുന' (ഇംഗ്ലീഷ്) എന്ന നാടകത്തിലൂടെയായിരുന്നു അദ്ദേഹം കലാസംവിധായകന്റെ കുപ്പായമണിഞ്ഞത്. പിന്നീട് 1960ൽ സി.വി. ശ്രീധറിന്റെ 'ഇവൻ താനേ അവൻ' എന്ന ചിത്രത്തിനു കലാസംവിധാനം നിർവഹിച്ചുകൊണ്ടു ചലച്ചിത്രലോകത്തും തന്റെ വരവറിയിച്ചു. ഈ ചിത്രത്തിനുശേഷം അനേകം അവസരങ്ങൾ അദ്ദേഹത്തെ തേടിയെത്തി.

തമിഴ് ചലച്ചിത്രരംഗത്തു കലാസംവിധായകനെന്ന നിലയിൽ

പേരെടുത്ത കാലത്തുതന്നെ അദ്ദേഹം മലയാളത്തിലുമെത്തി. പി.എൻ. മേനോനെ മലയാളത്തിലെത്തിച്ചതിന്റെ മുഴുവൻ ക്രെഡിറ്റും പി. ഭാസ്കരന് അവകാശപ്പെട്ടതാണ്. ഭാസ്കരൻ മാഷ് നിർമിച്ച് സംവിധാനം ചെയ്ത 'ലൈലാ മജ്നു' എന്ന ചലച്ചിത്രത്തിലൂടെ യാണ് മേനോൻ മലയാളത്തിൽ തന്റെ സാന്നിധ്യമറിയിച്ചത്. അതിനുശേഷം നിരവധി മികച്ച സിനിമകൾക്കുവേണ്ടി മേനോൻ സെറ്റൊരുക്കി. അവയിൽ ഭാഗ്യജാതകം, നിണമണിഞ്ഞ കാൽപ്പാടുകൾ, മണവാട്ടി, അരക്കില്ലം, ചെകുത്താന്റെ കോട്ട, നിശാഗന്ധി എന്നിവ കലാസംവിധാന മികവുകൊണ്ട് ശ്രദ്ധനേടി.

കലാസംവിധായകൻ എന്ന നിലയിൽനിന്നു സംവിധായകനിലേക്കുള്ള അദ്ദേഹത്തിന്റെ വളർച്ച വളരെ യാദൃച്ഛികമായിരുന്നു. 'ചിലമ്പൊലി' എന്ന ചിത്രത്തിന്റെ കലാസംവിധായകനായി പ്രവർത്തിക്കുന്നതിനിടയിലാണ് അദ്ദേഹം ആ ചിത്രത്തിന്റെ പ്രൊഡക്ഷൻ എക്സിക്യൂട്ടീവ് മണിസ്വാമിയുമായി പരിചയപ്പെടുന്നത്. ഈ പരിചയമാണു മോനോനെ കലാസംവിധായകനിൽനിന്ന് സംവിധായകനിലേക്കുയർത്തിയത്. അങ്ങനെയാണ് 1965ൽ വൃന്ദാവൻ പിക്ചേഴ്സിന്റെ ബാനറിൽ മണിസ്വാമി നിർമ്മിച്ച 'റോസി' അദ്ദേഹം സംവിധാനം ചെയ്യുന്നത്.

റോസിയെ ന്യൂസ് പേപ്പർ ബോയ്, രാരിച്ചൻ എന്ന പൗരൻ എന്നീ ചിത്രങ്ങൾക്കുശേഷമുള്ള ജീവിതഗന്ധിയായ ചിത്രം എന്ന നിലയിൽ നിരൂപകരും പ്രേക്ഷകരും അംഗീകരിച്ചതോടെ പി.എൻ. മേനോൻ പ്രശസ്തനായി. സാമ്പത്തികമായി റോസി പരാജയമായിരുന്നെങ്കിലും ഒരു പ്രതിഭയുടെ വരവറിയിച്ച ചിത്രമായിരുന്നു അത്.

ഒരു സംവിധായകനെന്ന നിലയിൽ പി.എൻ. മേനോന്

അംഗീകാരങ്ങൾ നേടിക്കൊടുത്തത് 'ഓളവും തീരവു'മാണ്. എം.ടി.യുടെ രചനയ്ക്ക് മേനോനൊരുക്കിയ ചലച്ചിത്രഭാഷ്യം മലയാളസിനിമയ്ക്ക് പുത്തനുണർവേകി. ചായം തേച്ചുമിനുക്കിയ സ്റ്റുഡിയോയുടെ അകത്തളങ്ങളിൽനിന്നു മലയാളസിനിമയെ ഗ്ലാമറില്ലാത്ത, കൃത്രിമത്വമില്ലാത്ത, പരുക്കൻ മനുഷ്യരുടെ പച്ചയായ ജീവിതത്തിലേക്ക് കൈപിടിച്ചുയർത്തിയത് 'ഓളവും തീരവു'മാണ്.

മലയാള സിനിമയിൽ പുതിയ വഴികൾ സൃഷ്ടിച്ചെടുക്കുകയും ആ വഴികളിലൂടെ ഒറ്റയ്ക്കു നടക്കാൻ കരുത്തു കാണിക്കുകയും ചെയ്ത സംവിധായകനായിരുന്നു പി.എൻ. മേനോൻ. ആസ്വാദകരുടെ അഭിനന്ദന പ്രവാഹങ്ങൾ മാത്രമല്ല മികവിന്റെ അംഗീകാരങ്ങൾ കൂടി അദ്ദേഹത്തെ തേടിയെത്തുകയുണ്ടായി. അദ്ദേഹത്തിന്റെ സിനിമകളായ 'ഗായത്രി' 1973ലെ മികച്ച പ്രാദേശിക ചിത്രമായും 'മലമുകളിലെ ദൈവം' 1983ലെയും മികച്ച പ്രാദേശിക ചിത്രത്തിനുള്ള ദേശീയ പുരസ്കാരങ്ങൾ നേടിയിരുന്നു. 2002 ലെ ജേസി ഡാനിയേൽ പുരസ്കാരജേതാവായ അദ്ദേഹത്തിന് പല തവണ സംസ്ഥാന അവാർഡുകളും ലഭിച്ചിരുന്നു. 'ഓളവും തീരവു'മെന്ന സിനിമയിലൂടെ 1970ലെ മികച്ച ചിത്രം, സംവിധായകൻ എന്നീ പുരസ്കാരങ്ങളും മേനോൻ സ്വന്തമാക്കി. 1972ലെ മികച്ച രണ്ടാമത്തെ ചിത്രമായി 'ചെമ്പരത്തി'യും 1973ലെ മികച്ച രണ്ടാമത്തെ ചിത്രമായി ഗായത്രിയും തെരഞ്ഞെടുക്കപ്പെട്ടു.

സാധാരണക്കാരന്റെ ജീവിതത്തിലേക്കും ജീവിതപ്രശ്നങ്ങളിലേക്കും ഫോക്കസ്ചെയ്തുവച്ച കാമറയുമായി മലയാളസിനിമയിൽ ഒറ്റയ്ക്കു നടന്ന പി.എൻ. മേനോൻ 2008 സെപ്തംബർ 9ന് കാലയവനികയ്ക്കുള്ളിൽ മറഞ്ഞപ്പോൾ നഷ്ടമായത് ഒരു ചലച്ചിത്രകാരനെ മാത്രമല്ല, ജീവിതത്തിൽ യാതൊരു കൃത്രിമത്വവുമില്ലാതെ ജീവിച്ച മനുഷ്യനെക്കൂടിയാണ്.

●

സ്വരവന്ദനത്തിന്റെ പുണ്യജീവിതം

"രാഗവും താളവും പിഴച്ചാലും ഭക്തി പിഴക്കരുത്. ഭക്തിയോടെ
പാടിയാൽ സംഗീതം തങ്കവിഗ്രഹം പോലെ ജ്വലിക്കും."

-വി. ദക്ഷിണാമൂർത്തി

മലയാള ചലച്ചിത്രഗാനങ്ങൾക്കു നാടിന്റെ ഗന്ധമില്ലാതിരുന്ന കാലത്ത് കേഴ്‌വിക്കാരന്റെ മനസിലും ഹൃദയത്തിലും മധുരം കിനിയുന്ന സ്വരമാധുരിയോടെ സംഗീതത്തെ കുടിയിരുത്തിയ വി. ദക്ഷിണാമൂർത്തി ഓർമയായപ്പോൾ നഷ്ടമായത് സംഗീത കുലപതിയെ.

മുഖവുര ആവശ്യമില്ലാത്ത സംഗീതജ്ഞനാണ് ദക്ഷിണാമൂർത്തി സ്വാമികൾ. 1919 ഡിസംബർ 22ന് അമ്പലപ്പുഴയിൽ ജനിച്ച ദക്ഷിണാമൂർത്തി ചെറുപ്പം മുതലേ സംഗീതത്തോട് വലിയ താത്പര്യം പ്രകടിപ്പിച്ചിരുന്നു. അദ്ദേഹത്തിന്റെ അമ്മ പാർവതിയാംബാൾ ആയിരുന്നു ആദ്യ ഗുരു. ത്യാഗരാജ സ്വാമികളുടെ കീർത്തനങ്ങൾ മനഃപാഠമാക്കുന്നതിൽ അദ്ദേഹം പ്രകടിപ്പിച്ച അസാധാരണ വൈഭവം മാതാപിതാക്കളെപ്പോലും അത്ഭുതപ്പെടുത്തി. സംഗീതം തങ്ങളുടെ മകന്റെ ജീവിതത്തിന്റെ ഭാഗമാണെന്നു തിരിച്ചറിഞ്ഞ മാതാപിതാക്കൾക്ക് അദ്ദേഹത്തെ സംഗീതത്തിന്റെ വഴിയിലൂടെ നയിക്കാൻ സന്തോഷമേ ഉണ്ടായിരുന്നുള്ളൂ.

ഔപചാരിക വിദ്യാഭ്യാസം പത്താംക്ലാസിലെത്തിയപ്പോൾ കർണാടക സംഗീതം പഠിക്കാനായി ചേർന്നു. തിരുവനന്തപുരത്തുള്ള വെങ്കിടാചലം പോറ്റിയായിരുന്നു ദക്ഷിണാമൂർത്തിയുടെ ആദ്യ ഔദ്യോഗിക ഗുരു. പിന്നീട് കർണാടക സംഗീതത്തിൽ തന്റേതായ

ശൈലി രൂപീകരിക്കാൻ അദ്ദേഹത്തിനു കഴിഞ്ഞു. ക്രമേണ കച്ചേരികളിലൂടെ അദ്ദേഹം തന്റെ സംഗീതവൈഭവം പ്രകടിപ്പിച്ചു. അപ്പോഴും ചലച്ചിത്രഗാന രംഗത്തേക്ക് ദക്ഷിണാമൂർത്തി എത്തിച്ചേരുമെന്ന് അദ്ദേഹത്തിന്റെ മാതാപിതാക്കളോ ഗുരുക്കന്മാരോ കരുതിയിരുന്നില്ല. സിനിമാഗാന പ്രവേശം വളരെ അപ്രതീക്ഷിതമായിരുന്നുവെന്ന് അദ്ദേഹംതന്നെ ഒരിക്കൽ വ്യക്തമാക്കിയിട്ടുണ്ട്. "ആകാശവാണിയുടെ ഒരു പരിപാടിക്കായി 1942ൽ ഞാൻ മദ്രാസിലെത്തി. യേശുദാസിന്റെ പിതാവും ഗായകനുമായ അഗസ്റ്റിൻ ജോസഫിനെ കാണുകയും ദീർഘനേരം സംസാരിക്കുകയും ചെയ്തു. പിന്നീട് ഞാൻ തിരികെ കേരളത്തിലേക്കു പോന്നു. രണ്ടു വർഷങ്ങൾക്കു ശേഷം 1944ൽ ഒരു സിനിമയ്ക്കു സംഗീതം നൽകാൻ എനിക്ക് അവസരം ലഭിക്കുകയുണ്ടായി. അതിനായി ഞാൻ വീണ്ടും മദ്രാസിലെത്തി. മനോരമ എന്നോ മറ്റോ പേരിട്ടിരുന്ന ആ ചിത്രം പക്ഷേ പുറത്തിറങ്ങിയില്ല. അതോടെ ഞാൻ സിനിമയ്ക്കു പറ്റിയ ആളല്ലെന്ന തോന്നൽ മനസ്സിലുണ്ടായി. ആ ചിന്ത മൂലം നാട്ടിലേക്കു മടങ്ങാതെ മദ്രാസിൽ തന്നെ താമസിക്കാൻ തീരുമാനിച്ചു. ആ സമയത്ത് കച്ചേരികൾക്കായി എനിക്ക് ധാരാളം വേദികൾ ലഭിച്ചിരുന്നു. അത് അവിടെയെനിക്ക് അത്യാവശ്യം പേര് നേടിത്തന്നു. നാലു വർഷക്കാലം കച്ചേരിയുമായി ഞാൻ കഴിഞ്ഞു. 1948ലാണ് സിനിമയിൽ എനിക്ക് മറ്റൊരവസരം ലഭിക്കുന്നത്. ഞാൻ അന്ന് മദ്രാസിലെ മൈലാപ്പൂരിലുള്ള പുതുതെരുവിലെ ഒരു കൊച്ചു വീട്ടിലാണു താമസം. വളരെ അപ്രതീക്ഷിതമായി മൂന്നു പേർ എന്റെ വീട്ടിലേക്കു വന്നു. വേറെയാരുമല്ല, അഭയദേവും കുഞ്ചാക്കോയും കെ.വി. കോശിയുമായിരുന്നു അവർ. അവർ നിർമിക്കാൻ പോകുന്ന നല്ലതങ്ക എന്ന സിനിമയ്ക്ക് ഒരു വിരുത്തം തയാറാക്കി കൊടുക്കണമെന്ന് ആവശ്യപ്പെട്ടു. സത്യത്തിൽ എനിക്കു കുറച്ചുനേരത്തേക്ക് എന്നെത്തന്നെ വിശ്വസിക്കാനായില്ല. വന്നവരാണെങ്കിൽ സിനിമയില തലമുതിർന്നവരും. എന്റെ ജീവിതത്തിനു പുതിയൊരു തുടക്കംകുറിച്ച ആ വിരുത്തത്തിന്റെ വരികൾ ഒരിക്കലും എനിക്ക് മറക്കാനാവില്ല.

'ശംഭോ ഞാൻ കാൺമതെന്താ-
ണിദം അടയുകയോ
മൽകവാടങ്ങളയ്യോ...'

പിൽക്കാലത്ത് മാന്ത്രികശബ്ദത്തിനുടമയായ കെ.ജെ. യേശുദാസിന്റെ അച്ഛൻ അഗസ്റ്റിൻ ജോസഫായിരുന്നു ആ ചിത്രത്തിലെ നായകനെന്നതും എന്നെ വളരെ സന്തോഷിപ്പിച്ചു. ഈ ചിത്രത്തിലെ ഒരു ഗാനവും അഗസ്റ്റിൻ ജോസഫ് പാടുകയുണ്ടായി. പിന്നീട്

മറ്റൊരാൾ പറഞ്ഞ് ഞാനറിഞ്ഞു, അഗസ്റ്റിനാണ് എന്റെ പേരു നിർദേശിച്ചതെന്ന്. പക്ഷേ, ഞാനൊരിക്കലും അദ്ദേഹത്തോട് ഇക്കാര്യം ചോദിച്ചിട്ടില്ല."

പിന്നീട് മലയാള ചലച്ചിത്രഗാന രംഗത്ത് ദക്ഷിണാമൂർത്തി സ്വാമികളുടെ വളർച്ച അതിവേഗത്തിലായിരുന്നു. കാലത്തെയും തലമുറകളെയും അതിജീവിച്ച അദ്ദേഹത്തിന്റെ ഗാനങ്ങളിന്നും മലയാളികളുടെ മനസിൽ നിറഞ്ഞുനിൽക്കുന്നു. 'ചന്ദനത്തിൽ കടഞ്ഞെടുത്തൊരു', 'പാട്ടുപാടി ഉറക്കാം ഞാൻ', 'ഹൃദയസരസ്സിലെ പ്രണയപുഷ്പമേ', 'കാട്ടിലെ പാഴ്മുളം തണ്ടിൽനിന്നും', 'നാദബ്രഹ്മത്തിൻ സാഗരം നീന്തിവരും', 'വാതിൽപ്പഴുതിലൂടെൻ മുന്നിൽ', 'അവൾ ചിരിച്ചാൽ മുത്തു ചിതറും'... അങ്ങനെ എണ്ണമറ്റ ഗാനങ്ങൾ.

സംഗീതരംഗത്ത് പ്രഗത്ഭരായ നിരവധി പ്രതിഭകളെ വാർത്തെടുക്കുന്നതിലും അദ്ദേഹം വിജയിച്ചു. പി. ലീല, പി. സുശീല, ഇളയരാജ തുടങ്ങിയവർ ഇവരിൽ ചിലർ മാത്രം. ഗാനഗന്ധർവൻ യേശുദാസിന്റെ വളർച്ചയിൽ ദക്ഷിണാമൂർത്തി വഹിച്ച പങ്ക് വളരെ വലുതാണ്. അദ്ദേഹത്തിന്റെ പിതാവ് അഗസ്റ്റിൻ ജോസഫിനുവേണ്ടിയും മകൻ വിജയിനുവേണ്ടിയും ഗാനങ്ങൾ ചിട്ടപ്പെടുത്താനായി എന്നത് ദക്ഷിണാമൂർത്തിക്കു മാത്രം ലഭിച്ച മഹാഭാഗ്യമാണ്.

അഭയദേവ്, പി. ഭാസ്കരൻ, വയലാർ, ഒ.എൻ.വി എന്നിവരുടെ വരികൾക്കെല്ലാം ദക്ഷിണാമൂർത്തി ഈണം നൽകിയിട്ടുണ്ടെങ്കിലും അദ്ദേഹത്തിന്റെ സ്ഥിരം കൂട്ടുകെട്ട് ശ്രീകുമാരൻ തമ്പിയുമായിട്ടായിരുന്നു. ദക്ഷിണാമൂർത്തിയുടെ വളരെ പ്രശസ്തമായ ഗാനങ്ങളിലധികവും ഈ കൂട്ടുകെട്ടിൽ പിറന്നതാണ്. ചന്ദ്രികയിലലിയുന്ന ചന്ദ്രകാന്തം, ഹൃദയസരസ്സിലെ പ്രണയപുഷ്പമേ, വൈക്കത്തഷ്ടമി നാളിൽ

ഞാനൊരു, സന്ധ്യക്കെന്തിന് സിന്ദൂരം, ആറാട്ടിനാനകളെഴുന്നള്ളി, ഉത്തരാ സ്വയംവരം കഥകളി കാണുവാൻ... തുടങ്ങിയ ഗാനങ്ങളെല്ലാം വീണ്ടും വീണ്ടും കേൾക്കാൻ കൊതിക്കുന്നവയാണ്. 1987ൽ ഭദ്രൻ സംവിധാനം ചെയ്ത ഇടനാഴിയിൽ ഒരു കാലൊച്ച എന്ന സിനിമയിലെ ഗാനങ്ങൾക്ക് ഈണം പകർന്നതും ദക്ഷിണാമൂർത്തിയാണ്. അതിലെ ഒ.എൻ.വി രചിച്ച 'വാതിൽപ്പഴുതിലൂടെൻ മുന്നിൽ കുങ്കുമം' ഇന്നും മലയാളിയുടെ ചുണ്ടിലെ ഈരടികളാണ്. പിന്നീട് ഇരുപത്തിയൊന്നു വർഷം ദക്ഷിമൂർത്തി നിശബ്ദനായിരുന്നു. 2008ൽ തന്റെ 90-ാം വയസിൽ അശോക് ആർ. നാഥിന്റെ മിഴികൾ സാക്ഷി എന്ന ചിത്രത്തിലെ ഗാനങ്ങൾക്കാണ് അദ്ദേഹം ഈണം നല്കിയത്. അതിലെ 'അമ്മേ നീയൊരു ദേവാലയം' എന്ന ഗാനം അദ്ദേഹത്തിലെ സംഗീതജ്ഞനെ പ്രായത്തിനും തളർത്താനായില്ലെന്നു തെളിയിച്ചു. ഇരുപതു വർഷംകൊണ്ട് മലയാളസിനിമ ഒരുപാടു മാറിപ്പോയിട്ടും, സ്റ്റുഡിയോയും ആധുനിക സംവിധാനങ്ങളുമെല്ലാം മഹാനായ ഈ സംഗീതാചാര്യനു വഴങ്ങിക്കൊടുത്തു. ഓർക്കസ്ട്രയുടെ അകമ്പടിയൊന്നുമില്ലാതെ, ട്രാക്കില്ലാതെ ഗാനഗന്ധർവൻ യേശുദാസിന്റെ ശബ്ദം അദ്ദേഹം റിക്കാർഡ് ചെയ്തു.

'അമ്മ, നീയൊരു ദേവാലയം
നന്മകൾ പൂവിട്ടു പൂജിക്കുമാലയം
ദേവാലയം' എന്ന സ്തുതിഗീതമായിരുന്നു അത്.

സിനിമയിൽ മുഴുകിയപ്പോഴും അദ്ദേഹം ശുദ്ധസംഗീതത്തെ ഒരിക്കലും മറന്നില്ല. നിത്യേന ചിട്ടയോടെയുള്ള ഉപാസന. വരുമാനമാർഗമായി മാത്രമാണ് സിനിമയെ കണ്ടത്. ആദ്യം സാഹിത്യം, പിന്നെ സംഗീതം, പാട്ടു വായിച്ച് സന്ദർഭം മനസിലാകുമ്പോൾ ഒരു ഈണം മനസിൽ രൂപപ്പെടും. അതു പാടുമ്പോൾ ഒരു രാഗമായി മാറുന്നു. ആദ്യം ഈണം കണ്ടെത്തി അതിനനുസരിച്ചു വരികൾ എഴുതിക്കുന്ന പുത്തൻ രീതിയെക്കുറിച്ച് ആലോചിക്കാനേ അദ്ദേഹത്തിനാവില്ല. കാതടപ്പിക്കുന്ന ശബ്ദമല്ല, ഇമ്പമുള്ള സംഗീതമാണു വേണ്ടതെന്ന പക്ഷത്തായിരുന്നു ദക്ഷിണാമൂർത്തി എന്നും നിലയുറപ്പിച്ചത്. സംഗീതോപകരണങ്ങൾ ഉപയോഗിക്കുന്നതിൽ അദ്ദേഹം തീർത്തും പിശുക്കനായിരുന്നു. ശുദ്ധസംഗീതത്തിനു പോറലേൽക്കാതെയാണ് അദ്ദേഹം ഗാനങ്ങൾക്കു സംഗീതമൊരുക്കിയിരുന്നത്. അക്കാരണത്താലാണ് സംഗീതോപകരണങ്ങൾ പരമാവധി കുറച്ചത്. ഗാനങ്ങൾക്കു സംഗീതം നൽകുന്നത് നിഷ്ഠയോടെ ചെയ്തിരുന്നയാളാണ് ദക്ഷിണാമൂർത്തി. ഗാനത്തിന്റെ വരികൾ പൂർണമായി എഴുതിക്കിട്ടിയതിനു ശേഷം മാത്രമേ അദ്ദേഹം

സംഗീതം നൽകിത്തുടങ്ങുമായിരുന്നുള്ളൂ. അതിനു കാരണമായി അദ്ദേഹം പറഞ്ഞതിങ്ങനെ: "ഗാനരചന സാഹിത്യപ്രവർത്തനമാണ്. ഗാനം വായിച്ച് അതിലെ സാഹിത്യം ഉൾക്കൊള്ളണം. ആ സാഹിത്യത്തിനാണ് സംഗീതം നൽകേണ്ടത്. വരികളിലെ സാഹിത്യമില്ലാതെ സംഗീതത്തിന് ഒറ്റയ്ക്കു നിലനില്പില്ലെന്നു വിശ്വസിക്കുന്നയാളാണു ഞാൻ. അക്കാരണത്താലാണ് സംഗീതം തയ്യാറാക്കിയ ശേഷം ഗാനരചന നിർവഹിക്കുന്ന രീതിയോട് യോജിപ്പില്ലാത്തത്. എന്നാൽ, എന്റെ ചിട്ടകളും വിശ്വാസവും മാത്രമാണു ശരിയെന്ന് ഞാൻ കരുതുന്നില്ല. അത്തരം ശാഠ്യങ്ങളൊന്നും എനിക്കില്ല. ശാഠ്യങ്ങൾ ഒരിക്കലും സംഗീതത്തിൽ നല്ലതല്ല. നിഷ്ഠകൾ വ്യക്താധിഷ്ഠിതമാകുന്നു എന്നു മാത്രമേയുള്ളൂ."

തന്റെ സംഗീതത്തെക്കുറിച്ച് അദ്ദേഹംതന്നെ പറയുന്നത് ഇങ്ങനെ: "സംഗീതം തുറന്നുപാടേണ്ടതാണ്. അത് ഹൃദയത്തിൽ നിന്നൊഴുകി ശ്രോതാക്കളുടെ ഹൃദയങ്ങളെ സ്പർശിക്കണം. എങ്കിലേ സംഗീതത്തിന്റെ ലക്ഷ്യം പൂർണമാകുകയുള്ളൂ. തൊലിപ്പുറത്ത് തൊട്ടു തലോടേണ്ടതല്ല സംഗീതം. പാടുന്നത് രാഗവും മൂളുന്നതു രോഗവുമാണെന്ന് ഞാൻ കരുതുന്നു. ഈശ്വരനെ സ്നേഹിക്കുന്നവൻ മാത്രമേ യഥാർഥ സംഗീതജ്ഞനാവൂ."

ഒരു സംഗീതകുടുംബത്തിൽനിന്നുള്ള നാലു തലമുറയിലെ ഗായകരെക്കൊണ്ടു പാടിച്ച അത്യപൂർവമായ ഭാഗ്യവും ദക്ഷിണാമൂർത്തി സ്വാമികൾക്കുണ്ട്. അതു മറ്റാരുടേതുമല്ല, ഗാനഗന്ധർവൻ കെ.ജെ. യേശുദാസിന്റെ കുടുംബംതന്നെ. ഗായകനും നടനുമായിരുന്ന അഗസ്റ്റിൻ ജോസഫ് ഭാഗവതർ, മകൻ യേശുദാസ്, യേശുദാസിന്റെ മകൻ വിജയ് യേശുദാസ്, വിജയിയുടെ മകൾ അമേയ എന്നിവരാണ് ദക്ഷിണാമൂർത്തിയുടെ സംഗീതത്തിൽ പാടിയവർ.

ദക്ഷിണാമൂർത്തി സ്വാമിയുടെ ഗാനപ്രപഞ്ചം ഉദാത്തവും അനശ്വരവുമാണ്. 2013 ഡിസംബർ അഞ്ചിന് അദ്ദേഹം കാലയവനികയ്ക്കുള്ളിൽ മറഞ്ഞിട്ടും ആ സംഗീതാചാര്യന്റെ മുമ്പിൽ സംഗീതപ്രേമികൾ നമ്രശിരസ്കരായി നമോവാകമർപ്പിക്കുന്നു.

●

രാഷ്ട്രീയം

സമരമായി മാറിയ കറുത്ത മനുഷ്യൻ

ഇപ്പോൾ എന്നെ കരതലത്തിൽ
വഹിക്കുന്ന നിങ്ങൾ
ആരുതന്നെയായാലും അറിയുക,
ഒന്നിന്റെ അഭാവത്തിൽ മറ്റെല്ലാം
നിഷ്പ്രയോജനമായിത്തീരും,
എന്നോടൊത്ത് കൂട്ടത്തിൽ
ഉദ്യമിക്കുന്നതിനു മുമ്പ്
ഞാൻ വ്യക്തമായ സൂചന നൽകുന്നു
ഞാൻ നിങ്ങൾ വിചാരിച്ചതെന്തോ അതല്ല,
പക്ഷേ വളരെ വ്യത്യസ്തനാവുന്നു

-വാൾട്ട് വിറ്റ്മാൻ (അമേരിക്കൻ കവി)

ഒരൊറ്റ ഭരണാധികാരിക്ക്, ഒരു ഭരണകൂടത്തിന് ഈ ലോകത്തെ മുഴുവൻ വിലയ്ക്കെടുക്കാൻ കഴിയുന്ന നമ്മുടെ കാലഘട്ടത്തോട് അവിശ്വസനീയമായ കഥകളാണ് നെൽസൺ മണ്ഡേലയുടെ ജീവിതത്തിനും സമരത്തിനും പറയാനുള്ളത്. ജീവിതത്തിന്റെ മൂന്നിലൊന്നു ഭാഗവും തടവറയിൽ ചെലവഴിച്ച ഈ മനുഷ്യൻ ഇന്നു ലോകത്ത് ഏറ്റവുമധികം ബഹുമാനിക്കപ്പെടുന്ന വ്യക്തിത്വമായി മാറിയതിന്റെ പിന്നിലും ഇതേ അവിശ്വസനീയതയാണ്.

അനന്യസാധാരണമായ വ്യക്തിത്വമാണ് മണ്ഡേലയ്ക്ക് ലോകം മുഴുവൻ വാഴ്ത്തുന്ന പോരാളിയുടെ സ്ഥാനം നേടിക്കൊടുത്തത്. സ്വാതന്ത്ര്യത്തിന്റെ പ്രതീകവും പര്യായവുമാണ് മണ്ഡേലയെന്ന നാമം. ലോകത്തെങ്ങുമുള്ള വിമോചന പോരാളികളുടെ ആശയും അഭിലാഷവുമായിരുന്നു കറുത്തിരുണ്ട കുറിയ ദുർബലനായ ആ മനുഷ്യൻ. ഇരുപത്തിയേഴ വർഷത്തെ തടവറജീവിതമാണ് ലോകത്തിന്റെ വിമോചനസ്വപ്നങ്ങളെ മുഴുവൻ ഉൾക്കൊള്ളാനുള്ള

വലുപ്പം അദ്ദേഹത്തിന്റെ മനസിനും ചിന്തകൾക്കും പ്രവൃത്തികൾക്കും നൽകിയത്. എക്കാലത്തെയും വിമോചന സ്വപ്നങ്ങളുടെ പ്രതീകം മണ്ഡേല തന്നെയാണ്.

സത്യം വിളിച്ചുപറയുന്നവൻ, ഒരു പുതിയ പ്രത്യയശാസ്ത്രം മുന്നോട്ടു വയ്ക്കുന്നവൻ മിക്കവാറും പീഡിതനായിത്തീരുന്നു എന്നത് എല്ലാക്കാലത്തെയും ക്രൂരമായ അനുഭവമാണ്. അതാണ് മണ്ഡേലയ്ക്കും നേരിടേണ്ടിവന്നത്. കറുത്തവനെ ജീവിതത്തിലെ എല്ലായിടത്തുനിന്നും മാറ്റിനിർത്തണമെന്നാവശ്യപ്പെട്ട വർണവെറിക്കെതിരേ 1952ലും 1955ലും നടന്ന പ്രക്ഷോഭങ്ങളിൽ പങ്കെടുത്തുകൊണ്ടായിരുന്നു മണ്ഡേലയുടെ രാഷ്ട്രീയപ്രവേശം. അതിവേഗം അദ്ദേഹം ആഫ്രിക്കൻ നാഷണൽ കോൺഗ്രസിന്റെയും അവരുടെ സായുധവിഭാഗമായ ഉംഖോണ്ടോ വി സിസ്‌വേയുടെയും നേതാവായി. വർണവിവേചനത്തെ എതിർത്തവർ സ്വാതന്ത്ര്യത്തിന്റെയും തുല്യതയുടെയും പ്രതീകമായി കരുതുമ്പോൾ, വർണവിവേചനത്തെ അനുകൂലിച്ചവർ അദ്ദേഹത്തെ കമ്യൂണിസ്റ്റ് തീവ്രവാദിയായാണു കരുതിയത്.

1955ൽ നടന്ന പ്രക്ഷോഭത്തെ അഭിസംബോധന ചെയ്ത് മണ്ഡേല നടത്തിയ പ്രസംഗം ചരിത്രപ്രസിദ്ധമാണ്. വർണ/വംശീയ വിവേചനമെന്ന് ലോകത്തെ ബോധ്യപ്പെടുത്തിക്കൊടുക്കാൻ അദ്ദേഹത്തിന് തന്റെ പ്രസംഗത്തിലൂടെ സാധിച്ചു:

"…. വംശത്തിന്റെയും നിറത്തിന്റെയുമൊക്കെ അടിസ്ഥാനത്തിൽ ജനങ്ങളുടെ ഗുണത്തിലും കഴിവിലുമൊക്കെ വ്യത്യാസമുണ്ട് എന്ന വിശ്വാസമാണ് വർണവിവേചനം അഥവാ വംശീയ

വിവേചനത്തിന്റെ അടിസ്ഥാനം. വിദ്യാസമ്പന്നനായ, ചിന്താശേഷിയുള്ള ആർക്കെങ്കിലും അംഗീകരിക്കാൻ കഴിയുന്ന കാര്യമാണോ ഇത്? ഈ വാദത്തിന് ശാസ്ത്രീയവും ജൈവികവുമായ എന്തെങ്കിലും അടിസ്ഥാനമുണ്ടോ? ഈ വാദത്തിന്റെ വക്താക്കൾക്കുപോലും ഈ ചോദ്യങ്ങൾക്ക് ഉത്തരമില്ല. അപ്പോൾപ്പിന്നെ വർണവിവേചനം കൊണ്ട് ആർക്കാണു ഗുണം? വിവിധ ജനവിഭാഗങ്ങൾക്കു നേരേ നടത്തുന്ന മനുഷ്യാവകാശ ലംഘനങ്ങളെ ന്യായീകരിക്കാനാണ് ഇത്തരം വാദമുഖങ്ങൾ ഉയർത്തുന്നത്. വർണവിവേചനം എന്നത് ഒരു വിഭാഗം മറ്റൊരു വിഭാഗത്തോട്, അഥവാ വിഭാഗങ്ങളോട് കാണിക്കുന്ന വിവേചനപരമായ സമീപനമാണ്. വംശീയ മാതൃകകളുടെയും കപട ശാസ്ത്ര നിലപാടുകളുടെയും സഹായത്തോടെ ഇതിന്റെ വക്താക്കൾ ഇതിനെ ന്യായീകരിക്കാൻ ശ്രമിക്കും. കുറച്ചുകാലത്തേക്ക് അവർക്ക് കുറച്ചുപേരെ കൂടെ നിർത്താൻ സാധിക്കും. പക്ഷേ, ജനങ്ങൾ യാഥാർഥ്യം തിരിച്ചറിയുന്ന കാലത്ത് അവർക്ക് വെളിച്ചത്തിൽനിന്ന് ഓടിയൊളിക്കേണ്ടിവരുക തന്നെ ചെയ്യും. അവർ അവകാശപ്പെടുന്നത്, മനുഷ്യർ സവിശേഷവും ജൈവപരവുമായ പ്രത്യേകം പ്രത്യേകം വിഭാഗങ്ങളിലായി ജനിക്കുന്നുവെന്നും ഒരു വിഭാഗത്തിനേക്കാൾ മറ്റേവിഭാഗത്തിന് ശാരീരികവും മാനസികവും ബൗദ്ധികവും സാംസ്കാരികവുമൊക്കെയായ കഴിവുകൾ സഹജമായിത്തന്നെ കൂടുതലായുണ്ടായിരിക്കുമെന്നും അത്തരം മേധാവി വംശങ്ങൾക്ക് അധമ വംശങ്ങളുടെമേൽ ആധിപത്യത്തിന് സ്വാഭാവികമായും അവകാശമുണ്ടായിരിക്കുമെന്നുമാണ്. ഈ പറഞ്ഞ വാദങ്ങൾ വെറും പൊള്ളയാണെന്ന് ഇന്ന് ഞാൻ പ്രഖ്യാപിക്കുന്നു. ഞാൻ പ്രഖ്യാപിച്ചതു കൊണ്ടു മാത്രം നിങ്ങൾ എന്നെ പിന്താങ്ങേണ്ട. നിങ്ങൾ നിങ്ങളുടെ ബുദ്ധി ഉപയോഗിക്കൂ. സിരകളിൽ ഒരേ രക്തവുമായി ജനിക്കുന്ന മനുഷ്യർ എങ്ങനെ നിറത്തിന്റെ, ജനിച്ച കുലത്തിന്റെയും അടിസ്ഥാനത്തിൽ വ്യത്യസ്തരാവും? ചിന്തിക്കൂ. ഇന്നത്തെ നിങ്ങളുടെ ചിന്തയാണ് നാളത്തെ ലോകത്തെ നിർണയിക്കുന്നത്""- മണ്ടേല പ്രസംഗം ഉപസംഹരിച്ചു.

വർണ/വംശീയ വിവേചനം ലോകത്ത് എമ്പാടും നടന്നിരുന്ന കാലത്താണു മണ്ടേല അതിനെതിരേ രംഗത്തെത്തുന്നത്. അദ്ദേഹത്തിന്റെ നിലപാടുകളും പ്രവർത്തനങ്ങളും മനുഷ്യാവകാശ ലംഘനങ്ങൾക്കെതിരേ പോരാടുന്നവർക്കു വലിയ ആവേശമായിരുന്നു. അപാർതീഡ് എന്ന പേരിൽ അറിയപ്പെട്ട ദക്ഷിണാഫ്രിക്കയിലെ വെളുത്തവർ കറുത്തവരോടു കാണിച്ച വിവേചനവും, നാസികൾ ജൂതന്മാരെ കൊന്നൊടുക്കിയതും, ഇന്ത്യയിൽ സവർണർ

അവർണരെ ചവിട്ടിമെതിച്ചതുമെല്ലാം വംശമഹിമയുടെയും വർണവിവേചനത്തിന്റെയും വ്യത്യസ്ത തലങ്ങളാണ്.

ഗറിലാ യുദ്ധതന്ത്രജ്ഞൻ

ഗറിലാ സമരത്തിലൂടെയാണ് മണ്ടേല ലോകശ്രദ്ധയിലെത്തുന്നത്. 1952 മുതൽ 1956 വരെയുള്ള അഞ്ചുവർഷക്കാലം വളരെ സമാധാനപരമായി, അഹിംസാ സമരമുറകളിലൂടെ നടന്ന പ്രക്ഷോഭങ്ങൾ സായുധപോരാട്ടത്തിനു വഴിമാറിയത് വളരെ പെട്ടെന്നായിരുന്നു. അതിനെക്കുറിച്ച് മണ്ടേലതന്നെ പറഞ്ഞത്, "ദീർഘകാലമായി ഞങ്ങൾ സമാധാനത്തിന്റെയും അഹിംസയുടെയും പാത പിന്തുടർന്നു. അഹിംസാസമരം ഒരുപക്ഷേ വിജയിച്ചേനെ. പക്ഷേ, അതിന്റെ ഫലം വൈകുന്നത് ഞങ്ങളുടെ ആത്മവിശ്വാസത്തെ തകർത്തു. അതാണ് അഹിംസയുടെ പാത വെടിഞ്ഞ് സായുധസമരത്തിലേക്കും ഗറിലാ പ്രവർത്തനങ്ങളിലേക്കും തിരിയാൻ ഞങ്ങളെ പ്രേരിപ്പിച്ചത്. വർണവിവേചനത്തിനെതിരേ നിലപാടെടുത്ത ആളുകളെ ഭരണകൂടം സംഘടിതമായി അടിച്ചമർത്താൻ തുടങ്ങിയപ്പോഴാണ് അവസാനത്തെ പോംവഴിയായി സായുധ സമരത്തിന്റെ പാത തെരഞ്ഞെടുക്കാൻ ഞങ്ങൾ നിർബന്ധിതരായത്. ആ സമരത്തിൽ പലപ്പോഴും സാധാരണക്കാരുടെ മനുഷ്യാവകാശ ലംഘനം നടന്നിരുന്നു. അത് ഒഴിവാക്കാൻ ഞങ്ങൾ പരമാവധി ശ്രമിച്ചിരുന്നു. അത് എപ്പോഴും തന്റെ മനസിനെ വല്ലാതെ വേദനിപ്പിച്ചിരുന്നെന്നു കൂട്ടിച്ചേർക്കാനും അദ്ദേഹം തയാറായി. ഇത് അദ്ദേഹത്തിന്റെ മനുഷ്യ സ്നേഹത്തിന്റെ ആഴമാണു വ്യക്തമാക്കുന്നത്.

വിചാരണത്തടവുകാരൻ

സായുധ പോരാട്ടവും ഗറിലാ യുദ്ധവും ആരംഭിച്ച 1960ൽ തന്നെ മണ്ടേലയ്ക്ക് ഒളിവിൽ പോകേണ്ടിവന്നു. വർണവെറിയന്മാരുടെ ഭരണകൂടം ഒന്നര വർഷക്കാലം വലവിരിച്ചു കാത്തിരിക്കേണ്ടിവന്നു മണ്ടേലയെ പിടിക്കാൻ. 1962 ഓഗസ്റ്റ് അഞ്ചിനാണ് മണ്ടേല പിടിയിലാകുന്നത്. അമേരിക്കൻ രഹസ്യാന്വേഷണ വിഭാഗമായ സിഐഎയാണ് മണ്ടേലയെക്കുറിച്ച് വിവരം നൽകിയതെന്നു പിന്നീട്ടു വെളിപ്പെട്ടുത്തി. ജൊഹാന്നസ് ബർഗിലെ കോട്ടയിലെ തടവറയിൽ മൂന്നു ദിവസം പാർപ്പിച്ച ശേഷമാണ് മണ്ടേലയെ കോടതിയിൽ ഹാജരാക്കുന്നത്. ഭരണകൂടത്തിനെതിരേ പ്രക്ഷോഭത്തിനിറങ്ങാൻ ജനങ്ങളെ ആഹ്വാനം ്യൂചെയ്തെന്ന ഗുരുതരമായ രാജ്യദ്രോഹക്കുറ്റമാണ് മണ്ടേലയ്ക്കെതിരേ ഭരണകൂടം ചാർത്തിയത്. കൂടെ അനധികൃതമായി രാജ്യം വിട്ടെന്ന കേസും.

ആദ്യതടവ്

1962 ഒക്ടോബർ 25ന മണ്ഡേലയെ അഞ്ചു വർഷത്തേക്കു തടവിനു ശിക്ഷിച്ചുകൊണ്ട് കോടതി വിധിപ്രഖ്യാപിച്ചു. എന്നാൽ, അതിനെതിരേ മണ്ഡേല സുപ്രീംകോടതിയെ സമീപിച്ചു. 1964 ഏപ്രിൽ 20ന് സുപ്രീംകോടതി മണ്ഡേലയെ വിചാരണ ചെയ്തു. പ്രിട്ടോറിയയിൽ നടന്ന വിചാരണയിൽ തന്റെ നിലപാടുകൾ വ്യക്തമാക്കാനുള്ള അവസരം അദ്ദേഹത്തിനു ലഭിച്ചു. വിചാരണയിൽ അദ്ദേഹം നടത്തിയ വാദങ്ങൾ പിന്നീടു ലോകശ്രദ്ധ നേടുകയുണ്ടായി. ഞങ്ങൾ ഒരിക്കലും രാജ്യദ്രോഹികളല്ല. മനുഷ്യാവകാശത്തിനും വർണവെറിക്കുമെതിരേ പോരാടാനുള്ള തീരുമാനം ഒരിക്കലും ഭരണകൂടത്തിനെതിരായുള്ള പോരാട്ടമല്ല. മറിച്ച്, ലോകത്താകമാനം വർണത്തിന്റെയും വംശത്തിന്റെയും പേരുപറഞ്ഞ് മാറ്റിനിർത്തപ്പെടുന്ന വലിയൊരു ജനസമൂഹത്തിനു വേണ്ടിയാണ്. ഇന്ന് ഒരുപക്ഷേ, നിങ്ങൾക്കു ഞങ്ങളെ അടിച്ചമർത്താനായേക്കും. പക്ഷേ, ഒന്നോർത്തോളൂ ഞങ്ങളുടെ പോരാട്ടം ഏറ്റെടുക്കാൻ ചിന്താശേഷിയുള്ള ആയിരങ്ങൾ ജന്മമെടുക്കുക തന്നെ ചെയ്യും. ഞങ്ങൾ സമാധാനപരമായാണു സമരം ചെയ്യാൻ ആഗ്രഹിച്ചിരുന്നത്. പക്ഷേ, ആ തീരുമാനം മാറ്റാൻ ഞങ്ങളെ നിർബന്ധിതരാക്കിയത് ഇവിടത്തെ ഭരണകൂടമാണ്. 1960 മാർച്ച് 21ന ഷാർപ്പ്‌വിലിൽ ഭരണകൂടം ശരിക്കും കൂട്ടക്കൊലയാണു നടത്തിയത്. അത് എന്തിനുവേണ്ടിയായിരുന്നു. വർണവിവേചനം എന്ന വലിയ സാമൂഹ്യ അനീതിയെ എതിർത്തതിന്റെ പേരിൽ. ഭരണകൂടമേ, നിങ്ങൾ ശക്തരാണ്. ആയുധങ്ങളും സൈന്യവുമുണ്ട്. എന്നിട്ടും ഞങ്ങളെ നിങ്ങൾ ഭയപ്പെടുന്നു. അതിന്റെയർഥം ഞങ്ങളുടെ നിലപാടുകളിൽ എവിടെയോ സത്യം ഒളിച്ചിരിക്കുന്നു. ഞങ്ങളുടെ സമരത്തിലെ മനുഷ്യത്വവും സാമൂഹികനീതിയും നിങ്ങൾക്ക് അംഗീകരിക്കാനാവില്ല. എന്റെ ജീവിതം ആഫ്രിക്കൻ വംശജരുടെ സമരത്തിനായി ഉഴിഞ്ഞുവച്ചിരിക്കുകയാണ്. വെള്ളക്കാരുടെയോ കറുത്തവരുടെയോ ആധിപത്യത്തിനു ഞാൻ എല്ലാക്കാലത്തും എതിരാണ്. എല്ലാവർക്കും തുല്യ അവകാശങ്ങളോടെയും സാഹോദര്യത്തോടെയും ജീവിക്കാൻ കഴിയുന്ന ജനാധിപത്യത്തിലൂന്നിയ സ്വതന്ത്ര സമൂഹത്തിനുവേണ്ടിയാണ് ഞാൻ ജീവിക്കുന്നതും ചിന്തിക്കുന്നതും സമരം ചെയ്യുന്നതും. വേണ്ടിവന്നാൽ ഇതിനുവേണ്ടി ജീവൻ പോലും പരിത്യാഗം ചെയ്യാൻ ഞാൻ സന്നദ്ധനാണ്. ഭരണകൂടത്തെ ഒരിക്കൽക്കൂടി ഞാൻ ഓർമിപ്പിക്കുന്നു. എന്റെ ലക്ഷ്യത്തിനുവേണ്ടി മരിക്കാനും ഞാൻ തയാറാണ്''-മണ്ഡേല പറഞ്ഞു നിർത്തി.

തന്റെ നിലപാടുകളിൽനിന്നു തരിമ്പും പിന്നോട്ടില്ലെന്നു പറഞ്ഞ ആ മഹാനായ മനുഷ്യസ്നേഹിയെ തുറുങ്കിലടയ്ക്കുകയല്ലാതെ മറ്റൊരു വഴിയും ഭരണകൂടത്തിന്റെ ചട്ടുകമായ സുപ്രീംകോടതിക്ക് ഉണ്ടായിരുന്നില്ല. അവരതു ചെയ്തു. 1964 ജൂൺ 12ന് ജീവപര്യന്തം തടവിന് മണ്ടേലയെ ശിക്ഷിച്ചു.

തന്റെ ജീവിതത്തിലെ ഏറ്റവും നല്ലകാലം ജയിലിൽ കഴിയേണ്ടിവരും എന്ന ഭീകരമായ യാഥാർഥ്യത്തിന് ഒരിക്കലും മണ്ടേലയിലെ പോരാളിയെ തളർത്താനായില്ല. പോരാട്ടത്തിന്റെ പാത തെരഞ്ഞെടുക്കേണ്ടിവന്നതുകൊണ്ട് പൂർത്തിയാക്കാനാവാതെ പോയ വിദ്യാഭ്യാസം പൂർത്തിയാക്കാനാണ് അദ്ദേഹം തടവിൽ കഴിഞ്ഞകാലം ചെലവഴിച്ചത്. യൂണിവേഴ്സിറ്റി ഓഫ് ലണ്ടന്റെ വിദൂരപഠന പരിപാടിയിലൂടെ ബാച്ച്ലർ ഒഫ് ലോ ബിരുദം അദ്ദേഹം നേടിയെടുത്തു. 1982 മാർച്ചിൽ മണ്ടേലയെ പോൾസ്മൂർ ജയിലിലേക്ക് മാറ്റി. 1985 ഫെബ്രുവരിയിൽ അന്നത്തെ പ്രസിഡന്റ് പി.ഡബ്ല്യു. ബോത്ത മണ്ടേലയ്ക്കു ജയിൽമോചനം നൽകാമെന്ന് അറിയിച്ചു. പക്ഷേ, ഒരു നിബന്ധന മാത്രം. ഭരണകൂടത്തിന് വിധേയപ്പെട്ടു ജീവിക്കണം. എന്നാൽ, അർഹിക്കുന്ന പുച്ഛത്തോടെ മണ്ടേല വാഗ്ദാനം തള്ളിക്കളഞ്ഞു. അദ്ദേഹം പ്രസിഡന്റിന് ഒരു കത്തയച്ചു. അതിൽ അദ്ദേഹം ഒരു കാര്യം മാത്രമാണ് പറഞ്ഞത്. "ഞാൻ എന്റെ ജീവിതം മാറ്റിവച്ചിരിക്കുന്നത് തുല്യാവകാശത്തിനും ജനാധിപത്യത്തിനും വേണ്ടിയാണ്. അത് പണയം വച്ചുകൊണ്ടുള്ള സ്വാതന്ത്ര്യം എനിക്ക് ആവശ്യമില്ല.

മോചനത്തിനായി അന്തർദേശീയ സമ്മർദം

തന്റെ പോരാട്ടവീര്യംകൊണ്ടു ലോകമെമ്പാടുമുള്ള മനുഷ്യാവകാശ പ്രവർത്തകരുടെ പ്രചോദനമായി മണ്ടേല മാറിക്കഴിഞ്ഞിരുന്നു. മണ്ടേലയെ വിട്ടയയ്ക്കാൻ, ദക്ഷിണാഫ്രിക്കൻ ഭരണകൂടത്തിനുമേൽ ദേശീയവും അന്തർദേശീയവുമായ സമ്മർദമുണ്ടായി. 1989ൽ പ്രസിഡന്റ് ബോത്തയ്ക്ക് പക്ഷാഘാതമുണ്ടാവുകയും സ്ഥാനമൊഴിയുകയും ചെയ്തു. ഇതേത്തുടർന്നുണ്ടായ ഭരണമാറ്റം ദക്ഷിണാഫ്രിക്കയുടെ രാഷ്ട്രീയ-സാമൂഹ്യ രംഗത്തു വലിയമാറ്റങ്ങൾക്കു തുടക്കമിട്ടു. മനസുകൊണ്ട് വർണവിവേചനത്തെ എതിർത്തിരുന്ന ഫ്രഡറിക് ഡി ക്ലർക്ക് സ്ഥാനമേറ്റെടുത്തതോടെ 1990 ഫെബ്രുവരിയിൽ മണ്ടേലയുടെ മോചനം പ്രഖ്യാപിക്കപ്പെട്ടു.

ജയിൽമോചിതനായ മണ്ടേല

1990 ഫെബ്രുവരി 11 ലോകചരിത്രത്തിൽ എന്നും ഓർമിക്കപ്പെടുന്ന ദിനമായി മാറി. അന്നാണ് നെൽസൺ മണ്ടേലയെന്ന പോരാളി

ജയിൽമോചിതനായത്. അന്ന നടത്തിയ പ്രസംഗത്തിൽ, സമാധാനത്തിനുവേണ്ടിയുള്ള തന്റെ പ്രതിപത്തി അദ്ദേഹം ഊന്നിപ്പറഞ്ഞു. 'ജയിൽമോചിതനായി എന്നതിനേക്കാൾ ഞാൻ സന്തോഷിക്കുന്നത് എന്റെ നിലപാടുകളിൽനിന്ന് ഒരിക്കൽ പോലും മാറി ചിന്തിക്കാൻ എന്റെ മനസ് അനുവദിച്ചില്ല എന്നതിലാണ്''-മണ്ടേല പറഞ്ഞു.

1994ൽ അദ്ദേഹം നേതൃത്വം കൊടുത്ത ആഫ്രിക്കൻ നാഷണൽ കോൺഗ്രസ് തെരഞ്ഞെടുപ്പിൽ 62 ശതമാനം വോട്ടുകൾ നേടിക്കൊണ്ട് അധികാരത്തിലെത്തി. 1999 ജൂൺ വരെ പ്രസിഡന്റുസ്ഥാനത്ത് തുടർന്ന മണ്ടേല, വർണവിവേചനത്തിൽനിന്നും ന്യൂനപക്ഷ ഭരണത്തിൽനിന്നും രാജ്യത്തെ ഐക്യത്തിലേക്കു നയിച്ചത് അന്താരാഷ്ട്ര ശ്രദ്ധയാകർഷിച്ചു. ആജീവനാന്തം ദക്ഷിണാഫ്രിക്കയുടെ പ്രസിഡന്റായിരിക്കാൻ തീരുമാനിക്കാനുള്ള അധികാരമുണ്ടായിട്ടും 1999ൽ സ്ഥാനമൊഴിയാൻ മണ്ടേലയെടുത്ത തീരുമാനം, അധികാരം തന്റെ ലക്ഷ്യമായിരുന്നില്ലെന്നും അതൊരിക്കലും തന്നെ പ്രലോഭിപ്പിച്ചിട്ടില്ലെന്നും ലോകത്തിനു ബോധ്യപ്പെടുത്തിക്കൊടുത്തു. തൊണ്ണൂറ്റിഅഞ്ചാമത്തെ വയസിൽ മണ്ടേല വിടവാങ്ങിയത് വരുംതലമുറയ്ക്ക് അമൂല്യമായ പോരാട്ടവീര്യം പകർന്നുനൽകിക്കൊണ്ടാണ്.

●

നിണം ചൊരിഞ്ഞ രണത്തിന് അന്ത്യം

ശ്രീലങ്കയിലെ തമിഴരുടെ പ്രശ്നം വംശീയതയിലൂന്നിയ രാഷ്ട്രീയമാണ്. അതിനുള്ള പരിഹാരം നിരുപാധികമായി കണ്ടെത്തണം. സായുധ സമരത്തിലൂടെ സൈന്യം നേടിയ വിജയം ഒരിക്കലും ശ്രീലങ്കയിലെ തമിഴരുടെ പ്രശ്നങ്ങൾക്കുള്ള ശാശ്വത പരിഹാരമാകുന്നില്ല. ഇവിടെയാണ് ലങ്കൻ കമ്യൂണിസ്റ്റ് നേതാവ് ഡിസിൽവയുടെ വാക്കുകൾ പ്രസക്തമാകുന്നത്- "ശ്രീലങ്കയിൽ (അന്ന് സിലോൺ) തമിഴ് ഭാഷയ്ക്കും സിംഹള ഭാഷയ്ക്കും തുല്യപദവി നൽകിയാൽ ശ്രീലങ്ക ഒരു രാഷ്ട്രമായിരിക്കും. അതല്ലായെങ്കിൽ രാജ്യം രണ്ടായി വെട്ടിമുറിക്കപ്പെടും എന്ന കാര്യത്തിൽ ആരും സംശയിക്കേണ്ടതില്ല." അദ്ദേഹത്തിന്റെ വാക്കുകൾ മുഖവിലയ്ക്കെടുക്കാൻ തയാറാകാതിരുന്ന ലങ്കയിലെ സിംഹള ഭരണാധികാരികളാണ് എൽടിടിഇ എന്ന തീവ്രവാദ സംഘടനയുടെ പിറവിക്ക് വിത്തുപാകിയതെന്നു പറയാം.

ഭാഷാ ന്യൂനപക്ഷമായ തമിഴരെ ഒരിക്കലും രാജ്യത്തിന്റെ മുഖ്യധാരയിലേക്ക് വരാൻ അനുവദിക്കാതിരുന്ന സിംഹള ഭരണാധികാരികളാണ് ഒരു പ്രത്യേക രാഷ്ട്രം സ്ഥാപിച്ചില്ലെങ്കിൽ തങ്ങളുടെ നിലനിൽപ്പുപോലും അപകടത്തിലാകും എന്ന ചിന്തയിലേക്ക് ശ്രീലങ്കയിലെ തമിഴ് വംശജരെ നയിച്ചത്. അഹിംസാവാദികളായ ബുദ്ധമതവിശ്വാസികളുടെ നാട്ടിൽ ഒഴുകിയ ചോരപ്പുഴയുടെ ഉത്ഭവസ്ഥാനമായി ശ്രീലങ്ക മാറിയതിന്റെ കാരണവും മറ്റൊന്നല്ല. രാജ്യത്തെ നേതാക്കളും, എന്തിന്, രാഷ്ട്രത്തലവന്മാർ പോലും വധിക്കപ്പെടുന്നതു വാർത്തയാകാത്ത ഈ കൊച്ചു ദ്വീപുരാഷ്ട്രത്തിൽ എത്ര ഭീകരമായ

വാർത്ത കേട്ടാലും ഞെട്ടിത്തെറിക്കാത്ത അവസ്ഥയാണുള്ളത്.

തമിഴരുടെ മനസിൽ പുകഞ്ഞ അമർഷവും രോഷവുമാണ് ആഭ്യന്തരയുദ്ധത്തിലേക്ക് ദ്വീപുരാഷ്ട്രത്തെ നയിച്ചത്. ലങ്കൻ ഗവൺമെന്റിന്റെ കണക്കനുസരിച്ച് കൊല്ലപ്പെട്ടരുടെ എണ്ണം 70,000 മുതൽ 80,000 വരെയാണ്. എന്നാൽ, 2002ൽ പുറത്തിറങ്ങിയ ബ്രിട്ടീഷ് മെഡിക്കൽ ജേർണലിന്റെ കണക്ക് 2,20,000 ആണ്. ഇതാകട്ടെ, യുദ്ധത്തിൽ നേരിട്ടു കൊല്ലപ്പെട്ടവരുടെ എണ്ണമാണ്. യുദ്ധത്തോടനുബന്ധിച്ചുണ്ടായ ആക്രമണങ്ങളിലും സംഘട്ടനങ്ങളിലും മരിച്ചവരുടെ കണക്കുകൾകൂടി ചേരുമ്പോൾ കൊല്ലപ്പെട്ടവരുടെ എണ്ണം നാലു ലക്ഷവും കടക്കുന്നു. പരിക്കേറ്റ് കൊല്ലപ്പെട്ടവരുടെ എണ്ണംകൂടി കണക്കിലെടുക്കുമ്പോൾ എണ്ണം അതിലും കൂടും. ശ്രീലങ്ക ഭരിച്ചിട്ടുള്ള സിംഹള നേതാക്കളെല്ലാം ഭാഷകൊണ്ട് രാഷ്ട്രീയം കളിക്കാനാണ് എക്കാലവും ശ്രമിച്ചിട്ടുള്ളത്. 1956ൽ ശ്രീലങ്കൻ പ്രധാനമന്ത്രിയായി സ്ഥാനമേറ്റ സോളമൻ ബന്ദാരനായകെയായിരുന്നു ഭാഷാ രാഷ്ട്രീയം കളിക്കുന്നതിനു തുടക്കമിട്ടത്. സിംഹള ഭാഷ രാജ്യത്തെ ഏക ഔദ്യോഗിക ഭാഷയാക്കി മാറ്റിക്കൊണ്ട് സോളമൻ ബന്ദാരനായകെ തുടക്കമിട്ട ഭാഷാരാഷ്ട്രീയം പിന്നീട് വന്ന നേതാക്കളും പിന്തുടർന്നു.

1959ൽ ബുദ്ധഭിക്ഷുവും സിംഹളനുമായ ഒരു തീവ്രവാദിയുടെ തോക്കിൻതുമ്പിൽ സോളമൻ ബന്ദാരനായകെയുടെ ജീവിതം അവസാനിച്ചപ്പോൾ ഭാഷാരാഷ്ട്രീയത്തിന് അവസാനമായെന്ന് തമിഴർ പ്രത്യാശിച്ചു. എന്നാൽ, സംഭവിച്ചത് മറിച്ചായിരുന്നു. പിന്നീട്

പ്രധാനമന്ത്രിയായി സ്ഥാനമേറ്റ സോളമൻ ബന്ദാരനായകെയുടെ ഭാര്യയും ലോകത്തിലെ ആദ്യത്തെ വനിതാ പ്രധാനമന്ത്രിയുമായിരുന്ന സിരിമാവോ ബന്ദാരനായകെയാവട്ടെ ഭർത്താവിനേക്കാൾ ഒരു പടികൂടി മുന്നോട്ടു പോയി. വിദ്യാഭ്യാസരംഗത്ത് തമിഴരെ അവഗണിച്ച് സിംഹളർക്ക് പ്രത്യേക പരിഗണന നൽകുന്ന സ്റ്റാൻഡാർഡൈഡൈസേഷൻ നിയമം പാസാക്കിക്കൊണ്ടാണ് സിരിമാവോ തന്റെ സിംഹള പക്ഷപാതിത്വം തെളിയിച്ചത്.

തങ്ങളുടെ അസ്തിത്വത്തിനും നിലനിൽപ്പിനും നേരേ ഉയരുന്ന ഭീഷണികൾക്കെതിരേ സംഘടിതമായി പ്രതികരിക്കേണ്ടതിന്റെ ആവശ്യകത തിരിച്ചറിഞ്ഞ തമിഴ് വംശജരുടെ, സംഘടിതരാകണം എന്ന സ്വപ്നം സാക്ഷാത്കരിച്ചത് എൽടിടിഇ എന്ന സംഘടനയിലൂടെയാണ്. തങ്ങൾക്ക് സ്വന്തമായി ഒരു രാഷ്ട്രം സാധ്യമാണ് എന്ന് തമിഴരെ വിശ്വസിപ്പിക്കാൻ എൽടിടിഇക്കു സാധിച്ചു എന്നതാണ് എൽടിടിഇ എന്ന സംഘടനയ്ക്ക് ശ്രീലങ്കയിലെ തമിഴരുടെ ഇടയിൽ വലിയൊരു സ്വാധീനം നേടിക്കൊടുത്തത്. 1976 മേയ് അഞ്ചിനായിരുന്നു ലിബറേഷൻ ടൈഗേഴ്സ് ഓഫ് തമിഴ് ഈഴം എന്ന സംഘടനയ്ക്ക് വേലുപ്പിള്ള പ്രഭാകരൻ തുടക്കമിടുന്നതെങ്കിലും എൽടിടിയുടെ രേഖപ്പെടുത്തപ്പെട്ട ചരിത്രം ആരംഭിക്കുന്നത് 1983 മുതലാണെന്നു കാണാം. അക്കാലത്താണ് തമിഴ്നാട്ടിൽനിന്നു ശ്രീലങ്കയിലേക്കുള്ള തൊഴിലാളികളുടെ കുടിയേറ്റമുണ്ടായത്. രോഗങ്ങളും കഷ്ടതകളും ദാരിദ്ര്യവും നിറഞ്ഞ നാളുകൾ മാറി എന്നെങ്കിലും തങ്ങൾക്ക് രാജ്യത്ത് തുല്യപദവി സ്വപ്നം കണ്ടിരുന്ന തമിഴ് വംശജർക്ക് സിംഹളരിൽനിന്നും ഭരണാധികാരികളിൽനിന്നും സഹിക്കേണ്ടിവന്ന പീഡനങ്ങൾ സമാധാനത്തിന്റെയും സഹനത്തിന്റെയും പാത വെടിഞ്ഞ് കടന്നാക്രമണത്തിന്റെ പാത തെരഞ്ഞെടുക്കാൻ അവരെ പ്രേരിപ്പിച്ചു. ഈ സാഹചര്യം ഫലപ്രദമായി ഉപയോഗിക്കാൻ കഴിഞ്ഞതാണ് എൽടിടിഇയുടെ വിജയം. പുലിപ്പടൈ എന്ന പേരിൽ 1972-73 കാലഘട്ടത്തിൽ തുടങ്ങിയ മുന്നേറ്റമാണ് 1976ൽ ലിബറേഷൻ ടൈഗേഴ്സ് ഓഫ് തമിഴ് ഈഴം എന്ന സംഘടനയായി മാറിയത്. ശ്രീലങ്കൻ ജനസംഖ്യയുടെ 11 ശതമാനം വരുന്ന ഇന്ത്യൻ തമിഴ് വംശജരും 12 ശതമാനം വരുന്ന ലങ്കൻ തമിഴ് വംശജരും നൽകിയ പിന്തുണയാണ് എൽടിടിഇക്ക് ലങ്കയിലും ഇന്ത്യയിലും, പ്രത്യേകിച്ച് തമിഴ്നാട്ടിൽ വലിയ സ്ഥാനം നേടിക്കൊടുത്തത്. എന്നാൽ, എഴുപതു ശതമാനത്തിലേറെ വരുന്ന സിംഹള ജനവിഭാഗം ഇന്നും തമിഴ് വംശജരെ തരംതാണവരായാണ് വിലയിരുത്തുന്നത്. എഴുപതുകളുടെ അവസാനത്തിലും എൺപതുകളുടെ

ആരംഭത്തിലും തമിഴ് പ്രസിദ്ധീകരണങ്ങളും തമിഴ് സിനിമകളും നിരോധിച്ചുകൊണ്ടുള്ള ശ്രീലങ്കൻ സർക്കാരിന്റെ തീരുമാനവും ഡിഎംകെയുടെ പ്രവർത്തനങ്ങളെ നിരോധിച്ചതും സാധാരണക്കാരായ തമിഴ് വംശജരെപ്പോലും സായുധ വിപ്ലവത്തിന്റെ പാത തെരഞ്ഞെടുക്കാൻ പ്രേരിപ്പിച്ചു.

തമിഴ് രാഷ്ട്രം എന്ന സ്വപ്നത്തിന് പോരാട്ടമല്ലാതെ മറ്റൊരു മാർഗവുമില്ലെന്ന് വിശ്വസിച്ച പുലിത്തലവൻ പ്രഭാകരനാണ് എൽടിടിഇയെ ചോരകൊണ്ടു കണക്കു തീർക്കാൻ പഠിപ്പിച്ചത്. അതിന്റെ ആദ്യപടിയായി 1983ൽ ശ്രീലങ്കൻ സൈന്യത്തിനു നേരേ നടത്തിയ കടന്നാക്രമണത്തിൽ മരിച്ചത് 13 സൈനികരായിരുന്നു.

ഈ ആക്രമണത്തിന്റെ പരിണിതഫലം വളരെ വലുതായിരുന്നു. പൊട്ടിപ്പുറപ്പെട്ട കലാപത്തിൽ ആയിരക്കണക്കിന് തമിഴർക്കാണ് ജീവൻ നഷ്ടപ്പെട്ടത്. അതോടെ വാർത്തകളിൽ നിറഞ്ഞ എൽടിടിയുടെ വളർച്ച അതിവേഗത്തിലായിരുന്നു. ശ്രീലങ്കൻ സേനയുടെ തക്ക ആയുധബലം സ്വായത്തമാക്കാൻ കഴിഞ്ഞതാണ് എൽടിടിഇയുടെ ഒരു നേട്ടം.

തൊണ്ണൂറുകളിൽ ലോകത്തിലെ തന്നെ ഏറ്റവും അപകടകാരികളായ ഗറില്ലാ സംഘം എന്ന പേര് എൽടിടിഇക്ക് അവകാശപ്പെട്ടതായിരുന്നു. സ്വയം മരിച്ച് മറ്റുള്ളവരെയും കൊല്ലുന്ന രീതി ശ്രീലങ്കയിൽ മാത്രമല്ല, മറ്റു രാജ്യങ്ങളിലും ഭീതി വിതച്ചു. എൽടിടിഇയുടെ ഈ ചോരക്കളി 'തമിഴ് പുലി'കൾ എന്ന പേരിന് കുപ്രസിദ്ധി നേടിക്കൊടുത്തു. ശ്രീലങ്കൻ സർക്കാരുമായി പുലികൾ പലതവണ ഏറ്റുമുട്ടി. അതിനിടയിൽ ലങ്കൻ പ്രസിഡന്റ് ജയവർധനെയുടെ അഭ്യർഥന പ്രകാരം ഇന്ത്യൻ സൈന്യം സമാധാന ശ്രമങ്ങൾക്കായി ലങ്കയിലെത്തി. എന്നാൽ, സമാധാനം എന്ന ലക്ഷ്യം അപ്പോഴും വളരെ വിദൂരതയിലായിരുന്നു. മാത്രമല്ല, ഈ തീരുമാനത്തിന് ഇന്ത്യക്ക് കനത്തവിലയും നൽകേണ്ടിവന്നു.

എൽടിടിയുടെ ചാവേർസംഘം 1991 മെയ് 21ന് മുൻ പ്രധാനമന്ത്രി രാജീവ്ഗാന്ധിയുടെ ജീവനപഹരിച്ചു. പ്രഭാകരനായിരുന്നു ആക്രമണത്തിന്റ ബുദ്ധികേന്ദ്രം എന്നത് ഇന്ത്യയെ ഞെട്ടിച്ചുകളഞ്ഞു. മറ്റൊരു തരത്തിൽ പറഞ്ഞാൽ രാജീവ് ഗാന്ധിയെ വധിച്ച് ഇന്ത്യക്കു പുറമെ ലോകരാഷ്ട്രങ്ങളെ മുഴുവൻ വെറുപ്പിച്ച പ്രഭാകരൻ മരണം സ്വയം തെരഞ്ഞെടുക്കുകയായിരുന്നു എന്നു വേണമെങ്കിൽ പറയാം. 2006 മുതൽ പുലികളുടെ പോരാട്ടവീര്യത്തിൽ വലിയ കുറവാണുണ്ടായിട്ടുള്ളത്. 2006നു ശേഷം പഴയ പോരാട്ടങ്ങളുടെ ചരിത്രം മാത്രമേ പുലികൾക്ക് മുന്നോട്ടുവയ്ക്കാനുണ്ടായിരുന്നുള്ളൂ. പുലികൾക്കു സ്വന്തം

ജനതയിലുണ്ടായിരുന്ന പ്രീതിയും കുറഞ്ഞുതുടങ്ങിയത് അന്നു മുതലാണെന്നു പറയാം.

കുട്ടികളെ സൈന്യത്തിലേക്ക് റിക്രൂട്ട് ചെയ്യലും വലിയൊരു ജനസമൂഹത്തെ മനുഷ്യപരിചകളാക്കിക്കൊണ്ടുള്ള പോരാട്ടത്തോടും തമിഴ് ജനതയ്ക്കുണ്ടായ വെറുപ്പ് ഇല്ലാതാക്കാൻ തമിഴ് രാജ്യമെന്ന വിദൂരസ്വപ്നം മതിയാവുമായിരുന്നില്ല. മഹീന്ദ രജപക്സെയുടെ സൈന്യം 2009 മെയ് 18ന് പ്രഭാകരന്റെയും അതുവഴി എൽടിടിയുടെയും മരണപത്രത്തിൽ ഒപ്പുവയ്ക്കുമ്പോൾ അവസാനിക്കുന്നത് ചെങ്കനൽപ്രഭ ചിതറിയ ഒരു യുഗം തന്നെയാണ്.

തമിഴ് ദേശീയതയുടെ കപട മുഖംമൂടിയണിഞ്ഞ് പ്രഭാകരൻ എഴുതിച്ചേർത്ത ചോരയുടെ ചരിത്രം അംഗീകരിക്കാൻ ആരും തയാറാവില്ല എന്ന കാര്യം ഒരു യാഥാർഥ്യമായി നിലനിൽക്കുമ്പോഴും തമിഴരെ മൂന്നാംകിടയായി കണക്കാക്കുന്ന ഒരു കാലഘട്ടത്തിലേക്കുള്ള തിരിച്ചുപോക്കിനായിരിക്കും പ്രഭാകരന്റെയും എൽടിടിഇയുടെയും അന്ത്യം വഴിവയ്ക്കുകയെന്ന വിദഗ്ധരുടെ വിലയിരുത്തൽ സത്യമാവാനാണ് സാധ്യത.

പുലികളുടെയും അവരുടെ നേതാവായ പ്രഭാകരന്റെയും പതനം അന്വർഥമാക്കിയ വചനം ബൈബിളിലുണ്ട് - വാളെടുത്തവൻ വാളാൽ!

●

രാഷ്ട്രീയത്തിലെ രാജാ സാഹിബ്

വശ്യമായ പുഞ്ചിരിക്കുന്ന, നയചാതുരിയുടെ വിളനിലമായിരുന്ന രാജാ സാബിബ് എന്നു സുഹൃത്തുക്കൾ വിളിക്കുന്ന വിജയ് പ്രതാപ് സിംഗ് 1931ൽ അലഹബാദിലാണ് ജനിച്ചത്. സയൻസിലും ആർട്സിലും ബിരുദമെടുത്ത വി.പി. സിംഗ് ഒരു രാഷ്ട്രീയക്കാരന്റെ കുപ്പായത്തിൽ പ്രത്യക്ഷപ്പെടുമെന്ന് ഒരുപക്ഷേ അടുത്ത സുഹൃത്തുക്കൾ പോലും കരുതിയിരുന്നില്ല.

പഠനകാലത്തുതന്നെ ഹിന്ദി കവിതകളോട് താത്പര്യം പ്രകടിപ്പിച്ചിരുന്ന സിംഗിന്റെ വഴി സാഹിത്യകാരന്റേതായിരിക്കുമെന്ന് അധ്യാപകരും പ്രവചിച്ചു. എന്നാൽ മാൻഡയിലെ രാജാവിന്റെ വളർത്തുപുത്രനായിരുന്ന വി.പി എല്ലാ പ്രവചനങ്ങളെയും കാറ്റിൽ പറത്തി. ചിന്തയിലും നിലപാടുകളിലും മാനവികതയിലും ഒരു രാജാവിന്റെ ആഢ്യത്വം കാത്തുസൂക്ഷിച്ചിരുന്നെങ്കിലും ഒരിക്കലും അത് ആഡംബരത്തിന് വഴിമാറിയിരുന്നില്ല.

വിനോബാ ഭാവെ നേതൃത്വം നൽകിയ ഭൂദാന പ്രസ്ഥാനത്തിലൂടെയാണ് വി.പി. സിംഗ് പൊതുപ്രവർത്തകനാവുന്നത്. 1957ൽ അലഹബാദിൽ പസ്ന ഗ്രാമത്തിൽ തന്റെ പേരിലുണ്ടായിരുന്ന കൃഷിസ്ഥലം കർഷകർക്ക് ദാനം ചെയ്തുകൊണ്ട് അദ്ദേഹം പ്രസ്ഥാനത്തോടുള്ള കൂറ് വ്യക്തമാക്കി. ഏറ്റെടുക്കുന്ന കാര്യത്തിന്റെ വിജയത്തിനുവേണ്ടി എത്ര വലിയ ത്യാഗം സഹിക്കാനും അദ്ദേഹത്തിനു മടിയില്ലായിരുന്നു. ഈ മനോഭാവമാണ് അദ്ദേഹത്തെ രാഷ്ട്രീയത്തിലും സമാനതകളില്ലാത്ത വ്യക്തിയാക്കിയത്.

1969ൽ കോൺഗ്രസ് ടിക്കറ്റിൽ ഉത്തർപ്രദേശ് നിയമസഭയിലേക്ക് തെരഞ്ഞെടുക്കപ്പെട്ടപ്പോഴും രാഷ്ട്രീയം തന്റെ വഴിയായിരിക്കുമെന്ന് സിംഗോ സഹപ്രവർത്തകരോ കരുതിയിരുന്നില്ല. എന്നാൽ,

എല്ലാ അർഥത്തിലും ഒരു മനുഷ്യസ്നേഹിയായിരുന്ന വി.പി വളരെ പെട്ടെന്നുതന്നെ പൊതുജീവിതത്തിൽ ശ്രദ്ധേയനായി. നിലപാടുകളിലും കാഴ്ചപ്പാടിലും വിട്ടുവീഴ്ചകൾക്ക് തയാറാകാത്ത വി.പി 1971ൽ ലോക്സഭാംഗമായി തെരഞ്ഞെടുക്കപ്പെട്ടു. പിന്നീട് രാഷ്ട്രീയക്കാരൻ എന്ന നിലയിൽ അദ്ദേഹത്തിന് ഒരിക്കലും തിരിഞ്ഞുനോക്കേണ്ടി വന്നിട്ടില്ല.

1976ൽ ഇന്ദിരാഗാന്ധി അദ്ദേഹത്തെ ധനകാര്യവകുപ്പിൽ സഹമന്ത്രിയാക്കിയതോടെയാണ് ഒരു മന്ത്രി എന്ന നിലയിൽ അദ്ദേഹം ശ്രദ്ധിക്കപ്പെടുന്നത്. അടിയന്തരാവസ്ഥയ്ക്കു ശേഷം നടന്ന തെരഞ്ഞെടുപ്പിൽ ആഞ്ഞടിച്ച ജനതാ തരംഗത്തിൽ വി.പി. സിംഗിന് തന്റെ സീറ്റ് കാത്തുസൂക്ഷിക്കാൻ കഴിഞ്ഞില്ല.

തെരഞ്ഞെടുപ്പു പരാജയത്തെത്തുടർന്ന് കുറച്ചുകാലം മുഖ്യധാരാ രാഷ്ട്രീയത്തിൽ നിന്നു മാറിനിന്ന വി.പിയുടെ രാഷ്ട്രീയഭാവി ഇരുളടഞ്ഞെന്ന് ‍ രാഷ്ട്രീയ നിരീക്ഷകരും മാധ്യമങ്ങളും വിലയിരുത്തി. എന്നാൽ 1980ൽ ഉത്തർപ്രദേശ് മുഖ്യമന്ത്രിയായിക്കൊണ്ട് ശക്തമായ തിരിച്ചുവരവാണ് അദ്ദേഹം നടത്തിയത്. പക്ഷേ, മുഖ്യമന്ത്രി എന്ന നിലയിൽ അദ്ദേഹത്തിന് ശോഭിക്കാനായില്ല. സംസ്ഥാനത്ത് നടന്ന കൊള്ളക്കാരുടെ വ്യാപക അക്രമങ്ങളും കൊലപാതകങ്ങളും അമർച്ച ചെയ്യുന്നതിനു 'മനുഷ്യസ്നേഹി'യായ മുഖ്യമന്ത്രിക്കു കഴിയാതെ പോയത് സ്വാഭാവികം.

കള്ളപ്പണക്കാരുടെയും പ്രഭുക്കന്മാരുടെയും നിർലോപമായ പിന്തുണ ലഭിച്ചിരുന്ന കൊള്ളക്കാർ അലഹാബാദ് ഹൈക്കോടതി ജഡ്ജിയായിരുന്ന തന്റെ സഹോദരനെ നിഷ്കരുണം വെടിവച്ചു കൊന്നപ്പോഴും നിസഹായനായി നോക്കിനിൽക്കാനേ വി.പിക്കായുള്ളൂ. നിരപരാധികളായ അനേകം പേർ ദിനംപ്രതി കൊല്ലപ്പെട്ടുമ്പോഴും ഒന്നും ചെയ്യാൻ കഴിയാത്തതിൽ മനസുമടുത്ത വി.പി 1982 ജൂലൈ മാസത്തിൽ രാജിവച്ചു. അതും പ്രധാനമന്ത്രിയോട് ആലോചിക്കുകപോലും ചെയ്യാതെ.

താമസിയാതെ കേന്ദ്രത്തിൽ തിരിച്ചെത്തിയ വി.പി വാണിജ്യ മന്ത്രിയായി. 1984ൽ നടന്ന തെരഞ്ഞെടുപ്പിൽ ഉത്തർപ്രദേശിൽ കോൺഗ്രസ് പ്രസിഡന്റ് ആയ അദ്ദേഹം അവിടെനിന്ന് 82 പേരെ ലോക്സഭയിലെത്തിച്ച് ഏൽപ്പിച്ച ജോലി വിജയകരമായി പൂർത്തിയാക്കിക്കൊണ്ട് ഒരു സംഘാടകൻ എന്ന നിലയിലും തന്റെ പ്രാവീണ്യം തെളിയിച്ചു.

വാണിജ്യമന്ത്രിസ്ഥാനം തനിക്ക് ഇണങ്ങുമെന്ന് നേരത്തേ തെളിയിച്ചിരുന്നെങ്കിലും അദ്ദേഹത്തിനു ലഭിച്ചത് ധനകാര്യ വകുപ്പായിരുന്നു. വ്യക്തിപരമായി താത്പര്യമില്ലായിരുന്നെങ്കിലും ധനമന്ത്രി എന്ന നിലയിൽ സ്തുത്യർഹമായ പ്രവർത്തനമായിരുന്നു വി.പി. സിംഗിന്റേത്.

“നികുതിഭാരം കൂടുതലാണെങ്കിൽ സ്നേഹപൂർവം അതു പറയാൻ മടിക്കരുത്” -വളരെ ദീർഘമായ ബജറ്റ് അവതരണത്തിനിടയിൽ ഇത്തരം കുശലങ്ങളും കുറിക്കുകൊള്ളുന്ന തമാശകളുംകൊണ്ട് ബജറ്റ് അവതരണത്തെ വ്യത്യസ്തമാക്കിയ ധനമന്ത്രിയായിരുന്നു വി.പി. കുറേ സ്ഥിതിവിവരക്കണക്കുകളുടെ അവതരണത്തിനപ്പുറം ബജറ്റ് അവതരണത്തെ ജനകീയമാക്കിയതിന്റെ ക്രെഡിറ്റും വി.പി. സിംഗിന് അവകാശപ്പെട്ടതാണ്.

ന്യൂയോർക്കിൽനിന്നിറങ്ങുന്ന സാമ്പത്തിക ധനകാര്യ പ്രസിദ്ധീകരണമായ ‘യൂറോ മണി’ 1985ൽ ലോകത്തെ ഏറ്റവും മികച്ച മൂന്നാമത്തെ ധനമന്ത്രിയായി തെരഞ്ഞെടുത്തത് വി.പി. സിംഗിനെയാണ്. അദ്ദേഹത്തെ അടുത്തറിയാവുന്നവരെ സംബന്ധിച്ചിടത്തോളം ഈ അവാർഡ് അദ്ദേഹത്തിന്റെ പ്രതിഭയ്ക്കു ലഭിച്ച വളരെ ചെറിയ അംഗീകാരമാണ്. ഒരിക്കൽ അദ്ദേഹത്തിന്റെ സുഹൃത്ത് പറഞ്ഞത്, “അദ്ദേഹം ഒരിക്കലും ഒരു മൂന്നാമനല്ല, ഒന്നാമൻ തന്നെയാണ്, യൂറോ മണിക്ക് സംശയമുണ്ടായിരിക്കാം, എന്നാൽ ഞങ്ങൾക്ക് സംശയമില്ല” എന്നാണ്.

ദരിദ്രരുടെയും സമ്പന്നരുടെയും ഇടയിൽപ്പെട്ട് അവഗണിക്കപ്പെടുന്ന മധ്യവർഗക്കാരന്റെ സാമ്പത്തിക പ്രശ്നങ്ങളെ മുഖ്യധാരയിലേക്ക് ഉയർത്തിക്കൊണ്ടു വരുന്നതിനും അവർക്ക് സഹായഹസ്തം നീട്ടുന്നതിനും ആവശ്യമായ നിർദേശം നൽകിയത് വി.പി. സിംഗ് അവതരിപ്പിച്ച ബജറ്റ് ആയിരുന്നു.

1987ൽ ധനകാര്യവകുപ്പിൽനിന്നു പ്രതിരോധവകുപ്പിലേക്കു മാറിയ അദ്ദേഹം രാജീവ് ഗാന്ധിയുമായുണ്ടായ അഭിപ്രായവ്യത്യാസത്തെ തുടർന്ന് രാജിവച്ചു. പിന്നാലെ കോൺഗ്രസിൽനിന്നും രാജിവയ്ക്കേണ്ടിവന്നു. വി.പി. സിംഗിന്റെ രാഷ്ട്രീയ ജീവിതത്തിലെ വഴിത്തിരിവായാണ് ഈ തീരുമാനം പിന്നീട് വിലയിരുത്തപ്പെട്ടത്.

കോൺഗ്രസിൽനിന്നു വഴിപിരിഞ്ഞ അദ്ദേഹം ജനമോർച്ച എന്ന സംഘടന സ്ഥാപിച്ചു. പിൽക്കാലത്ത് ജനതാദൾ എന്ന രാഷ്ട്രീയപ്പാർട്ടിയുടെ പിറവിക്ക് ബീജാവാപം നിർവഹിച്ചതും ഈ സംഘടനയാണ്.

1989ലും 1991ലും കോൺഗ്രസിനെതിരേ മത്സരിച്ച് അദ്ദേഹം ലോക്സഭയിലെത്തി. ഭൂരിപക്ഷം നേടാൻ അദ്ദേഹം നേതൃത്വം കൊടുത്ത മുന്നണിക്ക് സാധിക്കാതെ പോയെങ്കിലും ബിജെപിയുടെയും ഇടതുപക്ഷത്തിന്റെയും പിന്തുണയോടെ അദ്ദേഹം പ്രധാനമന്ത്രിയായി. ഒരേസമയം ബിജെപിയുടെയും ഇടതുപക്ഷത്തിന്റെയും പിന്തുണ നേടുക വഴി ഏറ്റവും കൗശലക്കാരനായ രാഷ്ട്രീയക്കാരൻ എന്ന പേരും വി.പി. സിംഗിനെ തേടിയെത്തി.

എൽ.കെ. അഡ്വാനിയുടെ രഥയാത്ര തടയുക വഴി വർഗീയതയ്ക്കെതിരേയുള്ള തന്റെ നിലപാട് വി.പി. സിംഗ് ഉയർത്തിപ്പിടിച്ചു. എന്നാൽ, ഇതിനു വിലയായി നൽകേണ്ടിവന്നത് തന്റെ പ്രധാനമന്ത്രിപദമായിരുന്നു. മന്ത്രിസഭയ്ക്കെതിരേ ബിജെപി അവിശ്വാസ പ്രമേയം കൊണ്ടുവന്നപ്പോൾ വി.പിക്ക് രാജിവച്ചൊഴിയേണ്ടിവന്നു.

1992ലാണ് അദ്ദേഹത്തിന് അർബുദരോഗം സ്ഥിരീകരിക്കുന്നത്. അത് അദ്ദേഹത്തെ മാനസികമായി തളർത്തിയിരുന്നു. തുടർന്ന് രാഷ്ട്രീയത്തിൽനിന്നകന്ന് കവിതാരചനയിലും ചിത്രരചനയിലും ശ്രദ്ധ കേന്ദ്രീകരിച്ച അദ്ദേഹം ബിജെപി, കോൺ ഗ്രസ് ഇതര പാർട്ടികളുടെ ഉപദേഷ്ടാവായും പ്രവർത്തിച്ചു. 2008 നവംബർ 27 ന് മരണം തേടിയെത്തുന്നതുവരെ തനിക്കു ശരിയെന്നു ബോധ്യമുണ്ടായിരുന്ന വഴികളിലൂടെ നടക്കാനുള്ള അസാമാന്യ ആർജവം അദ്ദേഹം കാട്ടി. മരണത്തിന് ഏതാനും നാളുകൾക്കു മുൻപ് എഴുതിയ കവിതയിൽ അദ്ദേഹം ഇങ്ങനെ എഴുതി:

“എന്റെ ജീവിതത്തിൽ ഞാൻ ഇത്രയും നാൾ കുത്തിവരയ്ക്കുകയായിരുന്നു. ഇന്ന് എനിക്ക് ഒരു ഒപ്പുകടലാസ് വേണം. എല്ലാം മായ്ച്ച് എനിക്ക് ഒരിക്കൽക്കൂടി വരച്ചുതുടങ്ങണം.”

മരണമാകുന്ന ഒപ്പുകടലാസ് അദ്ദേഹത്തിന്റെ ജീവിതത്തിലെ വരകൾക്കു പകരം ജീവൻതന്നെ ഒപ്പിയെടുത്തപ്പോൾ ഇന്ത്യൻ രാഷ്ട്രീയത്തിന് നഷ്ടമായത് മനുഷ്യസ്നേഹിയായ ഒരു ധിക്കാരിയെയാണ്, എല്ലാ നിലയ്ക്കും ആഢ്യത്വം കാത്തുസൂക്ഷിച്ച രാഷ്ട്രീയത്തിലെ രാജാ സാഹിബിനെയാണ്.

●

വെടിയേറ്റ വീഴാൻ
ഇനിയെത്ര ഗൗരിമാർ ബാക്കി

ഹിന്ദുത്വ രാഷ്ട്രീയത്തിനെതിരേ സന്ധിയില്ലാത്ത സമരം നടത്തിയിരുന്ന മാധ്യമപ്രവർത്തക ഗൗരി ലങ്കേഷ് 2017 സെപ്റ്റംബർ 5 ന് വെടിയേറ്റ മരിച്ചപ്പോൾ വെടിയുണ്ട തുളച്ചുകയറിയത് ഇന്ത്യയുടെ മതേതര രാഷ്ട്രീയശരീരത്തിൽ കൂടിയാണ്. മഹാത്മാ ഗാന്ധിയുടേതിനു സമാനമെന്നു വിശേഷിപ്പിച്ചാലും അതിശയോക്തിയില്ലാത്തതാണ് ഗൗരി ലങ്കേഷിന്റെ വധം. ഹിന്ദുത്വ ഭീകരത വധിച്ച രാഷ്ട്രീയ, സാമൂഹ്യപ്രവർത്തകരുടെ പട്ടികയിൽ പേരറിയാവുന്ന അവസാനത്തെയാളാണ് ഗൗരി. എണ്ണമറ്റ വർഗീയകലാപങ്ങളിൽ കൊല്ലപ്പെട്ട പേരും നാടും രേഖപ്പെടുത്താതെ പോയ അനേകായിരം മനുഷ്യരെ മാധ്യമങ്ങളും പൊതുസമൂഹവും മറന്നുകഴിഞ്ഞു. നമ്മുടെ മതേതര രാഷ്ട്രീയശരീരം ഇന്ന് വളരെയേറെ ദുർബലമായിരിക്കുന്നുവെന്നുവേണം കരുതാൻ. ഭരണകൂട കൊലപാതകമെന്നു ഗൗരിയുടെ

വധത്തെ വിശേഷിപ്പിക്കാം. 2014-ലെ പൊതുതെരഞ്ഞെടുപ്പിൽ, നരേന്ദ്ര മോദിയുടെ നേതൃത്വത്തിൽ ബിജെപി ഭരണത്തിലെത്തിയതു മുതൽ സംഘപരിവാറിന്റെയും മറ്റ് തീവ്രഹിന്ദു സംഘടനകളുടെയും രാഷ്ട്രീയ അജണ്ട വ്യക്തമായിക്കഴിഞ്ഞു.

ഗോവിന്ദ് പൻസാരെ, നരേന്ദ്ര ദാബോൽക്കർ, ഗൗരി ലങ്കേഷ് എന്നിവർ ഈ രാഷ്ട്രീയ അജണ്ടയ്ക്കെതിരായ പോരാട്ടത്തിൽ രക്തസാക്ഷിത്വം വരിച്ചവരാണ്. പെരുമാൾ മുരുകനും കെ.എസ്. ഭഗവാനും ഇപ്പോഴും പോരാട്ടം തുടർന്നുകൊണ്ടിരിക്കുന്നു. ഇരുതല മൂർച്ചയുള്ള ഒരു കഠാരയാണ് ഹിന്ദുത്വ അജൻഡ. ബിജെപി എന്ന രാഷ്ട്രീയ പ്രസ്ഥാനം നേതൃത്വം നൽകുന്ന ഭരണകൂടമാണ് ഒരു വശമെങ്കിൽ, സമൂഹത്തിന്റെ വ്യത്യസ്ത തലങ്ങളിൽ ഇടപെടുന്ന അവരുടെ മാതൃസംഘടനയായ സംഘപരിവാർ പ്രസ്ഥാനങ്ങളാണ് മറുവശം. ആദിവാസികൾ, ദളിതർ, തൊഴിലാളികൾ, വിദ്യാർഥികൾ, സർവകലാശാലകൾ, എഴുത്തുകാർ തുടങ്ങി വ്യത്യസ്ത ജനവിഭാഗങ്ങൾക്കിടയിൽ തങ്ങളുടെ ഹിന്ദുത്വ രാഷ്ട്രീയ അജൻഡ നടപ്പിലാക്കുന്നതിനുള്ള സാമൂഹ്യ സാഹചര്യം സൃഷ്ടിക്കുകയാണ് സംഘപരിവാർ പ്രസ്ഥാനങ്ങൾ ചെയ്തുകൊണ്ടിരിക്കുന്നത്.

ഹിന്ദുത്വവാദികളുടെ ഈ പ്രവർത്തനങ്ങളെ എല്ലാക്കാലത്തും പ്രതിരോധിച്ചിട്ടുള്ളത് നമ്മുടെ രാജ്യത്തെ മതേതരബൗദ്ധിക രാഷ്ട്രീയ പ്രവർത്തനമാണ്. അതുകൊണ്ടുതന്നെ ഹിന്ദുത്വ രാഷ്ട്രീയത്തിന്റെ വക്താക്കൾ എന്നും ശത്രുപക്ഷത്തു നിർത്തിയിട്ടുള്ളതും യുദ്ധം പ്രഖ്യാപിച്ചിരിക്കുന്നതും മതേതര രാഷ്ട്രീയത്തിന്റെ വക്താക്കളോടാണ്. ഹിന്ദുമതബോധത്തെ ഒരു രാഷ്ട്രീയ പ്രത്യയശാസ്ത്രമാക്കി മാറ്റാനും അതിനെ രാഷ്ട്രീയാധികാരത്തിലേക്ക് പരിവർത്തിപ്പിക്കാനുമുള്ള സംഘടനാശ്രമങ്ങൾ നടത്തുന്നയിടത്താണ് സംഘപരിവാറിനെ മറ്റ് മത-സാമുദായിക സംഘടനകളിൽനിന്നു വ്യത്യസ്തരാക്കുന്നത്. ഇന്ത്യയിലെ ഏറ്റവും വലിയ രാഷ്ട്രീയ പ്രസ്ഥാനമായ കോൺഗ്രസിനകത്ത് അടക്കം രാജ്യത്തെ പൊതുസമൂഹത്തിൽ ഹിന്ദുത്വ രാഷ്ട്രീയത്തിന് വലിയ സ്വാധീനമുണ്ടായിരുന്നു. ഈ സ്വാധീനമാണ് ഹിന്ദുത്വ രാഷ്ട്രീയത്തെ പിന്തുണയ്ക്കുന്നവർ ഇപ്പോൾ നന്നായി ഉപയോഗിക്കുന്നത്. അതുകൊണ്ടുതന്നെ മതേതരരാഷ്ട്രീയത്തിന്റെ വക്താക്കൾ കരുതിയിരിക്കേണ്ടതുണ്ട്. ഇവിടെ തീർക്കേണ്ട പ്രതിരോധം തെരഞ്ഞെടുപ്പിലെ നിലപാടു സ്വീകരണം മാത്രവാവരുത്. മറിച്ച്, സാമൂഹികമായുള്ള പരിവർത്തനം ലക്ഷ്യമിട്ടുള്ള രാഷ്ട്രീയ പ്രവർത്തനംകൂടി ആവണമത്.

വളരെ ആസൂത്രിതമായി നടക്കുന്ന ഹിന്ദുത്വ അജൻഡയുടെ

» ഗൗരി ലങ്കേഷിനൊപ്പം ജെ.എൻ.യു.വിലെ വിദ്യാർത്ഥിനേതാവ് കനയ്യകുമാർ

പ്രചാരണത്തിലൂടെ അത് ജനങ്ങൾക്കിടയിൽ സ്വാധീനം നേടും. പിന്നീട്, ഹിന്ദുത്വ അജൻഡയെ എതിർക്കുന്നവരെ ശത്രുക്കളായി പ്രഖ്യാപിക്കുകയാണ് ഹിന്ദുത്വ രാഷ്ട്രീയത്തിന്റെ വക്താക്കൾ ചെയ്യുന്നത്. അത്തരത്തിൽ ആരാണ് ശത്രു എന്നു ചൂണ്ടിക്കാട്ടിക്കഴിഞ്ഞാൽ ശിക്ഷ വിധിക്കാൻ വളരെ എളുപ്പമാണല്ലോ. ഹിന്ദുത്വ ഭീകരത സമൂഹത്തിൽ വ്യാപിക്കുന്നതോടെ അതിന്റെയൊപ്പം ഭയവും വ്യാപിക്കുന്നു. ഭയം ജനങ്ങളിൽ സന്നിവേശിപ്പിക്കപ്പെടുന്നതിലൂടെ ജനാധിപത്യം പതിയെ പതിയെ പുറന്തള്ളപ്പെടുകയും ഫാസിസം കടന്നുവരികയും ചെയ്യുന്നു. ജനാധിപത്യം ഇല്ലാതാവുന്നതോടെ സഹിഷ്ണുത, സംവാദം, വ്യക്തിസ്വാതന്ത്ര്യം എന്നിവയുടെ ഇടങ്ങളും ഇല്ലാതാവുന്നു.

മേൽപ്പറഞ്ഞവിധം ഭയം ഗ്രസിച്ച, ഫാസിസം പിടിമുറുക്കിയ ഒരു ജനവിഭാഗത്തെ മുൻനിർത്തി ശത്രുക്കളെ കൊന്നൊടുക്കാം. പശുവിന്റെ പേരിൽ നടക്കുന്ന കൊലകൾ, ദേശീയതയുടെ പേരിൽ നടക്കുന്ന ആക്രമണങ്ങൾ, ദേശീയഗാനം പാടിയപ്പോൾ എഴുന്നേറ്റു നിന്നില്ല എന്ന പേരിലുള്ള പോലീസ് കേസുകൾ, ജാതി മേൽക്കോയ്മയെ സംരക്ഷിച്ചു നിർത്താൻവേണ്ടി ദളിതർക്കു നേരേ നടത്തുന്ന ആക്രമണങ്ങൾ, മതന്യൂപക്ഷങ്ങൾക്കു നേരെ നടക്കുന്ന വംശഹത്യകൾ (ഗുജറാത്തും കാൻഡമാലും), സിനിമകളോടും പുസ്തകങ്ങളോടുമുള്ള അസഹിഷ്ണുത മുതലായവയെല്ലാം വളരെ എളുപ്പത്തിൽ സാധ്യമാകും. ഇതിനെ പ്രതിരോധിക്കുക അത്ര എളുപ്പമല്ല. കാരണം, ഭയം മൂലം പൗരസമൂഹം നിശബ്ദതയിലായിരിക്കും. അവരുടെ നിശബ്ദതയെ ഭഞ്ജിച്ച് പ്രതിരോധപ്രവർത്തനങ്ങൾക്കൊപ്പം നിർത്തുകയെന്നു പറയുന്നത് വളരെ ബുദ്ധിമുട്ടുള്ള കാര്യമാണ്.

ഇങ്ങനെയെല്ലാം പറയുമ്പോഴും മതേതര ബൗദ്ധികരാഷ്ട്രീയത്തെ നിലപാടുകളിലൂടെ നേരിടാനുള്ള ശേഷി ഒരു കാലത്തും ഹിന്ദുത്വ രാഷ്ട്രീയത്തിനില്ല. നമ്മുടെ രാജ്യത്ത് ഹിന്ദുത്വ രാഷ്ട്രീയത്തിന് ഏറ്റവും കടുത്ത വെല്ലുവിളി ഉയർത്തുന്നതും ഈ മതേതര ബൗദ്ധിക വ്യവഹാരമാണ്. ഇതിനെ പൂർണമായും വിലയ്ക്കെടുക്കാനോ ഭയപ്പെടുത്തി ഇല്ലാതാക്കാനോ ഹിന്ദുത്വ രാഷ്ട്രീയത്തിനു കഴിഞ്ഞിട്ടില്ല. മാത്രവുമല്ല, അവരുടെ ചെറുത്തുനിൽപ്പിന്റെയും പ്രതിരോധത്തിന്റെയും കരുത്ത് നാൾക്കുനാൾ ഏറിവരികയുമാണ്.

ഇത്തരത്തിൽ ഹിന്ദുത്വ രാഷ്ട്രീയത്തിനെതിരേ എതിർപ്പുയർത്തുന്ന മതേതര ബുദ്ധിജീവികളെ വകവരുത്തുക എന്നത് എല്ലാക്കാലത്തും എതിരാളികൾ പിൻപറ്റുന്ന തന്ത്രമാണ്. ഇത് നടപ്പിലാക്കുന്നത് വളരെ ആസൂത്രിതമായിട്ടാണുതാനും. കൽബുർഗിയുടെയും പൻസാരയുടെയും ദാബോൽക്കറുടെയും കൊലപാതകങ്ങളുടെ പിന്നിലുള്ള മനഃശാസ്ത്രവും മറ്റൊന്നല്ല. ഇത്തരത്തിൽ ഹിന്ദുത്വ രാഷ്ട്രീയത്തിനെതിരേ പ്രതിരോധം തീർത്തതാണ് ഗൗരി ലങ്കേഷിന്റെ വധത്തിലേക്കു നയിച്ചതും.

ഗൗരി ലങ്കേഷിൽ എത്തിനിൽക്കുന്ന ഹിന്ദുത്വ രാഷ്ട്രീയത്തിന്റെ ഈ അജൻഡ തീർച്ചയായും ആവർത്തിക്കപ്പെടും. ഇനിയും തിരിച്ചറിയേണ്ട പ്രധാന വസ്തുത ഇതൊന്നുമല്ല. മതേതര രാഷ്ട്രീയ ബൗദ്ധികചിന്തകൾക്കു നേരേ എല്ലാവിധ മതമൗലികവാദികളും ആയുധമെടുത്ത് ഇറങ്ങുന്നു എന്നതാണ്. അതിന്റെ കാരണം മറ്റൊന്നുമല്ല. മതേര-രാഷ്ട്രീയ-സാമൂഹ്യ വ്യവസ്ഥിതിയിൽ ഇവർക്ക് ഇടമില്ലാതെ പോകുന്നു.

ഹിന്ദുത്വ ഫാസിസവും മതേതര-രാഷ്ട്രീയ-ബൗദ്ധിക വ്യവഹാരവുമായുള്ള പോരാട്ടത്തിൽ സംഘപരിവാറും ഹിന്ദുത്വവാദികളും ഉപയോഗിക്കുന്ന ആയുധം ഉന്മൂലനത്തിന്റേതായിരിക്കും എന്ന കാര്യത്തിൽ ഇനി സംശയിക്കേണ്ട കാര്യമില്ല. അതിനാൽ വിട്ടുവീഴ്ചയില്ലാത്ത മതേതര ജനാധിപത്യ നിലപാടുകളുമായി ഈ പോരാട്ടം തുടർന്നേ മതിയാകൂ. അവിടെ പ്രസക്തമാകുന്നത് ഒരേയൊരു ചോദ്യം മാത്രം - പോരാട്ടത്തിനിറങ്ങുന്ന നമ്മളിൽ എത്ര ഗൗരിമാർ ബാക്കിയുണ്ടാകും എന്നതാണത്.

●

തമിഴകത്തിന്റെ ചാണക്യൻ

രാഷ്ട്രീയത്തിന്റെ വെള്ളിത്തിരയിൽനിന്നു മുത്തുവേൽ കരുണാനിധി 2018 ഓഗസ്റ്റ് ഏഴിന് മരണത്തിന്റെ തിരശീലയ്ക്കു പിന്നിലേക്കു മടങ്ങിയപ്പോൾ നഷ്ടമായത് രാഷ്ട്രീയത്തിലെ അതികായനെ. എല്ലാ രാഷ്ട്രീയക്കാരന്റെയും ഏറ്റവും വലിയ അഭിലാഷമാണ് മത്സരിക്കുന്ന എല്ലാ തെരഞ്ഞെടുപ്പുകളിലും ജയിക്കുകയെന്നത്. അത്യപൂർവമെന്നു പറയാനാവില്ലെങ്കിലും ആറു പതിറ്റാണ്ടു നീണ്ട രാഷ്ട്രീയജീവിതത്തിനിടെ കരുണാനിധിയെ തെരഞ്ഞെടുപ്പു ഗോദയിൽ വീഴ്ത്താൻ അദ്ദേഹത്തിന്റെ രാഷ്ട്രീയ എതിരാളികൾക്ക് ഒരിക്കലും സാധിച്ചില്ല.

ഡിഎംകെ എന്ന ദ്രാവിഡ പാർട്ടിയെ ദേശീയ രാഷ്ട്രീയത്തിലേക്ക് ഉയർത്തിക്കൊണ്ടുവരികയും കേന്ദ്രഭരണത്തിൽ നിർണായക സ്വാധീനം വഹിക്കുകയും ചെയ്യുന്ന തരത്തിലേക്ക് വളർത്തിയതും തമിഴ്നാട് കലൈഞ്ജർ എന്നു സ്നേഹപൂർവം വിളിക്കുന്ന എം. കരുണാനിധിയാണ്. സിനിമ, ഭാഷ, വംശം തുടങ്ങിയ സാംസ്കാരിക അസ്തിത്വങ്ങൾ പിണഞ്ഞു കിടക്കുന്ന രാഷ്ട്രീയമാണ് തമിഴകത്തേത്. അമ്പതു വർഷത്തെ ദ്രാവിഡ രാഷ്ട്രീയത്തിൽ നിരവധി സിനിമാക്കാർ തമിഴ്നാടിനെ ഭരിച്ചു. 1969ൽ ഡിഎംകെയുടെ സ്ഥാപകനേതാവായ സി.എൻ. അണ്ണാദുരൈ അന്തരിച്ചതിനെത്തുടർന്നാണ് കരുണാനിധി പാർട്ടിയുടെ നേതൃസ്ഥാനം ഏറ്റെടുത്തത്.

കരുണാനിധി അഞ്ച് തവണ തമിഴ്നാടിന്റെ മുഖ്യമന്ത്രിപദത്തിൽ ഇരുന്നിട്ടുണ്ട് 1969-71, 1971-74, 1989-91, 1996-2001, 2006-2011 എന്നിങ്ങനെ അഞ്ച് തവണ. ഓരോ തെരഞ്ഞെടുപ്പിലും അദ്ദേഹം റിക്കാർഡ് ഭൂരിപക്ഷം നേടിക്കൊണ്ടിരുന്നു. അദ്ദേഹത്തിനുമാത്രം അവകാശപ്പെട്ട ഈ നേട്ടം അദ്ദേഹത്തിന് രാഷ്ട്രീയ

ശത്രുക്കൾക്കിടയിൽപ്പോലും ആരാധന നേടിക്കൊടുത്തിരുന്നു.

മരണം ഈ അതുല്യപ്രതിഭയെ കൂട്ടിക്കൊണ്ടു പോകുമ്പോഴും അദ്ദേഹം സൃഷ്ടിച്ച റിക്കാർഡ് അഭേദ്യമായി നിലനിൽക്കുന്നു. 1969 ജൂലൈ 27നാണു കരുണാനിധി ഡിഎംകെ അധ്യക്ഷനായി തെരഞ്ഞെടുക്കപ്പെട്ടത്. അതായത്, കൃത്യം 49 വർഷം മുൻപ്. ഇത്രയും കാലം ഒരു പാർട്ടിയുടെ നേതൃസ്ഥാനത്ത് ഒരാൾ തുടരുന്നതു ലോകത്തുതന്നെ അപൂർവമായിരിക്കാം. 2016 അവസാനം ആരോഗ്യകാരണങ്ങളാൽ സജീവ രാഷ്ട്രീയത്തിൽനിന്നു പിന്മാറുന്നതുവരെ ഡിഎംകെയുടെ അവസാനവാക്ക് കലൈഞ്ജറുടേതായിരുന്നു. രണ്ടുപതിറ്റാണ്ടായി കേന്ദ്രത്തിൽ നിർണായക ശക്തിയായിരുന്നു ഡിഎംകെ. പക്ഷേ, 2014 ലോക്സഭാ തെരഞ്ഞെടുപ്പിൽ വൻവീഴ്ചയാണ് ഡിഎംകെയ്ക്കുണ്ടായത്. ഒരു സീറ്റുപോലും പാർട്ടിക്ക് നേടാനായില്ല. അഴിമതിയും കുടുംബരാഷ്ട്രീയവും കൂടിയായതോടെ പ്രതിച്ഛായയിൽ കരിനിഴൽ വീണു. 2016ൽ ജയലളിത ഭരണത്തുടർച്ച നേടിയെങ്കിലും ഡിഎംകെ സ്വാധീനം നിലനിർത്തി. തമിഴ് മനസിൽ കരുണാനിധി ഇപ്പോഴും രാഷ്ട്രീയത്തെ കലയാക്കി മാറ്റിയ കലൈഞ്ജർ തന്നെയാണ്.

കലയിൽ തിളങ്ങിയ ബാല്യം

1924ൽ നാഗപട്ടണം ജില്ലയിലെ തിരുവാരൂരിനടുത്തുള്ള തിരുക്കുവളൈയിൽ മുത്തുവേലരുടെയും അഞ്ജുകം അമ്മിയാരുടെയും മകനായാണ് കരുണാനിധി ജനിച്ചത്. ദക്ഷിണാമൂർത്തിയെന്നാണ് മാതാപിതാക്കൾ അദ്ദേഹത്തിനു നൽകിയ പേര്. സ്കൂൾ പഠനകാലത്തുതന്നെ നല്ലൊരു കലാകാരനാണെന്ന് അദ്ദേഹം തെളിയിച്ചു. നാടകം, കവിത, സാഹിത്യം എന്നിവയിലൊക്കെ അദ്ദേഹം പഠനകാലത്തു തിളങ്ങി. കലാപ്രവർത്തനങ്ങളോടൊപ്പം സാമൂഹ്യപ്രവർത്തനങ്ങളിലും വലിയ താത്പര്യമുണ്ടായിരുന്നു. ഈ താത്പര്യമാണ്

അദ്ദേഹത്തെ ദേശീയരാഷ്ട്രീയത്തിന്റെ ഗതി നിർണയിക്കുന്ന രാഷ്ട്രീയക്കാരനിലേക്കു വളർത്തിയത്. അദ്ദേഹത്തിന്റെ സ്കൂൾ കാലത്തു നിലവിലുണ്ടായിരുന്ന ജസ്റ്റീസ് പാർട്ടിയുടെ പ്രവർത്തനങ്ങളിലും അതിന്റെ മുന്നണി പ്രവർത്തകനായിരുന്ന അഴഗിരി സാമിയുടെ പ്രഭാഷണങ്ങളിലും തത്പരനായ കരുണാനിധി തന്റെ പതിമൂന്നാം വയസിൽത്തന്നെ പൊതുപ്രവർത്തന രംഗത്തേക്കിറങ്ങി.

വിദ്യാർഥിസംഘടനയിലേക്ക്

പിന്നീട്, വിദ്യാർഥികൾക്കു തങ്ങളുടെ സാഹിത്യ-കലാപരമായ കഴിവുകൾ പ്രകടിപ്പിക്കാൻ ഒരു സംഘടന രൂപീകരിക്കുകയെന്ന ലക്ഷ്യത്തോടെ കരുണാനിധി ഇളൈഞ്ചർ മറുമലർച്ചി എന്ന ഒരു സംഘടന സ്ഥാപിച്ചു. ഇതിന്റെ പ്രവർത്തനങ്ങൾക്ക് നേതൃത്വം വഹിച്ചതോടെ കരുണാനിധിയെന്ന വ്യക്തി തമിഴ്നാട്ടിൽ അറിയപ്പെട്ടുതുടങ്ങി. പിന്നീട് ഇളൈഞ്ചർ മറുമലർച്ചിയെന്ന സംഘടന എല്ലാ അർഥത്തിലും വിദ്യാർഥിസംഘടനയായി രൂപപ്പെട്ടു. പിന്നീട് വിദ്യാർഥി കഴകമായി അത് രൂപപ്പെട്ടു.

പത്രമുതലാളിയാകുന്നു

കുട്ടിക്കാലത്തേ രാഷ്ട്രീയാഭിമുഖ്യം പ്രകടിപ്പിച്ച കരുണാനിധി ഹിന്ദിവിരുദ്ധ സമരത്തിന്റെ നേതൃസ്ഥാനത്തുണ്ടായിരുന്നു. പിന്നീട്, പെരിയോരുമായി ബന്ധപ്പെട്ട് ജസ്റ്റീസ് പാർട്ടിയിൽ പ്രവർത്തിച്ചു. ജസ്റ്റീസ് പാർട്ടി പിന്നീടു ദ്രാവിഡ കഴകമായി മാറുകയുണ്ടായി. ഡിഎംകെയുടെ ആദ്യ സംഘടനാരൂപവും ദ്രാവിഡ കഴകമായിരുന്നു. അദ്ദേഹം കുറച്ചുകാലം കുടിയരശ് എന്ന പത്രത്തിൽ പ്രവർത്തിച്ചു. ഈറോഡിൽ നിന്നായിരുന്നു കുടിയരശ് പ്രസിദ്ധീകരിച്ചിരുന്നത്. അതിൽനിന്ന് ഊർജം ഉൾക്കൊണ്ട് ഒരു പത്രംതന്നെ അദ്ദേഹം സ്ഥാപിച്ചു.

ദ്രാവിഡ ആശയങ്ങൾ പ്രചരിപ്പിക്കുകയെന്ന ലക്ഷ്യത്തോടെ തുടങ്ങിയ ആ പത്രത്തിന് അദ്ദേഹം നൽകിയ പേര് മുരശൊലിയെന്നായിരുന്നു. സി.എൻ. അണ്ണാദുരൈയുടെ നേതൃത്വത്തിൽ ഡിഎംകെ പിറന്നപ്പോൾ മുഖപത്രമായതും മുരശൊലിതന്നെയാണ്.

വെള്ളിത്തിരയിലേക്ക്

കരുണാനിധിയെ സിനിമയിൽ എത്തിച്ചത് കോയമ്പത്തൂരിലെ ജൂപ്പിറ്റർ പിക്ചേഴ്സാണ്. രാജകുമാരി എന്ന സിനിമയിലെ സംഭാഷണങ്ങളെഴുതാനായി ജൂപ്പിറ്റർ പിക്ചേഴ്സ് കരുണാനിധിയെ സമീപിക്കുകയായിരുന്നു. കലയോട് വലിയ താത്പര്യം

പ്രകടിപ്പിച്ചിരുന്ന കരുണാനിധിക്ക് സഹകരിക്കണമെന്നുണ്ടായിരുന്നെങ്കിലും പെരിയോരോട് അനുമതി ചോദിച്ചെങ്കിലും അദ്ദേഹം നിരുത്സാഹപ്പെടുത്തുകയാണുണ്ടായത്.

പിന്നീട്, ഈ സിനിമയിൽ മുഖ്യവേഷം ചെയ്ത എംജിആറുമായി അന്ന് കരുണാനിധിക്ക് ഉണ്ടായ സൗഹൃദമാണ് അദ്ദേഹത്തിന്റെ രാഷ്ട്രീയ വളർച്ചയിൽ സുപ്രധാന പങ്കുവഹിച്ചത്. ഗാന്ധിയൻ ആദർശങ്ങളെ ഇഷ്ടപ്പെട്ടിരുന്ന എംജിആറിനെ ദ്രാവിഡ രാഷ്ട്രീയത്തിലേക്ക് ആകർഷിച്ചതും കരുണാനിധിയായിരുന്നു.

പിന്നീട്, അഭിമന്യ എന്ന പുരാണചിത്രത്തിനായി കരുണാനിധി സംഭാഷണങ്ങളെഴുതിയെങ്കിലും ചിത്രത്തിൽ ഒരിടത്തും അദ്ദേഹത്തിന്റെ പേര് പരാമർശിക്കപ്പെട്ടതേയില്ല. ഇത് അദ്ദേഹത്തെ കുറച്ചൊന്നുമല്ല നിരാശനാക്കിയത്. രാഷ്ട്രീയത്തിൽനിന്നു വന്ന കരുണാനിധിക്ക് സിനിമയിലെ പരാജയം ഒരു പ്രശ്നമായിരുന്നില്ല. അല്പം നിരാശനായ അദ്ദേഹം തിരിച്ച് രാഷ്ട്രീയത്തിലേക്കുതന്നെ മടങ്ങി.

രാഷ്ട്രീയത്തിൽ പ്രവേശിച്ചെങ്കിലും സാമ്പത്തികമായി ബുദ്ധിമുട്ടിലായ അദ്ദേഹം സേലം മോഡേൺ തിയറ്റേഴ്സിനു വേണ്ടി സിനിമാഗാനങ്ങളെഴുതിയിരുന്ന കവി കെ.എം. ഷരീഫിന്റെ ശിപാർശയിൽ 1949ൽ മോഡേൺ തിയറ്റേഴ്സിൽ പ്രതിമാസം അഞ്ഞൂറ് രൂപ ശമ്പളത്തിൽ ജോലിക്ക് ചേർന്നു. അവിടെവച്ചാണ് കണ്ണദാസനെ പോലെയുള്ള പ്രതിഭകളുമായി അദ്ദേഹം പരിചയപ്പെടുന്നതും സൗഹൃദത്തിലാവുന്നതും.

മോഡേൺ തിയറ്റേഴ്സ് ഉടമയായിരുന്ന ടി.ആർ. സുന്ദരം നിർമിച്ച മന്ത്രികുമാരി സിനിമയ്ക്ക് അദ്ദേഹം തിരക്കഥയും സംഭാഷണവും രചിച്ചു. എല്ലിസ്.ആർ. ഡങ്കണായിരുന്നു സംവിധായകൻ. ജാതിമതശക്തികളുടെ ശക്തമായ എതിർപ്പിനിടയിലും ചിത്രം പ്രദർശനവിജയം നേടി. അതോടെ കരുണാനിധി സിനിമയിൽ തന്റെ സ്ഥാനം അരക്കിട്ടുറപ്പിച്ചു.

1952ൽ ഇറങ്ങിയ പരാശക്തിയാണ് ദ്രാവിഡ രാഷ്ട്രീയം ഇതിവൃത്തമായി ഇറങ്ങിയ ആദ്യത്തെ തമിഴ് സിനിമ. ബോക്സ് ഓഫീസിൽ വൻ ഹിറ്റായ സിനിമയ്ക്ക് തിരക്കഥ എഴുതിയതും മറ്റാരുമല്ല. അദ്ദേഹം എഴുതിയ പൊന്നർ സംഘർ എന്ന നോവലിനെ അടിസ്ഥാനമാക്കി 2011ൽ ത്യാഗരാജൻ നിർമിച്ച് സംവിധാനം ചെയ്ത സിനിമയ്ക്ക് 82-ാം വയസിൽ കഥയും തിരക്കഥയും സംഭാഷണവും എഴുതി, തന്നിലെ കലാകാരനെ പ്രായം തളർത്തിയിട്ടില്ലെന്നും അദ്ദേഹം തെളിയിച്ചിരുന്നു.

●

ശാസ്ത്രം

അധ്വാനത്തിന് നൊബേൽ

"ഇഷ്ടവിഷയം ആസ്വദിച്ച പഠിക്കുക. കഴി യുന്നത്ര പഠിക്കുക. കഠിനാധ്വാനം ചെയ്യുക. കഠിനാധ്വാനത്തിനു പകരം വയ്ക്കാൻ ഇന്നുവരെ ഒന്നും കണ്ടെത്തിയിട്ടില്ല."

-പ്രഫ. ഫെരിദ് മുറാഡ്.

സ്വന്തം അനുഭവം അടിസ്ഥാനമാക്കിയാണ് അദ്ദേഹം മേലു ദ്ധരിച്ച വാക്കുകൾ പറയുന്നത്. ശോചനീയമായ ഒരവസ്ഥ യിൽനിന്ന് പ്രതിഭാശാലികളിൽത്തന്നെ ചുരുക്കം ചിലർക്കു മാത്രം എത്തിച്ചേരാൻ കഴിയുന്ന പദവിയിലെത്തിയ ആത്മാനുഭവാധിഷ്ഠി തമായ നിരീക്ഷണം.

"എന്റെ അച്ഛൻ ഹോട്ടലുടമയായിരുന്നു. ഹോട്ടലിന്റെ പിന്നിലാ യിട്ടായിരുന്നു ഞങ്ങളുടെ വീട്. ദിവസേന പതിനാറും പതിനെട്ടും മണിക്കൂർ കഠിനമായി അധ്വാനിച്ചാണ് എന്റെ മാതാപിതാക്കൾ, ഞാനുൾപ്പെടെയുള്ള മൂന്നു മക്കളെ വളർത്തിയത്. വളരെ ചെറുപ്പ ത്തിൽത്തന്നെ എനിക്ക് ഹോട്ടലിൽ വെയിറ്ററുടെ ജോലി ചെയ്യേ ണ്ടിവന്നിട്ടുണ്ട്. അവിടെനിന്നാണു കഠിനാധ്വാനത്തിന്റെ വില ഞാൻ തിരിച്ചറിയുന്നത്. എന്റെ മാതാപിതാക്കൾ എനിക്കു നല്കിയ ഏറ്റവും വലിയ അറിവും അതുതന്നെയാണ്...."

ഇതു പറയുന്ന ഫെരിദ് മുറാഡ് ആരാണ്? പാരിസ്ഥിതിക സന്തു ലനത്തിന് ഭീഷണി ഉയർത്തുന്ന, വില്ലൻ രാസവസ്തു എന്ന് ശാസ്ത്ര ലോകം വിശേഷിപ്പിച്ച നൈട്രിക് ഓക്സൈഡിന് മനുഷ്യശരീര ത്തിലുള്ള പ്രാധാന്യം ശാസ്ത്രലോകത്തിന് കാട്ടിക്കൊടുത്ത വൈദ്യ ശാസ്ത്രകാരൻ. ഈ കണ്ടെത്തലിന് 1998ൽ വൈദ്യശാസ്ത്രത്തിനുള്ള നൊബേൽ സമ്മാനം അദ്ദേഹത്തെ തേടിയെത്തി.

വാഹനങ്ങളും വലിയ ഫാക്ടറികളും പുറംതള്ളുന്ന നൈട്രിക് ഓക്സൈഡ് ഓസോൺ പാളിയിൽ സുഷിരങ്ങൾ സൃഷ്ടിക്കുന്നു. കൂടാതെ നിരവധി പാരിസ്ഥിതിക പ്രശ്നങ്ങൾക്കും നൈട്രിക് ഓക്സൈഡ് കാരണമാകുന്നു. ഇതൊക്കെയാണ് നൈട്രിക് ഓക്സൈഡിനെ വില്ലനാക്കിയത്. ഇങ്ങനെ കരുതപ്പെട്ടിരുന്ന നൈട്രിക് ഓക്സൈഡിന് ശരീര കോശങ്ങളിലെ സംവേദനത്തിൽ സുപ്രധാന പങ്കു വഹിക്കാനുണ്ടെന്നു ലോകത്തെ അറിയിച്ചത് മുറാഡാണ്. ഈ കണ്ടുപിടിത്തത്തിൽ മുറാഡിനൊപ്പമുണ്ടായിരുന്ന റോബർട്ട് എഫ്. ഫർച്ച്ഗോട്ട്, ലൂയി ജെ. ഇഗ്നാറോ എന്നിവരും അദ്ദേഹത്തോടൊപ്പം നൊബേൽ സമ്മാനത്തിന് അർഹരായി. നിർജീവമാക്കപ്പെട്ട കോശങ്ങളെ വീണ്ടും പ്രവർത്തനക്ഷമമാക്കാൻ വരെ കഴിവുള്ള കണ്ടുപിടിത്തമാണ് മുറാഡും കൂട്ടരും നടത്തിയത്. അതിലൂടെ പക്ഷാഘാതം, മസ്തിഷ്കാഘാതം, സ്മൃതിനാശം തുടങ്ങിയ ശാരീരിക അവസ്ഥകളെ തരണം ചെയ്യാൻ ഇന്നു നമുക്കു കഴിയുന്നു. നൈട്രിക് ഓക്സൈഡിന്റെ ജീവശാസ്ത്രപരമായ പ്രാധാന്യം കണ്ടെത്തുക വഴി കോടിക്കണക്കിന് ജനങ്ങളുടെ ജീവനാണ് സംരക്ഷിക്കപ്പെട്ടത്. ഹൃദ്രോഗങ്ങൾ, കാൻസർ, ഹൈപ്പർടെൻഷൻ, മസ്തിഷ്കാഘാതം, സ്മൃതിനാശം, പക്ഷാഘാതം, സെറിബ്രൽ ഹെമറേജ്, മാനസിക വൈകല്യങ്ങൾ തുടങ്ങി നിരവധി പ്രശ്നങ്ങൾക്കു നൈട്രിക് ഓക്സൈഡ് ഇന്നു മരുന്നാണ്. അൽബേനിയൻ സ്വദേശി ജാബിർ മുറാഡ് ഇജ്ജപിയുടെയും അമേരിക്കക്കാരി ഹെൻറിറ്റാ ബോമാന്റെയും മൂത്ത മകനായി 1936 സെപ്റ്റംബർ 14നാണ് മുറാഡിന്റെ ജനനം. ഹോട്ടൽ ബിസിനസിലെ വരുമാനത്തിലൂടെ മുറാഡിന്റെ അച്ഛൻ ഒരു സത്രം തുടങ്ങി. വാടകക്കാരുടെ കാര്യങ്ങൾ നോക്കിയിരുന്നത് അമ്മയായിരുന്നു. വാടകക്കാർക്ക് എന്തെങ്കിലും അസുഖം ബാധിച്ചാൽ അവരെ ശുശ്രൂഷിച്ചിരുന്നതും അവർക്ക് ഭക്ഷണമുണ്ടാക്കി നല്കിയിരുന്നതും മുറാഡിന്റെ അമ്മയാണ്. സഹായത്തിനായി

മുത്തശിയുമുണ്ടായിരുന്നു. അമ്മയുടെ ഈ രോഗീശുശ്രൂഷയാണ് സ്കൂൾ വിദ്യാർഥിയായിരുന്ന മുറാഡിനെ വൈദ്യശാസ്ത്രം ഐച്ഛിക വിഷയമായെടുക്കാൻ പ്രേരിപ്പിച്ചത്.

വൈദ്യശാസ്ത്രത്തിൽ ബിരുദം നേടുക എന്നതിനപ്പുറം വൈദ്യ ശാസ്ത്ര ഗവേഷകനെന്ന നിലയിലേക്ക് മുറാഡ് നയിക്കപ്പെട്ടതെങ്ങ നെയെന്ന ചോദ്യത്തിന് അദ്ദേഹത്തിന്റെ ഉത്തരമിങ്ങനെ: "എന്റെ അച്ഛന് കേടായ ഉപകരണങ്ങൾ നന്നാക്കുന്നതിൽ അനിതരസാ ധാരണമായ കഴിവുണ്ടായിരുന്നു. അച്ഛനോടൊപ്പം നടന്ന് ഇതു കണ്ടു പഠിക്കാൻ അവസരം ലഭിച്ചതാണ് വൈദ്യശാസ്ത്ര ഗവേഷണ ങ്ങൾക്ക് എന്നെ പ്രേരിപ്പിച്ച സുപ്രധാന ഘടകം."

അതിസൂക്ഷ്മമായ നിരീക്ഷണപാടവമാണ് മുറാഡിനെ ലോകപ്രശ സ്ത ഗവേഷകനാക്കിമാറ്റിയത്. തന്റെ സ്കൂൾ പഠനകാലത്ത്, ജീവിത ത്തിൽ ആയിത്തീരാൻ ആഗ്രഹിക്കുന്ന മൂന്നു പ്രഫഷനുകളെക്കുറിച്ച് ലേഖനം എഴുതാൻ അധ്യാപകൻ ആവശ്യപ്പെട്ടപ്പോൾ അദ്ദേഹം എഴുതിയത് ഡോക്ടർ, അധ്യാപകൻ, ഫാർമസിസ്റ്റ് എന്നിവരെക്കു റിച്ചായിരുന്നു. എന്നാൽ, കാലവും കഠിനാധ്വാനവും മുറാഡിനെ ഈ മൂന്നു മേഖലയിലും വ്യക്തിമുദ്ര പതിപ്പിക്കാൻ പ്രാപ്തനാക്കി.

തന്റെ പ്രഫഷനെക്കുറിച്ച് ചോദിക്കുമ്പോൾ എഴുപത്തിനാലാം വയസിലും അദ്ദേഹം ആവേശഭരിതനാവുന്നു: "വ്യാഖ്യാനം ചെയ്യാ നുള്ള കഴിവോ ഗവേഷണസാധ്യതയുള്ള വിഷയങ്ങളോ സർവകലാ ശാലാ സിലബസുകളോ ഒന്നുമല്ല ഗവേഷകനെ ത്രസിപ്പിക്കുന്നത്. മറിച്ച് ഗവേഷണമെന്നതു ജീവിതശൈലിയാണ്. ഗവേഷണത്തോട് നാം വച്ചുപുലർത്തുന്ന മനോഭാവവുമാണു പ്രധാനം. ഇന്നലെ വരെ ഉണ്ടാക്കിയ നേട്ടങ്ങളെക്കുറിച്ചോർത്ത് പുളകംകൊള്ളുകയും വാചാ ലനാവുകയും ചെയ്യാറുണ്ട്, സത്യമാണ്. ഗവേഷണശാലയിൽ കയറു മ്പോൾ, പ്രസംഗവേദിയിൽ മൈക്കിനു മുമ്പിൽ നിൽക്കുമ്പോൾ, ഞാൻ ഗവേഷകന്റെ മേലങ്കി എടുത്തണിയുന്നു. അല്ലാത്തപ്പോൾ ഞാൻ ലോകത്തിലെ കോടിക്കണക്കിന് സാധാരണ മനുഷ്യരിൽ ഒരാൾ മാത്രമാണ്. ഇഷ്ടപ്പെട്ട വിഷയം എനിക്ക് മതിവരുവോളം പഠിക്കാൻ കഴിഞ്ഞു. ക്ഷമിക്കണം, ഇപ്പോഴും പഠിച്ച് മതിവന്നിട്ടില്ല."

ഗവേഷണങ്ങളുടെയും പരീക്ഷണങ്ങളുടെയും തിരക്കുകൾക്കിട യിലും സൗഹൃദങ്ങൾക്കും വ്യക്തിബന്ധങ്ങൾക്കും വിലകല്പിക്കുന്ന വ്യക്തിയാണ് മുറാഡ്. തന്റെ ജീവിതത്തിൽ സ്വാധീനം ചെലുത്തിയ വ്യക്തികളുടെ ചിത്രങ്ങളിൽ വളരെ തെളിമയുള്ളത് സുഹൃത്ത് റൊണാൾഡ് ഡെലിസ്മണിന്റേതാണ്. "റൊണാൾഡ് എന്റെ ബാല്യകാല സുഹൃത്താണ്. നഴ്സറി സ്കൂളിൽ തുടങ്ങുന്നതാണ്

ഞങ്ങളുടെ സൗഹൃദം. അന്നു മുതൽ എല്ലാക്കാര്യങ്ങളിലും ഞങ്ങൾ പരസ്പരം മത്സരിക്കുമായിരുന്നു. പഠനത്തിൽ, ചെസ്സിൽ, ഫെൻസിംഗിൽ, സ്പോർട്സിൽ... അങ്ങനെ എല്ലാക്കാര്യങ്ങളിലും. അവൻ എയ്റോനോട്ടിക്കൽ എൻജിനീയറായി, ഏതാനും വർഷങ്ങൾക്കുമുമ്പ് റിട്ടയർ ചെയ്തു. ഇന്നും ഞങ്ങൾ പഴയ സൗഹൃദം കാത്തുസൂക്ഷിക്കുന്നു. അറുപത്തിയേഴ് വർഷമായി തുടരുന്ന സൗഹൃദം. അവന്റെ ജോലി ഔദ്യോഗിക രഹസ്യങ്ങൾ നിറഞ്ഞതാണ്. ബോംബർ വിമാനങ്ങളെക്കുറിച്ചും യുദ്ധതന്ത്രങ്ങളെക്കുറിച്ചും മറ്റും. അത്തരം കാര്യങ്ങൾ അവൻ ഒരിക്കലും എന്നോടു സംസാരിച്ചിരുന്നില്ല. അതിനെക്കുറിച്ച് ചോദിക്കുമ്പോൾ അവൻ പറയുക, അതു നിന്നോടു പറഞ്ഞാൽ എനിക്കു നിന്നെ കൊല്ലേണ്ടിവരുമെന്നാണ്."

1965ൽ മാസച്യുസെറ്റ്സിലെ ജനറൽ ഹോസ്പിറ്റലിൽ ഇന്റേൺഷിപ്പ് ചെയ്യാൻ സാധിച്ചതാണ് മുറാഡിനെ മെഡിക്കൽ ഗവേഷകൻ എന്ന നിലയിലേക്ക് ഉയർത്തിയതെന്നു വേണമെങ്കിൽ പറയാം. മുതിർന്ന ഡോക്ടർമാരും വൈദ്യശാസ്ത്ര ഗവേഷകരുമായി സൗഹൃദം സ്ഥാപിക്കാനും അവരോടൊപ്പം പ്രവർത്തിക്കാനും മുറാഡിന് അങ്ങനെ അവസരം ലഭിച്ചു. അലക്സ് ലീഫ്, ഡാൻ ഫെഡർമാൻ, ഫ്രാങ്ക് ഓസ്റ്റിൻ, കെൻ ഷൈൻ തുടങ്ങി നിരവധി പ്രമുഖരോടൊപ്പം പ്രവർത്തിക്കാൻ ജനറൽ ഹോസ്പിറ്റലിലെ ഇന്റേൺഷിപ്പ് കാലത്ത് സാധിച്ചു. അവിടെനിന്നു ലഭിച്ച പരിചയവും അറിവുമാണു തന്നെ ഗവേഷകനാക്കിയതെന്ന് മുറാഡ് വ്യക്തമാക്കുന്നു. ജനറൽ ഹോസ്പിറ്റലിലെ ജോലിക്കിടയിൽ, മുറാഡ് തനിക്ക് ചെയ്യാൻ കഴിയുന്ന പരീക്ഷണങ്ങളുടെ ലിസ്റ്റും വിശദാംശങ്ങളും അടങ്ങിയ നോട്ട് ബുക്ക് തയാറാക്കിയിരുന്നു. ഈ നോട്ടുബുക്കാണു തനിക്കു ശാസ്ത്രജ്ഞൻ എന്ന പേരു നേടിത്തന്നതെന്ന് മുറാഡ് ഓർക്കുന്നു.

പിന്നീട് 1967ൽ നാഷണൽ ഇൻസ്റ്റിറ്റ്യൂട്ട് ഓഫ് ഹെൽത്തിൽ ക്ലിനിക്കൽ അസോസിയേറ്റായി ചേരുകയും മൂന്നു വർഷക്കാലം ഗവേഷണവും മറ്റുമായി അവിടെ തുടരുകയും ചെയ്തു. അക്കാലത്താണ് മുറാഡ് തന്റെ കരിയറിലെ സുപ്രധാനമായ തീരുമാനങ്ങൾ കൈക്കൊള്ളുന്നത്. പിന്നീട് യൂണിവേഴ്സിറ്റി ഓഫ് വിർജീനിയയിൽ മെഡിസിൻ ഡിപ്പാർട്ട്മെന്റിൽ അസോസിയേറ്റ് പ്രഫസറായി പ്രവർത്തിക്കാനുള്ള അവസരം ലഭിച്ചു. 1993ൽ മോളിക്യുലർ ജെറിയാട്രിക് കമ്പനി എന്ന പേരിൽ അദ്ദേഹം പുതിയൊരു ബയോടെക് കമ്പനി രൂപവത്കരിച്ചു. എന്നാൽ സാമ്പത്തിക പ്രശ്നത്തെത്തുടർന്ന് അദ്ദേഹം 1997 ഏപ്രിലിൽ യൂണിവേഴ്സിറ്റി ഓഫ് ടെക്സാസിൽ പുതിയതായി രൂപവത്കരിച്ച ബേസിക് സയൻസ്

ഡിപ്പാർട്ട്മെന്റിൽ ചെയർമാനായി ചേർന്നു. ഇപ്പോൾ യൂണിവേഴ്സിറ്റി ഓഫ് ടെക്സാസിനു കീഴിലുള്ള ദ ബ്രൗൺ ഫൗണ്ടേഷൻ ഇൻസ്റ്റിറ്റ്യൂട്ട് ഓഫ് മോളിക്യുലർ മെഡിസിനിൽ പ്രഫസറാണ്. ഇവിടെ മുറാഡിനു കീഴിൽ ഇരുപതിലേറെ ശാസ്ത്രജ്ഞർ ഗവേഷണം നടത്തുന്നുണ്ട്.

നോബൽ സമ്മാനം തനിക്ക് കൂടുതൽ സാമൂഹികബന്ധങ്ങൾ നേടിത്തന്നുവെന്ന് അദ്ദേഹം പറഞ്ഞു. പുരസ്കാര നേട്ടത്തെത്തുടർന്ന് ജീവിതം കൂടുതൽ തിരക്കു പിടിച്ചതായിത്തീർന്നിരിക്കുന്നു. നൊബേൽ നേടിയതിനു ശേഷമുള്ള കഴിഞ്ഞ പന്ത്രണ്ടു വർഷത്തിനിടയിൽ 10 ലക്ഷത്തിലധികം മൈൽ ദൂരം താൻ യാത്രചെയ്തു കഴിഞ്ഞതായി മുറാഡ് വ്യക്തമാക്കുന്നു. പ്രഭാഷണത്തിനും സംവാദത്തിനുമായി എഴുപതിലേറെ രാജ്യങ്ങൾ ഇതിനോടകം സന്ദർശിച്ചു.

നൈട്രിക് ഓക്സൈഡിന് മനുഷ്യകോശങ്ങളിലെ ആശയവിനിമയത്തിനുള്ള പ്രാധാന്യത്തെക്കുറിച്ച് അയ്യായിരത്തോളം പഠനങ്ങളും ലേഖനങ്ങളും മുറാഡ് തയാറാക്കിയിട്ടുണ്ട്. അദ്ദേഹത്തിന്റെ കണ്ടുപിടിത്തം 1.2 ലക്ഷത്തിലധികം ഗവേഷണ ലേഖനങ്ങളുടെയും പതിനഞ്ചിലേറെ മരുന്നുകമ്പനികളുടെയും ഉത്ഭവത്തിനു കാരണമായി.

2010 സെപ്റ്റംബർ മാസത്തിൽ കോട്ടയം മഹാത്മാഗാന്ധി സർവകലാശാല സംഘടിപ്പിച്ച പ്രഭാഷണ പരമ്പരയിൽ പങ്കെടുക്കാനാണ് ആദ്യമായി ഇന്ത്യയിലെത്തുന്നത്. ആദ്യസന്ദർശനത്തിൽത്തന്നെ കേരളം വളരെ ഹൃദ്യമായി അനുഭവപ്പെട്ടെന്ന് അദ്ദേഹം പറഞ്ഞു. പ്രഭാഷണ പരമ്പരയുടെ ഭാഗമായി സ്കൂൾ കുട്ടികളുമായി നടത്തിയ സംവാദത്തിനു ശേഷം അദ്ദേഹം പറഞ്ഞത് കുട്ടികളുമായി സംവദിക്കുക എന്നത് വളരെ പ്രയാസമാണ്, അവരുടെ സംശയങ്ങൾക്കു ശരിയായി ഉത്തരം പറയാനുള്ള അറിവ് തനിക്കില്ല എന്നാണ്.

എന്നാൽ അവരോടു സംവദിക്കുമ്പോൾ തന്റെ പ്രായം കുറയുന്നതായി തോന്നാറുണ്ടെന്നും മുറാഡ് പറഞ്ഞു.

"യുവത്വം ഫലപ്രദമായി ആഘോഷിക്കാനുള്ളതാണ്. ഉത്തരവാദിത്വങ്ങൾ നിറവേറ്റിക്കൊണ്ട്, കഠിനാധ്വാനം ചെയ്തുകൊണ്ട്, ജീവിതം ആസ്വദിക്കുക. സ്വന്തം കരിയറിന്റെ വളർച്ചയ്ക്കുവേണ്ടി ഒരിക്കലും സാമൂഹിക പ്രതിബദ്ധത നഷ്ടപ്പെടുത്തിക്കളയരുത്. സ്വന്തം നേട്ടങ്ങളിൽ സംതൃപ്തി കണ്ടെത്തുന്നതോടൊപ്പം, സമൂഹത്തിന് എന്തു നല്കാൻ കഴിഞ്ഞു എന്നും നാം ചിന്തിക്കണം. എന്നേക്കാൾ പ്രഗത്ഭരായ നിരവധി ആളുകൾ നടത്തിയ പരീക്ഷണങ്ങളാണ് ഈ കണ്ടുപിടിത്തങ്ങളിലേക്ക് എന്നെ നയിച്ചത്. അവരെ ലോകം അറിയാതെ പോയിട്ടുണ്ട്. എന്റെ ഈ നേട്ടം അവർക്കുകൂടി അവകാശപ്പെട്ടതാണ്. ഞാനൊരു ഡോക്ടർ ആയിരുന്നുവെങ്കിൽ എനിക്ക് ആയിരക്കണക്കിന് രോഗികളെ സഹായിക്കാമായിരുന്നു. ഞാനൊരു ശാസ്ത്രഗവേഷകനായതുകൊണ്ട് എനിക്ക് കോടിക്കണക്കിന് ജനങ്ങളെ സഹായിക്കാൻ സാധിക്കുന്നു. ഈ ചിന്തയാണ് എന്നെ മുന്നോട്ടു നയിക്കുന്നത്. ഗവേഷകനായതു മൂലം എനിക്കു നഷ്ടപ്പെട്ടുപോയ നിരവധി കാര്യങ്ങളുണ്ട്. അവയെക്കുറിച്ചുള്ള ദുഃഖം ഉരുക്കിക്കളയാൻ മാത്രം കരുത്ത് ഈ ചിന്ത എനിക്കു നൽകുന്നുണ്ട്." പുതിയ തലമുറയോട് മുറാഡ് പറഞ്ഞുവച്ചു.

1958ലായിരുന്നു മുറാഡിന്റെ വിവാഹം. അധ്യാപികയും സ്പെയിൻകാരിയുമായ കരോൾ ആൻ ലിയോപോൾഡാണു ഭാര്യ. ഇരട്ടകൾ ഉൾപ്പെടെ അഞ്ചുമക്കളാണ് മുറാഡ് കരോൾ ദമ്പതികൾക്കുള്ളത്.

●

ഹൃദയമുള്ള ശാസ്ത്രത്തിന്

"സയൻസ് വളരുന്നതുകൊണ്ടു മാത്രം ലോകം നന്നാവില്ല. എന്നാൽ സയൻസില്ലാതെ ലോകത്തിനു നിലനില്പുമില്ല. സയൻസിൽ നിങ്ങൾക്ക് ഉപരിപഠനം നടത്താം, ഗവേഷണം നടത്താം. എന്നാൽ പൊതുപ്രവർത്തനം, സാഹിത്യം, രാഷ്ട്രീയം, മതം, തത്ത്വചിന്ത എന്നിവയുമായി നിങ്ങൾക്കു ബന്ധമില്ലെങ്കിൽ നിങ്ങളുടെ നേട്ടങ്ങൾ ലോകത്തെ യാന്ത്രികതയിലേക്കാവും നയിക്കുക." 2011 ൽ കോട്ടയം എംജി യൂണിവേഴ്സിറ്റിയിലെ ഗവേഷ കവിദ്യാർഥികളോട് ഇതു പറയുമ്പോൾ കാർബൺ 60 എന്ന തന്മാത്ര കണ്ടെത്തിയതിന് 1996ലെ രസതന്ത്ര നൊബേൽ സമ്മാനം നേടിയ ഹാരൾഡ് വാൾട്ടർ ക്രോട്ടോയുടെ മുഖത്ത് തത്വജ്ഞാനിയുടെയും പൊതുപ്രവർത്തകന്റെയും ഭാവങ്ങൾ കാണാമായിരുന്നു.

എന്തിന്റെയും അവസാനവാക്ക് ശാസ്ത്രമാണെന്നു ചിന്തിക്കാത്ത ചുരുക്കം ശാസ്ത്രജ്ഞരിലൊരാളാണു റിച്ചാർഡ് സ്മാളി, റോബർട്ട് കൾ എന്നിവരുമായി നൊബേൽ സമ്മാനം പങ്കിട്ട ക്രോട്ടോ.

പെൻസിൽമുന മുതൽ വജ്രം വരെയുള്ള കാർബണിന്റെ അനേകം പ്രതിരൂപങ്ങളിലൊന്നാണ് അറുപത് കാർബൺ ആറ്റങ്ങൾ ചേർന്നു ണ്ടാവുന്ന ഈ തന്മാത്ര. അടിസ്ഥാനഘടകം കാർബണാണെങ്കിലും സ്വഭാവഘടനയിൽ പരസ്പരബന്ധമില്ലാത്ത ഇവ അലോട്രോപ്പുകൾ എന്നാണറിയുന്നത്. ബക്മിൻസ്റ്റർ ഫുള്ളറീൻ' എന്നു വിളിക്കുന്ന ഈ തന്മാത്ര 1985ലാണ് കണ്ടെത്തിയത്. ഇതിൽനിന്നായിരു ന്നു നാനോ ടെക്നോളജി രംഗത്തെ ചുവടുവയ്പുകളുടെ തുടക്കം. മെഴുകുതിരിനാളത്തിൽനിന്നുള്ള കരിയിൽനിന്നാണ് പുതിയൊരു അലോട്രോപ്പ് എന്ന നിലയിൽ ബക്മിൻസ്റ്റർ ഫുള്ളറീൻ കണ്ടെ ത്തിയത്. പൊള്ളയായ ഗോളം പോലെ കാണപ്പെടുന്നതുകൊണ്ട്

'ബക്കിബോൾ' എന്നും കാർബൺ 60യെ വിളിക്കാറുണ്ട്. ഒരു ഫുട്ബോളിന്റെ വയർ ഫ്രെയിം രൂപമൊന്നു സങ്കൽപിച്ചു നോക്കു. അപ്പോൾ ബക്കിബോളിന്റെ ഏകദേശ രൂപം കിട്ടും.

ഈ തന്മാത്രയ്ക്കു 'ബക്മിൻസ്റ്റർ ഫുള്ളറീൻ' എന്ന പേരു ലഭിക്കാൻ മറ്റൊരു കാരണവുമുണ്ട്. നിലവിലുള്ള രീതികളിൽനിന്നും വ്യത്യസ്തമായി അസാധാരണമായ ആകൃതിയിലുള്ള കെട്ടിടങ്ങൾ നിർമിച്ച ശ്രദ്ധേയനായ റിച്ചാർഡ് ബക്മിൻസ്റ്റർ ഫുള്ളർ എന്ന എൻജിനിയറുടെ ഓർമയ്ക്കായാണ് കാർബൺ 60 തന്മാത്രയ്ക്ക് ബക്മിൻസ്റ്റർ ഫുള്ളറീൻ എന്ന പേരു നൽകിയത്. ഇദ്ദേഹം ഭൂമിയുടെ മാതൃകയിലാണ കെട്ടിടങ്ങൾ രൂപകല്പന ചെയ്തത്. ജിയോഡെസിക് മകുടങ്ങൾ എന്നറിയപ്പെട്ടിരുന്ന ഫുള്ളറുടെ കെട്ടിടങ്ങൾ വിമാനങ്ങൾ നിർമിക്കാനുപയോഗിക്കുന്ന ലോഹസങ്കരമുപയോഗിച്ചാണ് നിർമിച്ചിരുന്നത്. എത്ര ഭാരവും താങ്ങാനുള്ള കരുത്ത് അവയ്ക്കുണ്ടായിരുന്നു. ത്രികോണങ്ങളുടെ രൂപത്തിൽ കമ്പിവാർപ്പുകൾ ചേർത്ത കെട്ടിടങ്ങളായിരുന്നു ഇവ. 1930കളിലാണ് ഫുള്ളർ ഇത്തരം കെട്ടിടങ്ങളുമായി രംഗത്തെത്തിയതെങ്കിലും 1950കളിലാണ് അദ്ദേഹത്തിന്റെ കെട്ടിടമാതൃകകൾക്ക് പ്രചാരം ലഭിച്ചത്.

മേൽപ്പറഞ്ഞ പേര് ഉപയോഗിക്കപ്പെട്ടെങ്കിലും കെട്ടിടമാതൃകയുടെ രൂപമല്ല ബക്മിൻസ്റ്റർ ഫുള്ളറീൻ എന്ന തന്മാത്രയ്ക്കുള്ളത്. ത്രികോണങ്ങൾ കണ്ണിചേർത്ത ഗോളാകൃതിയല്ല ബക്കിബോളിനുള്ളത്. ഷഡ്ഭുജങ്ങളും പഞ്ചഭുജങ്ങളും ചേർന്നാണ് ബക്കിബോൾ

രൂപപ്പെട്ടിട്ടുള്ളത്. കാർബണിന്റെ മറ്റു തന്മാത്രകളെല്ലാം സാധാരണയായി മറ്റു നാലു കാർബൺ ആറ്റങ്ങളുമായാണ് ബന്ധം സ്ഥാപിക്കുക. അതിലൂടെയാണ് കാർബൺ തന്മാത്രകൾക്ക് സ്ഥിരത കൈവരുന്നത്. എന്നാൽ, കാർബൺ 60യിൽ അത് അങ്ങനെയല്ല. നാലിനു പകരം മൂന്നു പേരുമായി കൈകോർത്തശേഷം ഒരു കൈ സ്വതന്ത്രമാക്കുന്നു. ഇതുപയോഗിച്ചാണ് പഞ്ചഭുജങ്ങളും ഷഡ്ഭുജങ്ങളും തീർക്കുന്നത്. ഇതിന്റെ വലയരൂപമാണ് ത്രിമാനതലത്തിൽ ബക്കിബോൾ ആയി മാറുന്നത്. 12 പഞ്ചഭുജങ്ങളും 20 ഷഡ്ഭുജങ്ങളുമാണ് ബക്കിബോളിലുള്ളത്.

കാർബൺ 60 ഉപയോഗപ്പെടുത്തി എയ്ഡ്സ് രോഗത്തെ പ്രതിരോധിക്കാനുള്ള പരീക്ഷണങ്ങളിലാണ് വൈദ്യശാസ്ത്രജ്ഞർ ഇപ്പോൾ. അപകടകാരികളായ ബാക്ടീരിയകളെയും ഫംഗസുകളെയും ചെറുക്കുന്നതിൽ ബക്കിബോളിനുള്ള കഴിവ് നേരത്തേ തന്നെ അംഗീകരിക്കപ്പെട്ടിട്ടുണ്ട്. കാർബൺ 60യെ വൈദ്യശാസ്ത്രത്തിലെ ഒപ്പുകടലാസെന്നാണ്(മെഡിക്കൽ സ്പോഞ്ച്) പ്രശസ്ത ഭിഷഗ്വരൻ ക്രിസ്റ്റോ ലാഞ്ജർ വിശേഷിപ്പിച്ചത്. അപകടമോ മറ്റു പരിക്കുകളോ ഉണ്ടാകുമ്പോൾ തലച്ചോറിൽ ഉത്പാദിപ്പിക്കപ്പെടുന്ന അപകടകാരികളായ രാസവസ്തുക്കളെ ഒപ്പിയെടുക്കാനുള്ള പ്രത്യേക കഴിവ് ഇതിനുണ്ട്.

1939 ഒക്ടോബർ ഏഴിന് ഇംഗ്ലണ്ടിലെ കേംബ്രിജ്ഷയറിൽ ഹെയിൻസിന്റെയും ഈഡിത്ത് ക്രോട്ടോഷിനെറിന്റെയും മകനായാണ് ഹരൾഡ് വാൾട്ടർ ക്രോട്ടോ ജനിച്ചത്. ക്രോട്ടോയുടെ മാതാപിതാക്കൾ ജർമനിയിലെ ബർലിനിലാണ് ജനിച്ചത്. നാസി ഭരണകാലത്ത് യഹൂദനാണ് എന്ന കാരണത്താൽ ജർമൻ ഭരണകൂടത്തിന്റെ പീഡനങ്ങളെത്തുടർന്ന് 1937ൽ ഹെയിൻസ് ഇംഗ്ലണ്ടിലേക്ക് കുടിയേറുകയായിരുന്നു. ഇംഗ്ലണ്ടിലും അദ്ദേഹത്തിന് നിരവധി ബുദ്ധിമുട്ടുകൾ സഹിക്കേണ്ടിവന്നു. വിദേശ ചാരനാണോ എന്ന സംശയത്താൽ പോലീസിന്റെ പ്രത്യേക നിരീക്ഷണത്തിലായിരുന്നു.

തന്റെ പിതാവ് എല്ലായിടത്തും വൈകിയെത്തിയിരുന്ന ആളായിരുന്നെന്ന് ക്രോട്ടോ ഓർക്കുന്നു. അത് അദ്ദേഹത്തിനു ഗുണകരമായ അനുഭവങ്ങളുമുണ്ട്. വളരെ പ്രധാനപ്പെട്ട ഒരു സംഭവം ക്രോട്ടോ ഇങ്ങനെ വിവരിക്കുന്നു: "ബ്രിട്ടീഷ് സർക്കാർ അച്ഛനോട് നിർബന്ധിത സൈനിക സേവനത്തിന് ഹാജരാകാൻ ആവശ്യപ്പെട്ടു. അച്ഛന് പോകാൻ ഒട്ടും താത്പര്യമില്ലായിരുന്നു. മറ്റുവഴികളൊന്നുമില്ലായിരുന്നതു കൊണ്ട് പോകാൻ തീരുമാനിച്ചു. അച്ഛൻ വീട്ടിൽനിന്ന്

ഒരുങ്ങി ഇറങ്ങിയപ്പോഴേക്കും ട്രെയിൻ അതിന്റെ വഴിക്കു പോയിക്കഴിഞ്ഞിരുന്നു. പിന്നെ ഒരുവിധം അദ്ദേഹം സൈനിക ക്യാമ്പിലെത്തി റിപ്പോർട്ട് ചെയ്തു. അപ്പോൾ കമൻഡാന്റ് പറഞ്ഞത് 'കൃത്യസമയത്ത് വരാൻ കഴിയാത്ത ഒരാളെ ഞങ്ങൾക്ക് ആവശ്യമില്ല. താൻ വീട്ടിൽ പോയി മറ്റെന്തെങ്കിലും പണിനോക്ക്' എന്നാണ്. ഒരു വാക്കുപോലും മറുപടി പറയാതെ അദ്ദേഹം വീട്ടിലേക്ക് മടങ്ങി, അത്രതന്നെ."

1955ലാണ് തന്റെ കുടുംബപ്പേരായ ക്രോട്ടോഷിനെർ എന്നത് ക്രോട്ടോ എന്നാക്കി ഹെയിൻസ് ചുരുക്കിയത്. അദ്ദേഹം ഒരു കലാകാരനായിരുന്നു. ഡ്രസ് ഡിസൈനറാകാനാണ് അദ്ദേഹം ആഗ്രഹിച്ചതെങ്കിലും ബലൂണിൽ ചിത്രം വരയ്ക്കുന്ന ജോലിയേ ലഭിച്ചുള്ളൂ. പിന്നീട് സ്വന്തമായി ഒരു ബലൂൺ ഫാക്ടറി തുടങ്ങാൻ അദ്ദേഹത്തിനു സാധിച്ചു. തന്റെ ബിസിനസ് മകൻ ഏറ്റെടുത്തു നടത്തണമെന്ന് ഹെയിൻസ് ആഗ്രഹിച്ചിരുന്നു. എന്നാൽ മകനു സയൻസിലാണ് താത്പര്യമെന്നു മനസിലാക്കിയ അദ്ദേഹം തന്റെ ആഗ്രഹം ഉപേക്ഷിക്കുകയായിരുന്നു.

ഹാരൾഡ് ചെറുപ്രായത്തിൽത്തന്നെ ഫിസിക്സിലും കണക്കിലും രസതന്ത്രത്തിലും അതീവതത്പരനായിരുന്നു. അതോടൊപ്പം സ്പോർട്സിലും താത്പര്യമുണ്ടായിരുന്നു. പ്രൈമറി സ്കൂളിൽ പഠിപ്പിച്ച അധ്യാപകരാണ് സയൻസിൽ ആ കുട്ടിക്കുള്ള അഭിരുചി കണ്ടെത്തുന്നതും പ്രോത്സാഹനം നൽകുന്നതും. അധ്യാപകരുടെ നിർദേശത്തെ തുടർന്ന് കെമിസ്ട്രിയിൽ ഉപരിപഠനത്തിനായി ഷെഫീൽഡ് യൂണിവേഴ്സിറ്റിയിൽ ചേർന്നു. ഇംഗ്ലണ്ടിലെ ഏറ്റവും മികച്ച കെമിസ്ട്രി വകുപ്പ് ഷെഫീൽഡ് സർവകലാശാലയിലേതാണ്. ഗ്രാഫിക് ഡിസൈനിംഗിംഗിലും ക്രോട്ടോയ്ക്ക് താത്പര്യമുണ്ടായിരുന്നു. ഈ താത്പര്യം തന്മാത്രകളുടെ ഭൗതികഘടന ഡിസൈൻ ചെയ്യുന്ന ഒരു ഡിസൈനിംഗ് സ്റ്റുഡിയോ എന്ന ആഗ്രഹം ക്രോട്ടോയിൽ വളർത്തി. എന്നാൽ ഗവേഷണത്തിരക്കു മൂലം ആ ആഗ്രഹം മനസിൽത്തന്നെ ഒതുക്കേണ്ടിവന്നു. നടക്കാതെപോയ ആഗ്രഹങ്ങളെക്കുറിച്ചു ചോദിച്ചാൽ ക്രോട്ടോ ആദ്യം പറയുന്നതും ഇക്കാര്യമാണ്.

ഷെഫീൽഡിൽനിന്നു ഡിഗ്രി എടുത്ത അദ്ദേഹം ബിസിനസിൽ പിതാവിനെ പിന്തുടരാനാണ് ആഗ്രഹിച്ചത്. സുഹൃത്തുക്കളാണ് അദ്ദേഹത്തെ പിന്തിരിപ്പിച്ച് കെമിസ്ട്രിയിൽത്തന്നെ നിലനിർത്തിയത്. അങ്ങനെ 1964ൽ ഷെഫീൽഡിൽനിന്നും അദ്ദേഹം പിഎച്ച്.ഡിക്കായി സസെക്സ് സർവകലാശാലയിലെത്തി. 1963ൽ അദ്ദേഹം മാർഗരറ്റ് ഹെന്റിറ്റാ ഹറിനെ വിവാഹം കഴിച്ചു. ഭാര്യ മാർഗരറ്റിന്റെ പിന്തുണയാണ് ഇന്നത്തെ തന്റെ നേട്ടങ്ങൾക്കു പിന്നിലെന്ന്

ക്രോട്ടോ പറയുന്നു: "ഞാൻ നൊബേൽ സമ്മാനം നേടുമെന്ന് ആദ്യം പറഞ്ഞത് അവളാണ്. അത് അവൾ സ്വപ്നം കണ്ടിരുന്നു. 32 വർഷങ്ങൾക്കു മുമ്പ്. അവളുടെ സ്വപ്നമാണ് എന്നെ വളർത്തിയത്." എന്നാൽ, ക്രോട്ടോയുടെ വാക്കുകൾ ഭംഗിവാക്കുകളെന്നാണ് മാർഗരറ്റ് പറഞ്ഞത്: "അത് അദ്ദേഹം ഭംഗിവാക്കു പറയുന്നതാണ്. അദ്ദേഹത്തിന് കഴിവുണ്ടായിരുന്നു. അത് അയാൾ ഉപയോഗിച്ചു, നേട്ടങ്ങളുമുണ്ടാക്കി. അതിൽ എനിക്ക് ചെറിയ പങ്ക് മാത്രം. ഞാൻ ഒരു സാധാരണ ഭാര്യ മാത്രമായിരുന്നു. അല്ലാതെ അദ്ദേഹത്തിന് നിർദേശങ്ങളോ ഉത്തരവുകളോ ഒന്നും നൽകിയിട്ടില്ല. ഗവേഷണ സംബന്ധമായ കാര്യങ്ങളെല്ലാം അദ്ദേഹം സ്വന്തം ഇഷ്ടപ്രകാരമാണ് ചെയ്തിരുന്നത്. പിന്നെ സ്വപ്നം കണ്ട കാര്യം. ഭർത്താവിനെക്കുറിച്ച് സ്വപ്നം കാണാനുള്ള അവകാശം ഭാര്യക്കുണ്ടല്ലോ?" -മാർഗരറ്റ് ചോദിക്കുന്നു.

പിഎച്ച്ഡി പൂർത്തിയാക്കിയതോടെ ക്രോട്ടോയെ തേടി നിരവധി ജോലിസാധ്യതകളാണെത്തിയത്. കാനഡയിലെ നാഷണൽ റിസർച്ച് കൗൺസിലിൽ(എൻആർസി) പോസ്റ്റ് ഡോക്ടറൽ റിസർച്ചിനായി ചേരാനാണ് ക്രോട്ടോ തീരുമാനിച്ചത്. അതേത്തുടർന്ന് കാനഡയിലെ ഒട്ടാവയിലേക്ക് അദ്ദേഹം താമസം മാറി.

സസെക്സ് സർവകലാശാലയിലെ പിച്ച്.ഡി കാലത്ത് ക്വാണ്ടം മെക്കാനിക്സിലും ലേസർ സ്പെക്ട്രോസ്കോപിയിലും താത്പര്യം കാട്ടിയിരുന്ന ക്രോട്ടോ പോസ്റ്റ് ഡോക്ടറൽ ഗവേഷണത്തിന് തെരഞ്ഞെടുത്തതും മറ്റൊരു വിഷയമായിരുന്നില്ല. എൻആർസിയെ അദ്ദേഹം സ്പെക്ട്രോസ്കോപ്പിയുടെ മെക്ക എന്നാണ് വിശേഷിപ്പിച്ചത്. "ആറ്റത്തിൽ അടങ്ങിയിരിക്കുന്ന

തന്മാത്രകളെ എണ്ണിയെടുക്കാൻ കഴിയുന്ന വിധത്തിൽ കൃത്യമായ ചിത്രം നൽകുന്ന സ്പെക്ട്രോസ്കോപ്പിയുടെ സാധ്യതകൾ അദ്ഭുതകരമാണ്. അത് എന്നെയും വളരെ അദ്ഭുതപ്പെടുത്തുന്നു.” ലേസർ സ്പെക്ട്രോസ്കോപ്പിയെക്കുറിച്ച് അദ്ദേഹം പറഞ്ഞതാണിത്. ആ അദ്ഭുതം തേടിയുള്ള യാത്രയാണ് നമ്മുടെ നിത്യജീവിതത്തിന്റെ കൂടി ഭാഗമായി മാറിക്കഴിഞ്ഞ ഗ്രാഫൈറ്റിനും വജ്രത്തിനുമപ്പുറം കാർബണിന് മറ്റൊരു സോളിഡ് സ്റ്റേറ്റുണ്ടെന്ന കണ്ടെത്തലിലേക്ക് ക്രോട്ടോയെ നയിച്ചത്.

സസെക്സിൽ പിഎച്ച്.ഡി വിദ്യാർഥിയായിരുന്നപ്പോൾ ക്രോട്ടോ തുടങ്ങിവച്ച പരീക്ഷണമാണ് അദ്ദേഹത്തെ ലോകം അംഗീകരിക്കുന്ന ഗവേഷകനാക്കിയത്. ഭൂമിയുടെ അന്തരീക്ഷത്തിലും ബഹിരാകാശത്തിലും നിലനിൽക്കുന്ന വാതകങ്ങളിൽ അടങ്ങിയിരിക്കുന്ന കാർബൺ ആറ്റങ്ങളുടെ ചങ്ങലകളെക്കുറിച്ചുള്ള പഠനമാണ് ക്രോട്ടോ നടത്തിയത്. ഈ പരീക്ഷണങ്ങൾ തുടരുന്നതിനായി ലേസർ സ്പെക്ട്രോസ്കോപ്പിയിൽനിന്നും മൈക്രോവേവ് സ്പെക്ട്രോസ്കോപ്പിയിലേക്ക് അദ്ദേഹം തന്റെ ഗവേഷണമേഖല മാറ്റുകയുണ്ടായി. ഈ പരീക്ഷണങ്ങളാണ് കാർബണിന്റെ സാന്നിധ്യം കൂടുതലുള്ള നക്ഷത്രങ്ങളുടെ അന്തരീക്ഷഘടന ലോകത്തിനു ബോധ്യപ്പെടുത്തിയത്.

1984ൽ ഹ്യൂസ്റ്റണിലെ റൈസ് യൂണിവേഴ്സിറ്റിയിൽ നടത്തിയ സന്ദർശനമാണ് ക്രോട്ടോയുടെ ഗവേഷണ ജീവിതത്തിലെ വഴിത്തിരിവാകുന്നത്. അവിടെവച്ചാണ് ഇതേ വിഷയത്തിൽ ഗവേഷണം നടത്തിയിരുന്ന റിച്ചാർഡ് സ്മാളിയെയും റോബർട്ട് കള്ളിനെയും ക്രോട്ടോ പരിചയപ്പെടുന്നത്. വസ്തുക്കളിലെ ആറ്റം ക്ലസ്റ്ററുകളെക്കുറിച്ച് പഠിക്കുന്നതിനായി ലേസർ സൂപ്പർ സോണിക് അപ്പാരറ്റസ് എന്ന പേരിൽ ഒരു ഉപകരണം സ്മാളി കണ്ടെത്തിയിരുന്നു. ഈ ഉപകരണത്തിന്റെ സാധ്യതകളെക്കുറിച്ച് മൂവരും ചർച്ച ചെയ്യുകയുണ്ടായി. എന്നാൽ, കാർബൺ 60യുടെ കണ്ടുപിടിത്തം വളരെ യാദൃച്ഛികമായിരുന്നെന്ന് ക്രോട്ടോ പറയുന്നു. 1985 സെപ്റ്റംബറിൽ ഹീലിയത്തിന്റെ സാന്നിധ്യത്തിൽ ഗ്രാഫൈറ്റിൽ ലേസർ പരീക്ഷണം നടത്തുന്നതിനിടെയാണ് നാനോ ടെക്നോളജിയെന്ന പുതിയ ശാസ്ത്രശാഖയുടെ പിറവിക്കു വരെ കാരണമായ കാർബൺ 60 എന്ന ആറ്റം കണ്ടെത്തുന്നത്.

കഴിഞ്ഞ തലമുറകളേക്കാൾ പ്രതിഭകൾ ധാരാളമുള്ള തലമുറയാണിതെന്ന് ക്രോട്ടോ പറയുന്നു: “ഇന്ന് ഗവേഷണത്തിനും പരീക്ഷണങ്ങൾക്കും ധാരാളം അവസരങ്ങൾ ലഭിക്കുന്നു. കണ്ടുപിടിത്തങ്ങളും

നടക്കുന്നു. കഴിഞ്ഞ തലമുറകൾവരെ കണ്ടുപിടിത്തങ്ങൾ സമൂഹത്തിൽ വിപ്ലവകരമായ മാറ്റങ്ങൾ വരുത്തിയിരുന്നു. അന്ന് ശാസ്ത്രജ്ഞർക്ക് കുറച്ചുകൂടി സാമൂഹിക ബന്ധങ്ങളുണ്ടായിരുന്നു; സമൂഹത്തോട് പ്രതിബദ്ധതയും. എന്നാൽ, ഇന്ന് പുതിയ തലമുറ ശാസ്ത്രജ്ഞർക്ക് പൊതുസമൂഹവുമായി യാതൊരു ബന്ധവുമില്ല. രാഷ്ട്രീയത്തെക്കുറിച്ചോ ഭരണകൂടത്തെക്കുറിച്ചോ യാതൊരു വിവരവുമില്ല. തങ്ങളുടെ കണ്ടുപിടിത്തം സമൂഹത്തിന് എങ്ങനെ ഉപകാരപ്പെട്ടുമെന്നു ചോദിച്ചാൽ ഉത്തരം പറയാൻ അറിയാവുന്ന ശാസ്ത്രജ്ഞരുമിന്നില്ല. തങ്ങളുടെ കണ്ടെത്തലുകൾക്ക് പേറ്റന്റ് എടുത്തും ഫാക്ടറി തുറന്നും പണമുണ്ടാക്കാനറിയാം, അത്രതന്നെ". ഇതു പറയുമ്പോൾ ക്രോട്ടോയുടെ വാക്കുകളിൽ നിലവിലിരിക്കുന്ന വ്യവസ്ഥിതിയോടുള്ള പ്രതിഷേധമുണ്ടായിരുന്നു.

പുതിയ തലമുറയ്ക്ക് നൽകാനുള്ള സന്ദേശത്തെക്കുറിച്ചു ചോദിച്ചപ്പോൾ അദ്ദേഹം ഇങ്ങനെ പറഞ്ഞു: "നിങ്ങളുടെ മനസ്സും തലച്ചോറു ചിന്തകളും തുറന്നിടുക. നിങ്ങളിൽ നിന്നുകൊണ്ട് സമൂഹത്തെ കാണാതെ, നിങ്ങളുടേതായ എല്ലാറ്റിൽനിന്നും പുറത്തിറങ്ങി നിന്നുകൊണ്ട് സമൂഹത്തെ കാണുക. ആ കാഴ്ചയിൽ നിന്നും പ്രവർത്തിക്കാനുള്ള ഊർജം കണ്ടെത്തുക. ഞങ്ങളുടെ ഊർജസ്രോതസുകൾ വറ്റിക്കഴിഞ്ഞു. ഇനി ഊർജപ്രസരണം ഉണ്ടാവേണ്ടത് നിങ്ങളിൽ നിന്നാണ്. എനിക്ക് പുതിയ തലമുറയോട് പറയാൻ ഇതേയുള്ളൂ."

എംജി സർവകലാശാലയും സംസ്ഥാന സർക്കാരും ചേർന്നു സംഘടിപ്പിച്ച പ്രഭാഷണപരമ്പരയിൽ പങ്കെടുക്കാനായാണ് ക്രോട്ടോ കേരളത്തിലെത്തിയത്. ആദ്യമായാണ് ക്രോട്ടോ ഇന്ത്യയിലെത്തുന്നത്. 'ഇന്ത്യയെക്കുറിച്ച് ചെറിയ കേട്ടറിവുകളുണ്ട്. അടുത്തിരിക്കുന്നവനിൽ ദൈവത്തെ കാണണം എന്നു പഠിപ്പിക്കുന്ന രാജ്യമല്ലേ.." -ഇന്ത്യയെക്കുറിച്ചുള്ള തന്റെ ചെറിയ അറിവ് ഇതാണെന്ന് ക്രോട്ടോ പറഞ്ഞു. ക്രോട്ടോ-മാർഗരറ്റ് ദമ്പതികൾക്ക് രണ്ട് ആൺമക്കളുണ്ട്.

●

അത്രമേൽ ശാസ്ത്രത്തെ സ്നേഹിച്ച്

"ഒരുപക്ഷേ, മക്കളുടെ താത്പര്യങ്ങളെ കാണാൻ കഴിയാതെപോയ ലോകത്തെ ഏറ്റവും സ്വാർഥനായ പിതാവ് ഞാനായിരിക്കും. എനിക്കു ലഭിക്കാതെപോയ വിദ്യാഭ്യാസം മകനും വേണ്ട എന്നു ചിന്തിച്ചു പോയ മനുഷ്യനാണു ഞാൻ. അതു വലിയ തെറ്റായിപ്പോയി എന്നു ഞാൻ മനസിലാക്കുന്നു. എനിക്ക് ഇന്നും മനസിലാകാത്ത കാര്യം ഇത്ര വലിയ തെറ്റു ചെയ്തിട്ടും ദൈവം എന്നെ എന്തുകൊണ്ടു ശിക്ഷിച്ചില്ല എന്നതാണ്." -പ്രോട്ടീനുകളുടെ കൊളസ്ട്രോൾ വിഘടന മേഖലകളിലെ ഗവേഷണത്തിന് ജൊഹാൻ ഡൈസൻഹോഫർ 1988ലെ രസതന്ത്ര നൊബേൽ സമ്മാനം നേടിയപ്പോൾ അദ്ദേഹത്തിന്റെ പിതാവ് തന്റെ ഡയറിയിൽ എഴുതിയ വാക്കുകളാണ് മേൽ പറഞ്ഞവ. മകന്റെ മുന്നിൽ ഒരച്ഛൻ നടത്തിയ കുമ്പസാരമായിരുന്നു ഈ വാക്കുകൾ. തന്റെ മകന്റെ പ്രതിഭയും താത്പര്യവും തിരിച്ചറിയാൻ കഴിയാതെപോയ ഒരച്ഛന്റെ ആത്മരോദനവും ഈ വാക്കുകളിൽ നിഴലിക്കുന്നു.

2011ൽ കോട്ടയം എംജി സർവകലാശാലയും കേരള ഉന്നത വിദ്യാഭ്യാസ സമിതിയും ചേർന്നു സംഘടിപ്പിച്ച പ്രഭാഷണ പരമ്പരയിൽ പങ്കെടുക്കാനായാണ് ഡൈസൻഹോഫർ കേരളത്തിലെത്തിയത്. തന്റെ അനുഭവങ്ങളുടെ അടിസ്ഥാനത്തിൽ അദ്ദേഹത്തിനു യുവാക്കളോടു പലതും പറയാനുണ്ടായിരുന്നു.

ജൊഹാൻ ഡൈസൻഹോഫറിനെ സംബന്ധിച്ചിടത്തോളം ശാസ്ത്രം ഒരു പഠന വിഷയം മാത്രമായിരുന്നില്ല, ജീവിതം തന്നെയായിരുന്നു. ശാസ്ത്രപഠനത്തിനുവേണ്ടി തന്റെ അച്ഛനെ അദ്ദേഹത്തിനു കുറച്ചുനാളത്തേക്ക് വേദനിപ്പിക്കേണ്ടിയും വന്നു.

1943 സെപ്റ്റംബർ 30നാണ് ജൊഹാൻ ഡൈസൻ ഹോഫർ

സീനിയറുടെയും തെക്‌ലയുടെയും മൂത്ത പുത്രനായി ജർമനിയിലെ ബവേറിയയിൽ ഡൈസൻ ഹോഫർ ജനിച്ചത്. രണ്ടാം ലോക മഹായുദ്ധക്കെടുതികൾ അനുഭവിക്കേണ്ടിവന്ന ബാല്യമായിരുന്നു ഡൈസൻഹോഫറിന്റേത്. പ്രാഥമിക വിദ്യാഭ്യാസം പോലും ശരിയായ രീതിയിൽ ഹോഫറിന് ലഭിച്ചില്ല. പരമ്പരാഗതമായി കൃഷിക്കാരായിരുന്നു ഡൈസൻ ഹോഫറിന്റെ കുടുംബക്കാർ. അതു കൊണ്ടുതന്നെയാവാം തന്റെ മകനും തന്നെപ്പോലെ നല്ല കൃഷിക്കാരനാവണമെന്ന് ഡൈസൻഹോഫറിന്റെ പിതാവ് ആഗ്രഹിച്ചതും. മകന് സ്കൂൾ വിദ്യാഭ്യാസം നല്കുന്നതിൽ ഹോഫറിന്റെ അച്ഛന് വലിയ താത്പര്യവുമില്ലായിരുന്നു. കൃഷിക്കാരനാവാൻ എന്തിനാണ് ഔപചാരിക വിദ്യാഭ്യാസം എന്ന ചിന്താഗതിക്കാരനായിരുന്നു അദ്ദേഹം.

എന്നാൽ, വളരെ ചെറുപ്പത്തിൽത്തന്നെ തന്റെ വഴി കൃഷിയല്ലെന്ന് ഡൈസൻഹോഫറിനു ബോധ്യമായിരുന്നു. എന്നാൽ അതു തുറന്നുപറയാൻ അദ്ദേഹം ഭയപ്പെട്ടു. പിന്നീട് തന്റെ താത്പര്യം അച്ഛനോട് തുറന്നുപറഞ്ഞു. പക്ഷേ, അച്ഛൻ മകന്റെ താത്പര്യത്തെ തള്ളിക്കളയുകയാണുണ്ടായത്. അത് മകന്റെ മനസിനെ വല്ലാതെ വേദനിപ്പിച്ചു. അച്ഛന്റെ മനസു മാറ്റാൻ അദ്ദേഹം നിരവധി കാര്യങ്ങൾ നിരത്തിയെങ്കിലും അതിനൊന്നും അദ്ദേഹത്തിന്റെ മനസു മാറ്റാൻ കഴിഞ്ഞില്ല. എന്നാൽ, മകന്റെ താത്പര്യവും കഴിവും മനസിലാക്കിയ അമ്മ മകനുവേണ്ടി രംഗത്തുവരികയും ഒടുവിൽ അമ്മയുടെയും മകന്റെയും നിർബന്ധത്തിനു വഴങ്ങി ഡൈസൻഹോഫറിനെ

സയൻസ് പഠിക്കാൻ അച്ഛൻ അനുവദിക്കുകയും ചെയ്തു. സ്കൂൾ വിദ്യാഭ്യാസത്തിനു ശേഷം ഹോഫറിന് ഒന്നരവർഷത്തെ നിർബന്ധിത സൈനികസേവനം നടത്തേണ്ടതായി വന്നു. സൈനികസേവനം പൂർത്തിയാക്കി 1965ൽ ഫിസിക്സിൽ ഉന്നതപഠനത്തിനായി മ്യൂണിക്കിലെ ടെക്നിക്കൽ യൂണിവേഴ്സിറ്റിയിൽ ചേർന്നു. സർവകലാശാലാ പഠനത്തിനായുള്ളസ്കോളർഷിപ് ഉയർന്ന മാർക്കോടെയാണ് ഡൈസൻഹോഫർ നേടിയത്.

ഫിസിക്സ് തെരഞ്ഞെടുക്കാൻ ഹോഫറിനെ പ്രേരിപ്പിച്ചത് ജ്യോതിശാസ്ത്രത്തോടു തോന്നിയ ഇഷ്ടമാണ്. എന്നാൽ, പഠനം ആരംഭിച്ച് ആദ്യനാളുകളിൽത്തന്നെ, താൻ ആഗ്രഹിച്ച കാര്യങ്ങളല്ല ഫിസിക്സിൽ പഠിക്കാനുള്ളതെന്ന് അദ്ദേഹം മനസിലാക്കി. അതിനെത്തുടർന്ന് അദ്ദേഹം രസതന്ത്രത്തോടു ചേർന്നു നിൽക്കുന്ന ബയോഫിസിക്സിലേക്ക് മാറുകയായി. പഠനകാലത്തുതന്നെ ക്രിസ്റ്റലോഗ്രഫിയിൽ താത്പര്യമുണ്ടായിരുന്ന അദ്ദേഹം പദാർഥങ്ങളുടെ ഫിസിക്കൽ സ്ട്രക്ചർ നിർമിക്കുന്നതിൽ ശ്രദ്ധ കേന്ദ്രീകരിച്ചു. പദാർഥങ്ങളുടെ തന്മാത്രാ ഘടന മനസിലാക്കുന്നതിന് എക്സ്റേ ക്രിസ്റ്റലോഗ്രഫി ഉപയോഗിക്കാമെന്ന് വില്യം ബ്രാഗ് കണ്ടെത്തിയിരുന്നു. ഇത്തരത്തിൽ തന്മാത്ര ഘടന കണ്ടെത്താമെങ്കിൽ അതിലൂടെ ഫിസിക്കൽ സ്ട്രക്ചർ എങ്ങനെ കണ്ടെത്താമെന്നായി ഡൈസൻഹോഫറിന്റെ ചിന്ത.

ഇക്കാര്യത്തിൽ കൂടുതൽ പഠനങ്ങൾക്കായി അദ്ദേഹം മ്യൂണിക്കിലെ കാലോസ് ഡ്രാൻസ്ഫെൽഡിന്റെ ലബോറട്ടറിയിൽ ചേർന്നു. അവിടെ ക്രിസ്റ്റലോഗ്രഫി ഡിപ്പാർട്ട്മെന്റ് തലവനായിരുന്ന കാൾ ഫ്രെഡറിക് റെങ്കിന്റെ കീഴിൽ പരീക്ഷണങ്ങൾ നടത്താനായതാണ് ഡൈസൻഹോഫറിന്റെ വളർച്ചയ്ക്കു കാരണമായത്.

ബയോഫിസിക്സിൽ പിഎച്ച്.ഡി ബിരുദം നേടണമെന്ന് ഡൈസൻഹോഫർ ആഗ്രഹിച്ചു. ഈ ആഗ്രഹമാണ് മാക്സ് പ്ലാങ്ക് യൂണിവേഴ്സിറ്റിയിൽ റോബർട്ട് ഹ്യൂബറിന്റെ കീഴിൽ ഡൈസൻഹോഫറിനെ എത്തിക്കുന്നത്. ആ സമയത്ത് പ്രോട്ടീനിന്റെ തന്മാത്രാ ഘടന കണ്ടെത്താനുള്ള പരീക്ഷണങ്ങളിലായിരുന്നു ഹോഫറിന്റെ ഗൈഡും ബയോകെമിസ്ട്രി ഡിപ്പാർട്ട്മെന്റ് തലവനുമായ ഹ്യൂബർ. 1974ൽ ഡൈസൻഹോഫർ പഠനം പൂർത്തിയാക്കിയ 1974ൽ തന്നെയാണ് അദ്ദേഹത്തിന്റെ ഗൈഡായ ഹ്യൂബർ സ്വന്തമായി ഒരു ലബോറട്ടറി സ്ഥാപിക്കുന്നതും. ഹ്യൂബറിന്റെ നിർബന്ധത്തിനു വഴങ്ങി ഡൈസൻഹോഫർ അദ്ദേഹത്തോടൊപ്പം പുതിയ ലാബിൽ റിസർച്ച് ഗൈഡായി ചേർന്നു. ഇതേ കാലയളവിൽ

ലുഡ്‌വിഗ്സ്ബർഗ് സ്വദേശി ഹാർട്ട്മട്ട് മൈക്കിൾ എന്നയാളും ഹ്യൂബറിന്റെ ലബോറട്ടറിയിൽ ഗവേഷണത്തിനായി എത്തി. ഹ്യൂബറും മൈക്കിളും പദാർഥങ്ങളുടെ തന്മാത്രാ ഘടനയിൽ പഠനം നടത്തിയപ്പോൾ ഡൈസൻഹോഫർ അവയുടെ ഭൗതികഘടന കണ്ടെത്താനാണ ശ്രമിച്ചത്. ഹോഫറിന്റെ പരീക്ഷണങ്ങളോട് ഹ്യൂബറിന് വലിയ താത്പര്യമില്ലായിരുന്നു. ഇത് പലപ്പോഴും ഇരുവരും തമ്മിലുള്ള വാക്പോരിനു കാരണമായിട്ടുണ്ട്. എന്തായാലും ഹ്യൂബറും മൈക്കിളും ചേർന്ന് പ്രോട്ടീനിന്റെ തന്മാത്രാ ഘടന കണ്ടെത്തിയ 1988ൽത്തന്നെ പ്രോട്ടീനിന്റെ ഫിസിക്കൽ സ്ട്രക്ചർ കണ്ടെത്തി ഡൈസൻഹോഫറും തന്റെ പ്രതിഭ തെളിയിച്ചു.

പ്രോട്ടീനുകളുടെ ഘടനയിലുള്ള താരതമ്യ പഠനത്തിലൂടെ പരിണാമത്തെക്കുറിച്ചു വ്യക്തമായ ധാരണയിലെത്താൻ ഈ ശാസ്ത്രജ്ഞർക്കായി. ജീവഹാനിക്കു കാരണമാകുന്ന രക്തം കട്ടപിടിക്കൽ തടയാനും ഹോർമോണുകളെ ഉത്തേജിതമാക്കാനും സസ്യങ്ങളുടെ സംരക്ഷക ഘടകമാകാനും പ്രോട്ടീനുകൾക്കു കഴിയുമെന്നു ഹ്യൂബറും മൈക്കിളും തെളിയിച്ചപ്പോൾ, പ്രോട്ടീനിന്റെ ഫിസിക്കൽ സ്ട്രക്ചർ കണ്ടെത്തുക വഴി അകാലത്തിലുള്ള ഹൃദ്രോഗത്തിനും സ്ക്ലിറോസിസിനും ഫലപ്രദമായ ചികിത്സ നടത്താൻ കഴിയുമെന്ന് ഡൈസൻഹോഫറും വ്യക്തമാക്കി.

മൂന്നു പേരുടെയും ഗവേഷണങ്ങൾ രസതന്ത്രത്തിനും അതുവഴി ലോകത്തിനും നല്കിയ സംഭാവനകളെ മുൻനിർത്തി പരമോന്നത ബഹുമതിയായ നൊബേൽ സമ്മാനം നൽകി മൂവരെയും ലോകം ആദരിച്ചു. 1988ലാണ് ഇവർ നൊബേൽ നേടിയത്.

അച്ഛന്റെ തീരുമാനം എതിരായപ്പോൾ അച്ഛനോടു വെറുപ്പു തോന്നിയോ എന്നു മലയാളത്തിലെ മാധ്യമപ്രവർത്തകർ ചോദിച്ചപ്പോൾ, ഡൈസൻഹോഫർ പറഞ്ഞു: "ഒരിക്കലുമില്ല. കാരണം, അച്ഛന്റെ ലോകം അത്ര ചെറുതായിരുന്നു. ഒരു നേരത്തെ ഭക്ഷണത്തിനുവേണ്ടി കഠിനമായ വെയിലത്തും മഞ്ഞിലും ദിവസം മുഴുവൻ അച്ഛന് അധ്വാനിക്കേണ്ടിവന്നിട്ടുണ്ട്. അതിൽ അച്ഛന് സന്തോഷം കണ്ടെത്താൻ കഴിഞ്ഞിരുന്നു. മകനും ആ സന്തോഷം ലഭിക്കണമെന്ന് അദ്ദേഹം ആഗ്രഹിച്ചിരുന്നിരിക്കാം. എനിക്ക് എന്റെ അച്ഛനെ നന്നായി അറിയാം. അദ്ദേഹത്തിന്റെ ഓരോ ചിന്തയും എനിക്കു മനസിലാവും. അധ്വാനത്തിന്റെ മഹത്വം ഞാൻ തിരിച്ചറിഞ്ഞത് അദ്ദേഹത്തിൽനിന്നാണ്. എന്റെ എല്ലാ നേട്ടങ്ങളുടെയും പിന്നിലെ രഹസ്യവും മറ്റൊന്നല്ല."

താത്പര്യങ്ങളും പ്രതിഭയും തിരിച്ചറിയാൻ വൈകുന്നതാണ

തങ്ങളുടെ തലമുറ നേരിട്ടിരുന്ന പ്രശ്നമെന്ന് ഡൈസൻഹോഫർ പറഞ്ഞു. "തിരിച്ചറിഞ്ഞാൽത്തന്നെ പ്രോത്സാഹിപ്പിക്കാൻ ആരുമുണ്ടായിരുന്നില്ല. എന്നാൽ, ഇന്ന് ആ സ്ഥിതി മാറിയിരിക്കുന്നു. യുവാക്കളെത്തേടി അവസരങ്ങൾ ഇങ്ങോട്ടു വന്നുകൊണ്ടിരിക്കുകയാണ്. ഈ കാലഘട്ടത്തിൽ ജനിക്കാൻ കഴിഞ്ഞിരുന്നെങ്കിൽ എന്ന് ആഗ്രഹിക്കാറുണ്ട്. സ്വന്തം കഴിവും താത്പര്യങ്ങളും സംരക്ഷിക്കപ്പെടുന്നതിനേക്കാൾ വലിയ സന്തോഷമെന്താണുള്ളത്? യുവത്വത്തിന്റെ ആഘോഷത്തിന് അടിത്തറ ഈ സന്തോഷമായിരിക്കണം. ലോകത്ത് ഏതൊരു വ്യക്തിയുടെ വളർച്ചയ്ക്കു പിന്നിലും അയാളുടെ മാതാപിതാക്കളുടെ പങ്ക് നിസ്തുലമാണ്. നമ്മുടെ താത്പര്യങ്ങൾ മാതാപിതാക്കളോട് തുറന്നുപറയാൻ മടിക്കരുത്. എന്റെ കുടുംബത്തിന്റെ പാരമ്പര്യ തൊഴിൽ കാർഷിക വൃത്തിയായിരുന്നു. എന്നാൽ, ചെറുപ്പം മുതൽതന്നെ ശാസ്ത്രഗ്രന്ഥങ്ങൾ വായിക്കാൻ എനിക്ക് താത്പര്യമായിരുന്നു. ഇത് എന്നിൽ ശാസ്ത്രാഭിരുചി വളർത്തി. ഇക്കാര്യം വ്യക്തമായി എന്റെ മാതാപിതാക്കളെ അറിയിക്കാൻ എനിക്കു കഴിഞ്ഞു. അല്ലായിരുന്നെങ്കിൽ ഞാനൊരു കൃഷിക്കാരൻ ആകുമായിരുന്നു. ഗവേഷകനാകുമായിരുന്നില്ല."

ഭക്ഷണത്തിൽനിന്നും കൊളസ്ട്രോൾ ആഗിരണത്തിന് പ്രത്യൗഷധം കണ്ടെത്താനുള്ള പരീക്ഷണങ്ങളിലാണ് ഡൈസൻഹോഫറിപ്പോൾ. കൊളസ്ട്രോൾ വിഘടനത്തിൽ നിർണായക പങ്കുവഹിക്കുന്ന പിസിഎസ്കെ 9 എന്ന പ്രോട്ടീൻ, വിഘടനാവേഗം ത്വരിതപ്പെടുത്തി രക്തത്തിലെ കൊളസ്ട്രോളിന്റെ അളവ് ഉയർത്തുന്നതായി കണ്ടെത്തിയിട്ടുണ്ട്. ഇത്തരം പ്രോട്ടീനുകളെ ആസ്പദമാക്കിയുള്ള തന്റെ ഗവേഷണം കൊളസ്ട്രോൾ ചികിത്സാരംഗത്തു വലിയ മാറ്റങ്ങളുണ്ടാക്കുമെന്ന് അദ്ദേഹം ആത്മവിശ്വാസം പ്രകടിപ്പിച്ചു. അമേരിക്കയിലെ ടെക്സസ് സൗത്ത് വെസ്റ്റേൺ മെഡിക്കൽ സെന്റർ സർവകലാശാലയിൽ പ്രഫസറാണ് ഡൈസൻഹോഫറിപ്പോൾ.

ശാസ്ത്രഗവേഷണത്തിൽ മുഴുകിയതുകൊണ്ട് ഡൈസൻഹോഫറിന്റെ വിവാഹം ഏറെ വൈകി. 1989ൽ നാല്പത്തിയാറാം വയസിലാണു സഹപ്രവർത്തകയും ഗവേഷകയുമായ കിർസ്റ്റൺ ലിൻഡാലിനെ അദ്ദേഹം വിവാഹം കഴിച്ചത്.

●

വിജയത്തിന്റെ തന്മാത്രാഘടന

"ഗവേഷകരുടെ 90 ശതമാനം പരീക്ഷണങ്ങളും പൂർണ പരാജയമായിരിക്കും.നിരാശയുണ്ടാകാം. എന്നാൽ, ആത്മാർത്ഥ പരിശ്രമങ്ങൾ വിജയത്തിലെത്തുമെന്നുറപ്പ്. അവിടെ നിരാശ നിലനിൽക്കില്ല." ഇതുപറയുമ്പോൾ 1988ലെ രസതന്ത്ര നൊബേൽ ജേതാവ് റോബർട്ട് ഹ്യൂബറിന്റെ കണ്ണുകളിൽ വ്യവസ്ഥാപിതമായ ഗവേഷണ സമ്പ്രദായങ്ങളെ തിരസ്കരിച്ച ഉന്മാദിയുടെ തിളക്കമുണ്ടായിരുന്നു. ഹ്യൂബർ ആൾക്കൂട്ടത്തിലെ ഏകാകിയും ഘോഷയാത്രയിലെ ഒറ്റയാനും ആരവങ്ങളിലെ നിശബ്ദനുമാണ്. നിരന്തരമുള്ള യാത്രയുടെയും യാതന നിറഞ്ഞ ജീവിതത്തിന്റെയും ഭാരം നിറഞ്ഞ ഒരു യാത്രയാണ് ഹ്യൂബറിനു ഗവേഷണം. എക്സ്റേ ക്രിസ്റ്റലോഗ്രാഫിയുപയോഗിച്ച് പ്രോട്ടീനിന്റെ തന്മാത്രാ ഘടന കണ്ടെത്തിയതിനാണ് ഹ്യൂബറിന് നൊബേൽ പുരസ്കാരം നൽകി ലോകം ആദരിച്ചത്. പ്രഫ. ജോൺ ഡെയ്സൺ ഹോവെർ, ഹാർട്ട്മട്ട് മൈക്കിൾ എന്നിവർക്കും ഹ്യൂബറിനൊപ്പം നൊബേൽ ലഭിക്കുകയുണ്ടായി.

പ്രോട്ടീനിന്റെ ഘടന മനസിലാക്കാനായത് വലിയൊരു നേട്ടമായാണ് ശാസ്ത്ര ലോകം കാണുന്നത്. പർപിൾ ബാക്ടീരിയയിൽ പ്രകാശ സംശ്ലേഷണത്തിന് സഹായിക്കുന്ന പ്രോട്ടീനിന്റെ മോളിക്കുലർ സ്ട്രക്ചറാണ് ഹ്യൂബറും സഹശാസ്ത്രജ്ഞരും ചേർന്നു കണ്ടെത്തിയത്. ഹ്യൂബറും സംഘവും നടത്തിയ കണ്ടെത്തൽ രസതന്ത്രഗവേഷണ രംഗത്തു മാത്രമല്ല പ്രയോജനപ്പെടുക. ആന്ത്രോപ്പോളജിയിലും സസ്യശാസ്ത്രത്തിലും വൈദ്യശാസ്ത്രരംഗത്തും അതിന് സുപ്രധാനമായ പങ്കുണ്ട്. പ്രോട്ടീനുകളുടെ ഘടനയിലുള്ള താരതമ്യ പഠനത്തിലൂടെ പരിണാമത്തെക്കുറിച്ച വ്യക്തമായ ധാരണയിലെത്താൻ ശാസ്ത്രജ്ഞർക്കായി. വൈദ്യശാസ്ത്രരംഗത്ത് ജീവഹാനിക്ക്

കാരണമാകുന്ന രക്തം കട്ടപിടിക്കൽ തടയാനും ഹോർമോണുകളെ ഉത്തേജിപ്പിക്കാനും സസ്യങ്ങളുടെ സംരക്ഷക ഘടകമായും പ്രോട്ടീനുകൾക്കു സുപ്രധാനമായ പങ്കാളിത്തമുണ്ടെന്നു ഹ്യൂബർ കണ്ടെത്തി. കാൻസറിനുള്ള മരുന്നുകൾ വികസിപ്പിച്ചെടുക്കാൻ മാംസ്യതന്മാത്രാ പഠനം വലിയൊരളവിൽ സ്വാധീനിച്ചിട്ടുണ്ട്. യുവത്വത്തിൽ, ക്രിസ്റ്റലോഗ്രാഫിയുടെ പിതാവെന്നറിയപ്പെട്ടിരുന്ന വില്ല്യം ബ്രാഗിനെ താൻ ആരാധിച്ചിരുന്നതായി ഹ്യൂബർ പറയുന്നു. “വില്യം ബ്രാഗ് ആണ് എന്നെ സ്വാധീനിച്ച ശാസ്ത്രജ്ഞൻ. ആരാധനയാണ് എന്നെ ക്രിസ്റ്റലോഗ്രാഫിയുമായി ബന്ധിപ്പിക്കുന്നത്. ബ്രാഗിനോട് തോന്നിയ ആരാധനയ്ക്ക് ഇന്നും കുറവു സംഭവിച്ചിട്ടില്ല. രസതന്ത്ര ഗവേഷണരംഗത്ത് ബ്രാഗിനു പകരംവയ്ക്കാൻ മറ്റൊരാളില്ല എന്നുതന്നെ ഞാൻ വിശ്വസിക്കുന്നു” -അദ്ദേഹം പറഞ്ഞു. സങ്കീർണങ്ങളായ ഉപകരണങ്ങളില്ലാതിരുന്ന കാലത്ത് ഹ്യൂബറിന്റെ ഗവേഷണമാർഗങ്ങൾ പ്രോട്ടീൻ കെമിസ്ട്രിയിൽ വിപ്ലവകരമായ മാറ്റങ്ങൾക്ക് തുടക്കമിട്ടു. പ്രോട്ടിറോസ്, സപ്രിമോൾ എന്നീ മരുന്നുകമ്പനികളുടെ സഹസ്ഥാപകൻ കൂടിയാണ് പ്രഫ. ഹ്യൂബർ.

1939 ഫെബ്രുവരി 20ന് ജർമനിയിലെ മ്യൂണിക്കിലാണ് ഹ്യൂബർ ജനിച്ചത്. അച്ഛൻ സെബാസ്റ്റ്യൻ ഒരു പ്രാദേശിക ബാങ്കിലെ കാഷ്യറായിരുന്നു. ഹ്യൂബറിന് രണ്ടുവയസുള്ളപ്പോഴാണ് രണ്ടാം ലോകമഹായുദ്ധം ആരംഭിക്കുന്നത്. രണ്ടാം ലോകമഹായുദ്ധത്തിന്റെ കെടുതികൾ ജർമനി അനുഭവിക്കുന്ന കാലത്താണ് ഹ്യൂബറിന്റെ ബാല്യം. അച്ഛന്റെ തുച്ഛമായ വരുമാനം ഭക്ഷണത്തിനുപോലും തികയാത്ത കാലമുണ്ടായിരുന്നുവെന്ന് ഹ്യൂബർ വ്യക്തമാക്കുന്നു. ശരിയായവിധം പ്രാഥമിക വിദ്യാഭ്യാസം പൂർത്തിയാക്കാൻപോലും

ഹ്യൂബറിനു കഴിഞ്ഞില്ല. അതിൽ തനിക്ക് അല്പം വിഷമമുണ്ടായി രുന്നുവെന്നും എന്നാൽ, ഇപ്പോൾ ആ വിഷമം തനിക്കില്ലെന്നും അദ്ദേഹം പറയുന്നു.

"എനിക്ക് അന്ന് നിലവിലിരുന്ന വിദ്യാഭ്യാസ സമ്പ്രദായ പ്രകാര മുള്ള വിദ്യാഭ്യാസം ലഭിച്ചിരുന്നെങ്കിൽ ഞാൻ ഗവേഷകനാകുമായിരു ന്നില്ല. അതു തീർച്ച. ഇപ്പോഴും വിദ്യാഭ്യാസ സമ്പ്രദായത്തിന് വലിയ മാറ്റമൊന്നും വന്നതായി തോന്നുന്നില്ല. എനിക്ക് ലഭിച്ചില്ല എന്നതു കൊണ്ട് അതിനെ ഞാൻ ആക്ഷേപിക്കുന്നില്ല. എന്റെ വിദ്യാഭ്യാസം തുടങ്ങുന്നത് എന്റെ അമ്മ ഹെലനിൽനിന്നാണ്. രസതന്ത്രത്തിലുള്ള എന്റെ താത്പര്യവും ആവേശവും തിരിച്ചറിഞ്ഞത് അമ്മയാണ്. എന്റെ ഗവേഷണങ്ങൾക്കും പഠനത്തിനും താങ്ങും തണലുമായി നിന്ന അമ്മ എന്റെ വലിയ ഊർജസ്രോതസായിരുന്നു". ഹ്യൂബർ പറയുന്നു.

അനൗപചാരിക വിദ്യാഭ്യാസത്തിലൂടെയാണ് അറിവിന്റെ വാതാ യനങ്ങൾ തുറന്നുകയറിയതെന്ന് ഹ്യൂബർ കൂട്ടിച്ചേർത്തു. ബാല്യത്തെ ക്കുറിച്ച് നല്ല ഓർമകളല്ല ഹ്യൂബറിനു പറയാനുള്ളത്.

"ബാല്യത്തെക്കുറിച്ച് ഓർക്കുമ്പോൾ വെടിയൊച്ചകളും ബോംബ് സ്ഫോടനങ്ങളുമാണ് മനസിലേക്ക് ഓടിയെത്തുന്നത്. ബോംബാ ക്രമണത്തിൽനിന്നും രക്ഷപ്പെടാനായി ദിവസങ്ങളോളം ഭൂമിക്കടി യിലെ ഷെൽട്ടറുകളിൽ കഴിയേണ്ടിവന്നിട്ടുണ്ട്. ഭയവിഹ്വലതയും ദുരന്തവും പീഡാനുഭവവുമാണ് ഗവേഷണത്തിലും ജീവിതത്തിലും എന്നെ വളർത്തിയത്. കയ്പ് നിറഞ്ഞ ബാല്യവും തിമിർത്താടാൻ വെമ്പൽകൊണ്ട യുവത്വവും മനസിന് സംഘർഷങ്ങളാണു സമ്മാ നിച്ചത്."

1947ൽ ഹ്യൂബർ മ്യൂണിക്കിലെ ഹ്യൂമനീഷെ കാൾ ജിംനേഷ്യ ത്തിൽ ഗ്രീക്ക്, ലാറ്റിൻ ഭാഷകൾ പഠിക്കാനായി ചേർന്നു. പ്രാഥമിക വിദ്യാഭ്യാസത്തിന്റെ അഭാവം തന്റെ ഭാവിയെ ബാധിക്കരുതെന്ന ദൃഢനിശ്ചയമാണ് ഹ്യൂബറിനെ ലോകം അംഗീകരിക്കുന്ന ഗവേഷക നാക്കിയത്. ഭാഷാപഠനത്തിനിടയിൽ ലഭിച്ച വിശ്രമസമയങ്ങളിൽ നാച്ചറൽ സയൻസ് ഗ്രന്ഥങ്ങൾ വായിക്കാനാണ് ഹ്യൂബർ ശ്രമിച്ചത്. രസതന്ത്രത്തിന്റെ ബാലപാഠങ്ങൾ പുസ്തകങ്ങളിൽ നിന്നും ഹ്യൂബർ തനിയെ സ്വായത്തമാക്കുകയായിരുന്നു. ഇത്തരത്തിൽ ലഭിച്ച അറിവ് പോരാ എന്നു തോന്നിയപ്പോഴാണ് രസതന്ത്രത്തിൽ ഉന്നത പഠനം എന്ന ആശയം ഹ്യൂബറിന്റെ മനസിൽ ഉയരുന്നത്. എന്നാൽ, വീട്ടിലെ സാമ്പത്തികസ്ഥിതി അതിന് അനുവദിക്കുമായിരുന്നില്ല. അതിനാൽ തന്റെ ആഗ്രഹം മനസിൽ സൂക്ഷിക്കുകയാണ് അദ്ദേഹം

ചെയ്യുന്നത്. എന്നാൽ മകന്റെ ആഗ്രഹം തിരിച്ചറിഞ്ഞ അമ്മയാണ് മകനു പഠിക്കാനുള്ള സൗകര്യം ചെയ്തത്. അങ്ങനെ 1956ൽ ടെക്നിക് ഹോഹ് സ്കൂളിൽ ഉപരിപഠനത്തിനായി ചേർന്നു. എങ്കിലും സാമ്പത്തിക ബാധ്യത പലപ്പോഴും അദ്ദേഹത്തിന്റെ പഠനത്തെ ബാധിച്ചു. പലപ്പോഴും ഫീസ് അടയ്ക്കാനാവാതെ പഠനം മുടങ്ങുകയുണ്ടായി. ഹ്യൂബറിന്റെ പഠനമികവിന് അംഗീകാരമായി ലഭിച്ച സ്കോളർഷിപ്പാണ് ഒടുവിൽ തടസം കൂടാതെ പഠനം പൂർത്തിയാക്കാൻ തുണയായത്. 1960ൽ രസതന്ത്രത്തിൽ അദ്ദേഹം ഡിപ്ലോമ പൂർത്തിയാക്കി. ഇക്കാലയളവിൽ പ്രഗത്ഭരായ ഇനോർഗാനിക് കെമിസ്ട്രി അധ്യാപകൻ ഡബ്ല്യു. ഹീബർ, മെറ്റലോർഗാനിക് കെമിസ്ട്രി അധ്യാപകൻ ഇ.ഒ. ഫിഷർ, ഓർഗാനിക് കെമിസ്ട്രി അധ്യാപകൻ എഫ്. വെയ്ഗൻഡ് തുടങ്ങിയ അധ്യാപകരുടെ കീഴിൽ പഠിക്കാൻ അവസരം ലഭിച്ചു. ടെക്നിക് ഹോഹ് സ്കൂളിലെ പഠനകാലമാണ് തന്നിലെ ഗവേഷകപ്രതിഭയെ വളർത്തിയതെന്ന് ഹ്യൂബർ വ്യക്തമാക്കുന്നു.

രസതന്ത്രപഠനകാലത്തുതന്നെ ക്രിസ്റ്റലോഗ്രാഫിയിൽ താത്പര്യമുണ്ടായിരുന്ന അദ്ദേഹം ക്രിസ്റ്റലോഗ്രാഫി പഠിക്കാനായി പ്രശസ്തമായ ഡബ്ല്യു. ഹെപ് എന്നയാളുടെ ലബോറട്ടറിയിൽ ചേർന്നു. പിന്നീട് മ്യൂണിക്കിലെ പ്രശസ്തമായ കാർസൺസ് ലബോറട്ടറിയിൽ ചേർന്നു. അവിടെവച്ചാണ് സ്റ്റിറോയിഡൽ ഹോർമോണായ എക്ഡിസോണിന്റെ മോളിക്കുലാർ ഘടന ഹ്യൂബർ കണ്ടെത്തുന്നത് (1963).

പിന്നീട് എക്സ്റേ ക്രിസ്റ്റലോഗ്രാഫിയിൽ ശ്രദ്ധ പതിപ്പിച്ച റോബർട്ട് ഹ്യൂബറിന് തിരിഞ്ഞുനോക്കേണ്ടി വന്നിട്ടില്ല. തന്റെ നേട്ടങ്ങളെയെല്ലാം വളരെ അദ്ഭുതത്തോടെയാണ് അദ്ദേഹം നോക്കിക്കാണുന്നത്. "ഇപ്പോഴത്തെ ഈ നേട്ടങ്ങളൊന്നും എനിക്ക് സ്വപ്നം കാണാൻ പോലും കഴിയുന്നതല്ല. ഞാൻ സ്വപ്നം കാണുന്ന ഒരാളല്ല. സ്വപ്നം കാണാൻ ഇഷ്ടമില്ലാത്തയാളാണ്. എന്റെ സ്വപ്നങ്ങളെല്ലാം പേടിപ്പെടുത്തുന്നതാണ്. ലോകമഹായുദ്ധത്തിന്റെ ഭീകരദൃശ്യങ്ങൾ ഇപ്പോഴും മനസിൽ നിറഞ്ഞുനിൽക്കുന്നു. ഭാവിയെക്കുറിച്ചും സ്വപ്നങ്ങൾ കാണുന്നില്ല. പ്രാഥമിക വിദ്യാഭ്യാസം ലഭിക്കാതെ പോയപ്പോഴുണ്ടായ വിഷമം കിട്ടിയ അവസരങ്ങളിലെല്ലാം പഠിച്ചുകൊണ്ടാണ് ഞാൻ മറികടന്നത്. നിർഭാഗ്യംകൊണ്ട് കിട്ടാതെപോകുന്നവയെ കഠിനപ്രയത്നംകൊണ്ട് നേടിയെടുക്കണമെന്ന് അമ്മ ഇടയ്ക്കിടെ ഓർമിപ്പിക്കുമായിരുന്നു. ഞാൻ അനുസരിക്കാൻ ശ്രമിച്ചു. അത്രമാത്രം." -നേട്ടങ്ങളെക്കുറിച്ച് ഹ്യൂബർ പറയുന്നു.

അവാർഡുകൾ സന്തോഷം നൽകുന്നവയാണ്. എന്നാൽ,

അവയൊരിക്കലും തന്നെ പ്രചോദിപ്പിച്ചിട്ടില്ലെന്ന് ഹ്യൂബർ സ്വന്തം അനുഭവങ്ങളെ മുൻനിർത്തി വ്യക്തമാക്കുന്നു. "അവാർഡുകൾ നമുക്ക് സന്തോഷം നൽകുന്നു. പക്ഷേ, അത് എന്നെ സംബന്ധിച്ചടത്തോളം പ്രചോദനകരമല്ല. അവാർഡുകൾ തേടിവന്നില്ലായിരുന്നെങ്കിലും ഞാൻ എന്റെ ഗവേഷണം തുടരുമായിരുന്നു. പിന്നെ അവാർഡുകൾ നമുക്ക് പ്രശസ്തി നേടിത്തരും, പുതിയ ബന്ധങ്ങളും. അത് നമ്മുടെ മുന്നോട്ടുള്ള യാത്ര സുഗമമാക്കും. തേടിപ്പിടിച്ച് ഉപയോഗിക്കേണ്ട പല കാര്യങ്ങളും നമ്മെത്തേടി ഇങ്ങോട്ടു വരും. പ്രത്യേകിച്ച്, നൊബേൽ സമ്മാനമാകുമ്പോൾ. എനിക്ക് നൊബേൽ പുരസ്കാരം ലഭിച്ച പ്പോൾ സന്തോഷം തോന്നി. എന്നാൽ അർഹതപ്പെട്ട പലർക്കും അത് ലഭിക്കാതെപോയിട്ടുണ്ട് എന്നത് വലിയൊരുസത്യമാണ്. ലോകം ആധുനികവത്കരിക്കപ്പെടുന്നതിനോടൊപ്പം എന്തും ഏതും കച്ചവടവത്കരിക്കപ്പെടുന്നതിനെ ഞാൻ ഭയപ്പെടുന്നു. ഇക്കാര്യ ത്തിൽ പുത്തൻ തലമുറ മുൻതലമുറയിലെ മാതൃകാപുരുഷൻമാരുടെ ജീവിതം പിന്തുടരണം. പുതിയ യുവത്വം കച്ചവടവത്കരണത്തിലൂടെ കൈമോശംവരുന്ന മൂല്യങ്ങളെക്കുറിച്ച് ഗഹനമായി ചിന്തിക്കേ ണ്ടിയിരിക്കുന്നു, പ്രതിരോധിക്കേണ്ടിയുമിരിക്കുന്നു. അപകടങ്ങളെ തിരിച്ചറിയണം. നമ്മുടെ പ്രവൃത്തികൾ മൂല്യാധിഷ്ഠിതമായ ഒരു സമൂഹത്തെ നിർമിക്കാൻ സഹായിക്കുന്നതായിരിക്കാൻ പ്രത്യേകം ശ്രദ്ധിക്കണം" -ഹ്യൂബർ പറഞ്ഞു.

നൊബേൽ സമ്മാനം ലഭിച്ചപ്പോൾ അത് സ്വീകരിക്കാൻ തനിക്കോ മറ്റ് അവാർഡ് ജേതാക്കൾക്കോ യാതൊരു ബുദ്ധിമുട്ടും അനുഭവിക്കേണ്ടിവന്നിട്ടില്ലെന്ന് ഹ്യൂബർ വ്യക്തമാക്കുന്നു. എന്നാൽ, ഇന്ന് നൊബേൽദാന ചടങ്ങ് ഹോളിവുഡ് സിനിമയുടെ ഷൂട്ടിംഗ് പോലെയായി തീർന്നെന്ന് ഹ്യൂബർ നിരീക്ഷിക്കുന്നു. മുൻ കാലങ്ങ ളിൽ വളരെ ലളിതമായിരുന്ന ഈ ചടങ്ങ് താങ്ങാനാവാത്ത രേഖക ളുടെയും ആയിരക്കണക്കിന് ഫോട്ടോഗ്രാഫർമാരുടെ കണ്ണഞ്ചിക്കുന്ന ഫൽഷ് ലൈറ്റുകളുടെയുമിടയിൽ ആയാസകരമായിത്തീർന്നു. ഇക്കാ ലത്താണ് തനിക്ക് നൊബേൽ ലഭിക്കുന്നതെങ്കിൽ റിഹേഴ്സലും മേക്കപ്പും നടത്താതെ സമ്മാനദാന ചടങ്ങിൽ സംബന്ധിക്കാനാ വില്ലെന്നും അദ്ദേഹം കൂട്ടിച്ചേർക്കുന്നു.

പുതിയ തലമുറയുടെ കൈയിൽ രസതന്ത്രം എന്ന ശാസ്ത്രശാഖ സുരക്ഷിതമാണെന്ന കാര്യത്തിൽ ഹ്യൂബറിന് സംശയമില്ല. "ഇനി വരാൻ പോകുന്നത് ജൈവരസതന്ത്രത്തിന്റെയും ഓർഗാനിക് കെമിസ്ട്രിയുടെയും കാലമാണ്. ഇപ്പോഴേ പ്യുവർ കെമിസ്ട്രി ഇല്ലാ തായിക്കഴിഞ്ഞെന്നു പറയാം. ഞാനുൾപ്പെടുന്ന തലമുറ ഏതാണ്ട്

കാലഹരണപ്പെട്ടുകഴിഞ്ഞു. ഞങ്ങളൊക്കെ ഫിനിഷിംഗ് ലൈനിൽ ടച്ച് ചെയ്യാറായി. ഞങ്ങളുടെ ഫിനിഷിംഗ് ലൈനിൽനിന്നാണ് പുതിയ തലമുറ സ്റ്റാർട്ട് ചെയ്യേണ്ടത്. എന്റെ പ്രവർത്തനമേഖലയിൽ കാലത്തെ അതിജീവിക്കാൻ മാത്രം എന്തെങ്കിലും ചെയ്തിട്ടുള്ളതായി തോന്നിയിട്ടില്ല. ഞങ്ങളുടെ ചെറുപ്പത്തിൽ വളരെക്കുറച്ച് പ്രതിഭകളേ ഉണ്ടായിരുന്നുള്ളൂ. ഇന്ന് സ്ഥിതി മാറി. അവസരങ്ങളും അടിസ്ഥാന സൗകര്യങ്ങളും വർധിച്ചു. ഇത് കൂടുതൽ പ്രതിഭകളെ വാർത്തെടുക്കുക തന്നെ ചെയ്യും"-ഹ്യൂബർ ഉറപ്പിച്ചു പറയുന്നു.

ഇന്ത്യയെക്കുറിച്ച് കേട്ടറിവുകൾ മാത്രമുണ്ടായിരുന്ന ഹ്യൂബർ ഇന്ത്യയിലെത്തുന്നത് ആദ്യം. 2011 ൽ കോട്ടയം എംജി സർവകലാശാല സംഘടിപ്പിച്ച പ്രഭാഷണ പരമ്പരയിൽ പങ്കെടുക്കാനായാണ് ഹ്യൂബർ ഇന്ത്യയിലെത്തിയത്. പ്രഭാഷണ പരമ്പരയുടെ ഭാഗമായി സ്കൂൾ കുട്ടികളുമായി സംവാദം നടത്താനായത് തന്റെ ജീവിതത്തിലെ അവിസ്മരണീയ സംഭവമാണെന്ന് അദ്ദേഹം തുറന്നുപറഞ്ഞു. തന്റെ കുട്ടിക്കാലത്ത് ലഭിക്കാതെപോയ വിദ്യാഭ്യാസവും അവസരങ്ങളും പുതിയ തലമുറയിലെ കുട്ടികൾക്ക് ലഭിക്കുന്നതിൽ താൻ അതീവ സന്തുഷ്ടനാണെന്നും അദ്ദേഹം പറഞ്ഞു.

1960ലാണ് ഹ്യൂബറിന്റെ വിവാഹം. ക്രിസ്റ്റാ എസ്സിംഗാണ് ഭാര്യ. രണ്ട് ആണും രണ്ടു പെണ്ണുമുൾപ്പെടെ നാലു മക്കളാണ് ഹ്യൂബർ-ക്രിസ്റ്റോ ദമ്പതികൾകൾക്കുള്ളത്.

●

സ്പോർട്സ്

മാറക്കാനയിലെ പ്രതിനായകൻ

ഫുട്ബോളിൽ ഒരു മത്സരംകൊണ്ട്, ഒരു ഗോൾകൊണ്ട് ലോകത്തെ ഒരേസമയം ഞെട്ടിക്കുകയും വീരാരാധനയ്ക്ക് പാത്രമാവുകയും ചെയ്യുക എന്നത് ഏതൊരു ഫുട്ബോളറുടെയും സ്വപ്നമാണ്. അതു സാധിച്ചവർ വിരളം. അക്കൂട്ടത്തിൽ തീർച്ചയായും ആദ്യ പേരുകാരനാണ് ഉറുഗ്വൻ താരം ആൽസിഡസ് ഗിഗിയ. മാറക്കാനയിൽ 1950 ജൂലൈ 16ന് ബ്രസീലിനെ ഉറുഗ്വെ 2-1നു പരാജയപ്പെടുത്തിയ മത്സരത്തിൽ വിജയഗോൾ നേടിയ താരം. ഒരു ഗോളിലൂടെ ആർത്തിരമ്പിയെ രണ്ടു ലക്ഷം കാണികളെ നിശബ്ദനാക്കിയ ഗിഗിയയെ 2015 ജൂലൈ 16 ന് മരണം കൂട്ടിക്കൊണ്ടുപോയപ്പോൾ ലോകത്തിനു നഷ്ടപ്പെട്ടത് മികച്ച ഫുട്ബോളറെ മാത്രമല്ല, സൗമ്യനായ നല്ല മനുഷ്യനെക്കൂടിയാണ്.

ബ്രസീലിനെ ഭീതിയുടെ ഭീകരസ്വപ്നങ്ങളിലേക്കു തള്ളിവിട്ട ഗോൾ നേടിയ അതേ ദിനത്തിൽതന്നെയാണ് ഗിഗിയയും അരങ്ങൊഴിയുന്നതെന്നത് യാദൃച്ഛികതയ്ക്കപ്പുറം ആ പ്രതിഭാധനന് പ്രകൃതി കാത്തുവച്ച ആദരംകൂടിയാകുന്നു. ആറര പതിറ്റാണ്ടിനു ശേഷവും മാറക്കാനയിലെ തോൽവി ബ്രസീലിനെ വിടാതെ പിന്തുടരുന്നുണ്ട്. അഞ്ചു തവണ അതിനു ശേഷം ലോകകിരീടം സ്വന്തമാക്കിയെങ്കിലും ബ്രസീലിന് മാറക്കാനയിലെ വേദന മാറിയിട്ടില്ല. അന്ന് മാറക്കാനയിൽ വീണ ബ്രസീലിന്റെ കണ്ണുനീരിനു പ്രായശ്ചിത്തം ചെയ്യാൻ 2013ൽ അവസരം ലഭിച്ചെങ്കിലും ജർമനിയോടു തകർന്നടിയാനായിരുന്നു വിധി.

ചരിത്രത്തിലേക്കു പാഞ്ഞുകയറിയ ആ ഗോൾ നേടിയ രാത്രി താൻ ഉറങ്ങിയിട്ടില്ലെന്നാണ് ഗിഗിയ പറഞ്ഞത്. "ഗോൾ വീണ നിമിഷം ഞാൻ മറ്റൊരു ശബ്ദവും കേട്ടില്ല, സന്തോഷത്താലുള്ള

എന്റെ ഹൃദയമിടിപ്പല്ലാതെ. കേൾക്കാതിരുന്നത് എന്റെ കുഴപ്പം കൊണ്ടാണെന്നാണ് ഞാൻ കരുതിയത്. പക്ഷേ, കണ്ണുകളുയർത്തി ഗാലറികളിലേക്കു നോക്കിയപ്പോൾ ശരിക്കും ഞെട്ടി. എന്നെത്തന്നെ നോക്കിയിരിക്കുന്ന ജനസാഗരം. അവർ രണ്ടുലക്ഷം പേരുണ്ടായിരുന്നെന്ന് പിന്നീടറിഞ്ഞു. ഒരു നിമിഷം മുമ്പുവരെ മുഴങ്ങിയിരുന്ന ബാൻഡ് വാദ്യങ്ങളും ആർപ്പുവിളികളും നിലച്ചിരുന്നു. പിന്നെയും പത്തു മിനിറ്റുകൂടി മത്സരമുണ്ടായിരുന്നു. പക്ഷേ, ആ പത്ത് മിനിറ്റിലും ഗാലറിയിൽ പേടിപ്പെടുത്തുന്ന ഒരു നിശബ്ദത തങ്ങിനിന്നിരുന്നു. ആ രാത്രി ഞാൻ ഉറങ്ങിയിട്ടില്ല" -ആ ഗോളിനെക്കുറിച്ച് ഗിഗിയയുടെ ഓർമകൾ ഇങ്ങനെയായിരുന്നു.

മത്സരം ജയിച്ചത് ഷിഫിനോയും താനും നേടിയ ഗോളുകളിലൂടെയാണെങ്കിലും ജയത്തിന്റെ ക്രെഡിറ്റ് ക്യാപ്റ്റനായിരുന്ന ഒബ്ദുളിയോ വരേലയ്ക്കു നൽകാനാണ് ഗിഗിയയ്ക്ക് ഇഷ്ടം. "വരേല മുന്നിൽ നിന്നു നയിച്ചു; അയാളാണ് ശരിക്കും വിജയത്തിന്റെ അവകാശി. മത്സരത്തിനു മുമ്പ് ഡ്രസ്സിംഗ് റൂമിലെത്തിയവരെല്ലാം ബ്രസീൽ ജയിക്കുമെന്ന് പറയാതെ പറഞ്ഞു. അന്നത്തെ ഞങ്ങളുടെ അംബാസഡറും പറഞ്ഞത് പരമാവധി ചെറിയ തോൽവിക്കുവേണ്ടി കളിക്കണം എന്നായിരുന്നു. കോച്ച് യുവാൻ ലോപ്പസ് ഫൊണ്ടേനയും പ്രതിരോധിച്ചു കളിക്കണമെന്നാണു പറഞ്ഞത്. എല്ലാം തലകുലുക്കി കേട്ട വരേലയെ അല്ല ഗ്രൗണ്ടിൽ കണ്ടത്. വരേലയുടെ വാക്കുകൾ ഞാൻ ഇന്നും, 66 വർഷങ്ങൾക്കിപ്പുറവും നന്നായി ഓർക്കുന്നു. കളിക്കളത്തിൽ നമ്മളാണു കളിക്കുന്നത്. പുറത്തുള്ളവർ എന്തും പറഞ്ഞോട്ടെ; അതു കാര്യമാക്കേണ്ട. പ്രതിരോധിച്ചു നിന്നാൽ ഒന്നോർക്കുക, ബ്രസീലാണ് എതിരാളികൾ. നമ്മെ തേടിവരുന്നത്

ദുരന്തരമായിരിക്കും. ആ വാക്കുകൾ ഞങ്ങളിലുണ്ടാക്കിയ മാറ്റം ചെറുതല്ല. പിന്നെല്ലാം ചരിത്രം."

മത്സരത്തിൽ പ്രതീകൾക്കനുസരിച്ച് രണ്ടാം പകുതിയുടെ തുടക്കത്തിൽ ഫ്രിയാക്കയിലൂടെ ബ്രസീൽ മുന്നിലെത്തി 47-ാം മിനിറ്റിൽ രണ്ടുലക്ഷം കണ്ഠങ്ങൾ ഉച്ചത്തിൽ ബ്രസീൽ... ബ്രസീൽ... എന്ന് അലറിവിളിച്ചു. മാറക്കാന ശബ്ദസാഗരം. ബ്രസീലിനുവേണ്ടിയുള്ള ആരാധകരുടെ ആർപ്പുവിളിക്കിടയിലും വരേല സഹകളിക്കാരെ അടുത്തു വിളിച്ചു പറഞ്ഞത്, ആരവങ്ങൾ കാര്യമാക്കേണ്ടെന്നും പന്ത് ബ്രസീലിനു നൽകാതെ കുറച്ചുനേരം സൂക്ഷിക്കണമെന്നുമായിരുന്നു. ഉറുഗ്വെൻ പ്രതീക്ഷകളെ വാനോളമുയർത്തി ജുവാൻ ആൽബെർട്ടോ ഫിനോ ബ്രസീലിന്റെ വല കുലുക്കി. വരേലയുടെ തന്ത്രത്തിന്റെ രഹസ്യം ഗിഗിയ പിന്നീട് ലോകത്തോട് വെളിപ്പെടുത്തി: ആദ്യഗോൾ ബ്രസീലാണ നേടിയത്. ആർപ്പുവിളിക്കിടെ കളി തുടങ്ങിയാൽ ബ്രസീൽ വീണ്ടും ഗോളടിക്കും. അതിനു തടയിടണം. അതിനാണ് ബാക്ക്പാസുകളിലൂടെയും പാസിംഗിന്റെ വേഗം കുറച്ചും കുറച്ചുനേരം കളിക്കണമെന്ന് വരേല പറഞ്ഞത്. റൗണ്ട്റോബിൻ ലീഗ് രീതിയിലായിരുന്നു അന്ന് ടൂർണമെന്റ്. അതനുസരിച്ച് ഫൈനൽ റൗണ്ടിൽ നാലു ടീമുകളുണ്ടാവും - ബ്രസീലും ഉറുഗ്വെയും സ്വീഡനും സ്പെയിനും. പോയിന്റ് നിലയിൽ മുന്നിലെത്തിയ ഉറുഗ്വെയും സ്പെയിനും ഫൈനലിലെത്തി. തങ്ങൾക്കെതിരേ സമനില നേടിയാൽ മാത്രം മതി ബ്രസീലിന് കിരീടം നേടാൻ. മത്സരം അവസാനിക്കാൻ പതിനൊന്നു മിനിറ്റ് മാത്രം ശേഷിക്കെ ചരിത്രത്തിലേക്കു പറന്നിറങ്ങിയ ഗോളിലൂടെ അൽസിഡാസ് ഗിഗിയ എന്ന അറ്റാക്കിംഗ് മിഡ്ഫീൽഡർ കാനറികളുടെ നെഞ്ചകം തകർത്തു. ഗാലറി നിശബ്ദമായി. ബ്രസീലിന്റെ കണ്ണീർ വീണ് മാറക്കാനയുടെ മണ്ണ് കുതിർന്നു. അപ്രതീക്ഷിത പരാജയം താങ്ങാനാവാതെ ബ്രസീലിന്റെ മൂന്ന് ആരാധകർ ഹൃദയാഘാതം മൂലം മരിച്ചു, ഒരാൾ ജീവനൊടുക്കി.

അന്ന് രണ്ടു ഗോൾ വഴങ്ങിയ ബ്രസീലിന്റെ ഗോൾകീപ്പർ ബാർബോസ ജീവിതാവസാനം വരെ ക്രൂശിക്കപ്പെട്ടനായി. വധശിക്ഷ നിരോധിക്കപ്പെട്ട ബ്രസീലിൽ പരമാവധി ശിക്ഷ 30 വർഷം തടവാണ്. പക്ഷേ, ബാർബോസ ശിക്ഷിക്കപ്പെട്ടത് 50 വർഷം! പൊതുവേദികളിൽനിന്നും മത്സരങ്ങളിൽനിന്നും സ്വയം പിന്മാറിയ ബാർബോസയെ വർഷങ്ങൾക്കു ശേഷം അദ്ദേഹത്തിന്റെ അവസാന നാളുകളിൽ ഗിഗിയ കാണാനെത്തിയിരുന്നു. 2000ലാണ്

ബാർബോസ മരിക്കുന്നത്.

1926 ഡിസംബർ 22നാണ് ആൽസിഡസ് ഗിഗിയയുടെ ജനനം. വളരെ ചെറുപ്പത്തിൽതന്നെ ഫുട്ബോളിനോട് ആഭിമുഖ്യം പുലർത്തിയ ഗിഗിയ 22-ാം വയസിലേ ഉറുഗ്വെയുടെ ദേശീയ ടീമിലെത്തി. മാറക്കാനയിലെ ചരിത്രഗോൾ നേടിയതിന്റെ 60 വാർഷികത്തിൽ അദ്ദേഹം ആദരിക്കപ്പെട്ടു. മാറക്കാന ഫൈനൽ കളിച്ച താരങ്ങളിൽ ജീവിച്ചിരുന്ന അവസാന താരമായ ആൽസിഡസ് ഗിഗിയയും കാലയവനികയ്ക്കുള്ളിൽ മറയുമ്പോൾ മാറക്കാന ഫൈനലും പൂർണമായും ചരിത്രത്താളുകളിലേക്ക്.

●

www.ingramcontent.com/pod-product-compliance
Lightning Source LLC
LaVergne TN
LVHW100845051026
849519LV00006B/2422
* 9 7 8 9 3 9 0 4 0 4 0 5 6 *